चिकन सूप फॉर द सोल

डे ली इन्स्पिरेशन्स फॉर विमेन

मूळ संकलक

जॅक कॅनफिल्ड । मार्क व्हिक्टर हॅनसन । मर्सिया हिगिन्स व्हाइट

अनुवाद

सुनीति काणे

मेहता पब्लिशिंग हाऊस

CHICKEN SOUP FOR THE SOUL DAILY INSPIRATIONS FOR WOMEN by JACK CANFIELD, MARK VICTOR HANSEN AND MARCIA HIGGINS WHITE

Published Under Agreement with Health Communications Inc.,
Deerfield Beach, Florida, U.S.A.
Marathi Language Translation

Translated into Marathi Language by Suneeti Kane

चिकन सूप फॉर द सोल डेली इन्स्पिरेशन्स फॉर विमेन

अनुवाद : सुनीति काणे

Email : author@mehtapublishinghouse.com

मराठी अनुवादाचे व प्रकाशनाचे हक्क : मेहता पब्लिशिंग हाऊस, पुणे ३०.

प्रकाशक : सुनील अनिल मेहता, मेहता पब्लिशिंग हाऊस,
१९४१, सदाशिव पेठ, माडीवाले कॉलनी, पुणे – ४११०३०.

मुद्रक : ट्रिनिटी ॲकॅडमी फॉर कॉर्पोरेट ट्रेनिंग लिमिटेड

मुखपृष्ठ : फाल्गुन ग्राफिक्स

प्रथमावृत्ती : ऑक्टोबर, २०११

किंमत : ₹ २८०

P Book ISBN 9788184982886

मनोगत

मेहता पब्लिशिंग हाऊस या प्रकाशन संस्थेनं, ‘चिकन सूप फॉर द सोल’ या मालिकेतलं वाचकांपुढे आणलेलं हे आणखी एक पुष्प. विसंवादी कोलाहलानं उद्विग्न झालेल्या जगभरातल्या मनांना नवचेतना देऊन आशेचे किरण दाखवण्याचं मोठंच कार्य या मालिकेमुळे साध्य झालं आहे.

या पुष्पाचं शीर्षक आहे, ‘डेली इन्स्पिरेशन्स फॉर विमेन’ – ‘स्त्रियांना दररोज प्रेरणादायी ठरणारे अनुभव.’ यात, वर्षाच्या प्रत्येक दिवसाच्या तारखेखाली एक-एक संप्रेरक अनुभव विशद केलेला आहे. अत्यंत प्रतिकूल परिस्थितीतूनही धीरानं मार्ग काढणाऱ्यांच्या या कथा आपल्याला थोडक्या शब्दांमध्ये आशावाद शिकवून जातात.

जग हे दिवसेंदिवस इतकं लहान होत आहे की दूरवरच्या देशातील, आपल्याला सर्वस्वी अपरिचित अशा समस्या बघता बघता आपल्यासमोर उभ्या ठाकतात. हे सत्य लक्षात घेतलं, तर आज आपल्याला काहीसे अनोळखी वाटणारे हेच परकीयांचे अनुभव उद्या आपल्यापुढे उभ्या ठाकणाऱ्या वादळी समस्यांसाठीचा दीपस्तंभ ठरू शकतात. घटस्फोटांचं प्रचंड प्रमाण, विस्कटलेल्या घरट्यांमधल्या चिमण्या जीवांपुढचे प्रश्न, कर्करोगाचा वाढता प्रादुर्भाव, अल्झायमरसारख्या स्मृतिभ्रंश करणाऱ्या व्याधींमुळे माणसाची होणारी करुण, विकल अवस्था, बालवयातील लैंगिक शोषणाचं वाढतं प्रमाण, वंध्यत्वाचा उग्र होणारा प्रश्न व मुलं दत्तक घेण्याची वाढती गरज आणि एकल मातांपुढील प्रश्न अशा विविध समस्यांमधून धीरानं मार्ग काढून नाव पैलतीरी नेणाऱ्या खंबीर मनांचं कौतुक तर वाटतंच, पण त्यापासून आपण आशावादही शिकतो.

हे सुटसुटीत शब्दातले छोटे छोटे आत्मानुभव मनाला उभारी देण्याचं मोठंच काम करताहेत. या पुस्तकाचा मराठी अनुवाद करणं हा एक आनंदानुभव होता आणि त्यासाठी मेहता पब्लिशिंग हाऊस व श्री. सुनील मेहता यांची मी ऋणी आहे.

सुनीति काणे

Please contact us at **Mehta Publishing House,** Pune 411030.
✆ +91 020-24476924 / 24460313 / Mob. No. 9545000513
Email : production@mehtapublishinghouse.com
Website : www.mehtapublishinghouse.com

- *या पुस्तकातील लेखकाची मते, घटना, वर्णने ही त्या लेखकाची असून त्याच्याशी प्रकाशक सहमत असतीलच असे नाही.*

। जा ने वा री १ ।

"मला ठाऊक आहे, मी अगदी ऐन वेळेस विचारतो आहे," कार्ल संकोचानं म्हणाला, "पण माझ्या कंपनीच्या बोलिंग पार्टीला बरोबर नेण्यासाठी, मला एका 'डेट'ची (मैत्रिणीची) आवश्यकता आहे."

दोन वर्षांपूर्वी जेव्हा आमच्या चर्चमधल्या अविवाहितांच्या ग्रुपमध्ये कार्ल पहिल्यांदा आला, तेव्हाच मला त्याच्याशी ओळख वाढवायची होती.

दर आठवड्याला, त्याचं स्नेहपूर्ण 'हॅलो' ऐकलं की माझं हृदय धडधडू लागे. नवथर तरुणांप्रमाणे आम्ही एकत्र नृत्य करत होतो आणि हसत होतो. आम्ही माझ्या बाल्कनीत एकमेकांसमीप उभे राहून शहरातल्या लखलखत्या दिव्यांकडे बघत असताना अचानक तो म्हणाला, "मला आता निघायलाच हवं."

"मला वाटतं, अस्तित्वात नसलेल्या गोष्टींची मी कल्पना करत आहे," मी माझ्या जिवलग मैत्रिणीला म्हटलं.

आमच्या कंपूत कार्ल अतिशय लोकप्रिय होता. पुढच्या वर्षभरात त्यानं अनेकींना 'डेट'वर नेलं. पण मला त्यानं एकदाही विचारलं नाही. पण त्यानंतरच हा फोन आला आणि त्यानं 'डेट'वर येण्याची विनंती केली. माझ्या मनात विविध भावनांचा कल्लोळ उसळला, पण मी कार्लला आणखी एक संधी देण्याचा निर्णय घेतला.

त्यानंतर अकरा महिन्यांनी आम्ही विवाहबद्ध झालो. आम्ही विवाहाच्या शपथा घेत असताना कार्ल म्हणाला, "माझ्यासाठी थांबल्याबद्दल मी तुझा ऋणी आहे." बोलण्याची माझी पाळी आली तेव्हा माझ्या अंतरीचं गुपित मी त्याला सांगितलं. डेटिंगवरच्या एका सेमिनारमध्ये ऐकलेलं ते एक वाक्य होतं, "मैत्री अनावर तीव्रतेनं धगधगू लागली की त्याला प्रेम म्हणतात."

जान कोलमन

धीरानं प्रतीक्षा करा.

योग्य वेळ गाठणं आयुष्यात सर्वाधिक महत्त्वाचं आहे.

। जा ने वा री २ ।

मी दुसऱ्या राज्यात राहायला गेले, तेव्हा नवी नोकरी मिळवणं माझ्या अपेक्षेपेक्षा अवघड काम होऊन बसलं. परिचारिकांसाठी काम मिळवून देणाऱ्या स्त्रीनं मला सुचवलं, की चोवीस तास वृद्धांची देखभाल करणाऱ्या नव्या संस्थेत मी प्रयत्न करावा. तिनं वृद्धाश्रमाचा वेगळ्या नावानं उल्लेख केला असूनही अशा जागा भयाण असतात, हा माझा ग्रह काही पुसला गेला नव्हता; पण त्या स्त्रीच्या सूचनेला मान देण्यासाठी, ती संस्था निदान डोळ्यांखालून घालणं अगत्याचं आहे असं मला वाटलं.

तिसऱ्या मजल्यावरच्या पॅसेजमध्ये चाकाच्या खुर्च्यांची रांग लागलेली होती; दुपारच्या जेवणासाठी डायनिंगरूममध्ये जाण्यासाठी तिथले रहिवासी वाट पाहत थांबलेले होते. भकास चेहरे अंतराळात दृष्टी लावून बसलेले होते. तेथे नेणारी स्त्री प्रत्येक रहिवाशाला प्रेमानं अभिवादन करत होती. एका वृद्ध स्त्रीजवळून आम्ही दोघी जात असताना, त्या वृद्धेनं हात लांब करून माझा स्कर्ट घट्ट पकडला. तिची पकड चांगलीच मजबूत होती. अचानक या साऱ्या रहिवाशांच्या जागी मला फक्त तीच दिसू लागली. "तुमचं नाव काय आहे?" मी विचारलं.

"रोझमेरी." तिनं उत्तर दिलं.

तिचा हात हातात घेतल्यावर माझं मनही तिच्याकडे आकृष्ट झालं. अचानक ती सारी 'दयनीय वृद्ध माणसं' न राहता, मला ती माझ्या आदराला आणि सहानुभूतीला पात्र अशी ज्येष्ठ माणसं वाटू लागली. उद्या मी माझ्या नव्या नोकरीवर रुजू होईन. रोझमेरीसकट सर्वांची आस्थेनं देखभाल करायचा मी प्रामाणिकपणे प्रयत्न करेन.

बार्बरा ए. ब्रेडी

। जा ने वा री ३ ।

जेव्हा मी प्रथमच लॅरीला भेटले, तेव्हा तो, त्याची मुलगी मॅकेन्ना आणि मुलगा लॉरिन यांना घेऊनच वीकएन्डला येत असे. माझ्या नव्या आणि आयत्याच मिळालेल्या उमद्या कुटुंबानं मला संपूर्णतः जिंकून घेतलं होतं; पण मुलांच्या आईचं तसं नव्हतं. मला खरंतर दिया आवडत असे, पण आमच्या वेगवेगळ्या भूमिकांमुळे आमच्या नात्यात एक प्रकारची चिडचिड येणं अपरिहार्य होतं. मी ती कमी करण्याचा सर्वतोपरी प्रयत्न करत असे.

माझ्या नजरेसमोरच मुलं मोठी होत होती. दुडदुडणाऱ्या बाळांपासून शाळेत जाणाऱ्या मुलांपर्यंतचं परिवर्तन मी पाहत होते आणि त्यांच्या आईशी होणारा माझा संपर्क अजूनही सौजन्यपूर्ण पण अवघडलेलाच राहिलेला होता. आम्ही मुलांचं जाणं- येणं, त्यांच्या सुट्ट्या आणि सफरींचे कार्यक्रम ठरवताना बोलत असू. जसजशी वर्षं उलटली, तसतसं आमचं फोनवरचं संभाषण बदलू लागलेलं मला जाणवलं. मला आता दियाजवळ मुलांबद्दल बोलताना खरोखरच आनंद वाटू लागला होता. आमच्या नात्यात हळूहळू पण नक्कीच बदल होऊ लागला होता. ज्या वर्षी दियानं मला 'मदर्स डे'चं ग्रीटिंग कार्ड पाठवलं आणि तिच्या बरोबरीनं तिच्या मुलांचं संगोपन केल्याबद्दल माझे आभार मानले, तेव्हा आमच्या नात्यात घडत असलेला बदल पूर्णत्वाला गेला. आणि हे नातं नेहमीच अगदी परिपूर्ण नसलं तरी असाधारण आहे याबद्दल माझी खात्री आहे.

एका वर्षी आम्ही सारे जण ख्रिसमस ट्रीभोवती बसलेले होतो आणि भेटवस्तू देणाऱ्या मुलांकडे मी बघत होते. आम्ही सर्व जणच तिथं होतो... दिया आणि तिचा नवरा, लॅरी आणि मी, मुलं... आणि आश्चर्याची गोष्ट म्हणजे सारे एकाच कुटुंबातले सदस्य असल्याची भावना माझ्या मनात निर्माण झाली.

कॅरल क्लाईन

। जा ने वा री ४ ।

ॲलबामा राज्यातल्या माझ्या आजी-आजोबांच्या शेतावर, माझ्या दोन बहिणींबरोबर मी लहानाची मोठी झाले. एका मोठ्या तळ्याजवळ आमची एक 'खास' अशी गुप्त जागा होती. तिथं आम्ही तळ्याभोवती असलेल्या सूचिपर्णी पाईनच्या लालसर, सुईसारख्या पानांनी, आमची खेळातली सुरेख पण तात्पुरती घरं बांधत असू. आमची ही घरं– पाच एक फूट उंच असत. ती झाकून आकाशापासून आडोसा करण्याची आम्हाला कधीच गरज भासली नव्हती. घरं बांधून झाल्यावर आम्ही जमिनीवर झोपून आकाशाकडे दृष्टी लावून भविष्याची स्वप्नं पाहत असू. या घरांच्या भिंतीतच आम्ही आमच्या सगळ्या भवितव्याची आखणी केली, कोणत्या शाळांमध्ये शिकायचं, आपलं घर आणि कुटुंब कशा तऱ्हेचं असावं, आम्ही कुठेकुठे प्रवास करायचा आणि काय साध्य करायचं या साऱ्याबद्दल आम्ही योजना केल्या.

ही खेळातली सूचिपर्णी घरं बांधताना आम्ही शिकलो– आपल्या प्रेमाच्या माणसांच्या सहवासात वाढलो, तर या झाडांप्रमाणेच आम्हीही चांगल्या खंबीर बनू शकू आणि आमची आयुष्यंही उंच फोफावू शकतील. आम्ही हेही शिकलो, की आपण कामं वाटून घेतली, कामाबरोबरच आनंद वाटून घेतला, तर प्रत्येक गोष्ट अधिक आनंददायी बनेल. आपली स्वप्नं आपण इतरांना सांगितली तर ती प्रत्यक्षात उतरवणं सोपं होतं.

टी. जेनसेन लेसी

। जानेवारी ५ ।

त्यांच्या जेवणाच्या कार्यक्रमात त्यांनी मला सहभागी करून घेतल्यामुळे माझी माझ्या मैत्रिणीच्या मैत्रिणीशी ओळख झाली. ताजं लिंबू पिळलेलं थंड पाणी आणि मोहरीच्या स्वादाचा सॉस पसरलेल्या पिटा ब्रेडचा आस्वाद घेत असताना या सर्वथा वेगळ्याच स्त्रीनं माझ्याकडे वळून म्हटलं, 'मला तुझ्याबद्दल सांग.' मला वाटतं, चाचरत चाचरत मी नर्स असल्याबद्दल किंवा आजी असल्याबद्दल किंवा मिन्नेसोटातल्या कडक थंडीबद्दल काहीतरी सांगितलं.

मी पुन्हा त्या जेवणाच्या कार्यक्रमासाठी जाऊ शकले, तर माझ्या आकांक्षांबद्दल, मला अचानक आनंद मिळवून देणाऱ्या गोष्टींबद्दल किंवा मला मनाबाहेर निग्रहानं काढाव्या लागलेल्या काळज्यांबद्दल सांगण्याचा मी प्रयत्न करेन. ज्या दिवशी मला अनिश्चिततेनं भांबावल्यासारखं वाटेल, तेव्हा मी मनानं त्या दिवशीच्या जेवणाच्या टेबलापाशी पोहोचेन आणि म्हणेन, "मी तुम्हाला माझ्याबद्दल सांगते. यापुढे जी चर्चा घडेल, ती लक्षपूर्वक ऐकणं मला अत्यंत गरजेचं आहे."

बिआड्रिन यंगडाल

। जा ने वा री ६ ।

माझ्या पाचवीच्या वर्गात नव्यानंच दाखल झालेल्या विल्यम नावाच्या मुलाच्या पाठोपाठच त्याच्या आईनं– ॲनानं माझ्या आयुष्यात प्रवेश केला. ओळख झाल्यानंतर थोड्याच दिवसांनी मी तिला विचारलं की, वर्गात मदत करायला तिला आवडेल का.

ती हळूच म्हणाली, ''मी फक्त आठवीपर्यंतच शिकलेय.''

''काही हरकत नाही. मी तुला मदत करेन,'' मी म्हटलं.

ॲनाला मी ज्या अनेक गोष्टी शिकवल्या, त्यातील पेपर्स तपासणं ही पहिली गोष्ट होती. थोड्याच दिवसांत वर्गातल्या प्रत्येक मुलाच्या लक्षात आलं, की ॲना आल्यामुळे त्यांना 'र' आणि 'व' लिहिताना चांगलीच काळजी घ्यायला हवी. त्या वर्षाच्या फेब्रुवारी महिन्यात मला एक फोन आला.

''मिसेस बुचर, मला विल्यमला त्याच्या कॉलनीवरच्या प्रॉजेक्टसाठी मदत करायचीय. पण मी त्याच्याबरोबर लायब्ररीत गेले, तर मला तिथं कशी माहिती मिळवायची तेच समजत नाहीये.'' अर्थातच वाचनालयाच्या कामकाजात ती लवकरच पारंगत झाली.

मी नुकतंच ऐकलं की ॲना तिचं हायस्कूलचं शिक्षण पूर्ण करते आहे आणि तिला पाचव्या इयत्तेची शिक्षिका बनायचंय. एकूण ॲनाचा स्वभाव पाहता ती ते नक्कीच साध्य करून घेईल आणि जगाला आणखी एक उत्कृष्ट शिक्षिका लाभेल– अत्यंत लक्षपूर्वक गणिताचे पेपर्स तपासणारी !!

इझाबेल बिअरमन बुचर

। जा ने वा री ७ ।

प्रवास महत्त्वाचा असतो, मुक्कामाला पोहोचणं नव्हे!

टी. एस. इलियट

। जानेवारी ८ ।

दिवसाची सुरुवातच अगदी वाईट झाली. तिला उठायला उशीर झाला आणि ती कामावरही उशिराच पोहोचली. ऑफिसात जे-जे घडलं त्यानं तिची अस्वस्थता वाढतच गेली. उशिरा आलेल्या आणि खच्चून भरलेल्या बसमध्ये ती चढली तोवर ती अगदी वैतागून गेली होती.

मग तिला बसच्या पुढच्या भागातून एक खणखणीत आवाज ऐकू आला, ''काय झक्कास दिवस आहे, नाही?'' तो माणूस तिला दिसत नव्हता; पण वसंतऋतूतल्या सृष्टिसौंदर्यावरचं भाष्य तिच्या कानी पडत होतं– पुढं येणाऱ्या प्रत्येक सौंदर्यस्थळाकडे तो बसमधल्या लोकांचं लक्ष वेधून घेत होता. लवकरच सारे प्रवासी खिडकीबाहेर बघू लागले आणि त्या दिवशी प्रथमच तिला हसू आलं.

तिचा थांबा आला. गर्दीतून दरवाज्यापर्यंत वाट काढताना तिची त्यांच्या 'त्या' वाटाड्याकडे नजर वळली; तो एक दाढीवाला, वृद्ध गृहस्थ होता. त्यानं काळा चष्मा घातलेला होता आणि त्याच्या हातात पातळशी, पांढरी वेताची काठी होती. तो अंध होता.

बार्बरा जॉन्सनने पुनर्निवेदन केलेली घटना

विसाव्या शतकाच्या प्रारंभी माझे आजोबा अधिक चांगल्या आयुष्याच्या शोधात ग्रीसहून अमेरिकेला आले. बँकेत पुंजी जमल्यावर स्टॅव्हरॉसनी आयुष्यात स्थिरावण्याचा निर्णय घेतला आणि चांगल्या ग्रीक कुटुंबातील सुशिक्षित मुलगी पत्नी म्हणून हवी असल्याचं त्यांनी नातलगांना सुचवलं.

स्टॅव्हरुला दिवाणखान्यातील खुर्चीवर, तिचा रविवारचा उत्कृष्ट पोशाख परिधान करून बसलेली होती, ''हे घे!'' तिचे वडील तिच्या हातात वर्तमानपत्र देत म्हणाले, ''तो दरवाज्यातून आत आला की हे त्याला वाचून दाखव.''

''पण बाबा, तुम्हाला ठाऊक आहे! मला वाचता येत नाही!'' स्टॅव्हरुला घाबरून उद्गारली. तिच्या आईवडिलांशी परिचय करून दिल्यानंतर, स्टॅव्हरॉस दिवाणखान्यात आला. तिला पाहून संपूर्णपणे भान हरपलेल्या स्टॅव्हरॉसला जाणवलं की, त्याला आणखी शोध घ्यायची आवश्यकता उरलेली नाही. स्टॅव्हरुलाच त्याची पत्नी होऊ शकते! ती सुंदर होती आणि शिकलेली होती.

त्यानं तिला कमरेत लवून अभिवादन केलं आणि तिचा छोटासा, मऊ हात आपल्या हातात घेतला, तिच्या हातातलं वर्तमानपत्र तिनं उलटं धरलं आहे हे त्याच्या लक्षातही आलं नाही.

क्रिस्टीन ई. बेलेरिस

तुमचं प्रेमाचं माणूस तुम्हाला गवसलं, की
वरपांगीच्या गोष्टींकडे तुमचं लक्षही जात नाही.

। जा ने वा री १० ।

वर्गातील विद्यार्थ्यांमधला बंधुत्वभाव वाढून त्यांना यश मिळण्याची शक्यता वाढावी या हेतूनं मी नव्या विषयाची आखणी करत होतो. या विषयाच्या वर्गांना वेगवेगळ्या प्रमाणात प्रतिसाद मिळत होता; पण एका नाठाळ वर्गाला मात्र हा विषय वेळेचा अपव्यय वाटून सारंच ठप्प व्हायची वेळ आली होती. म्हणून मी वर्गातील प्रत्येकाला एका कार्डवर खालील प्रश्नाचं उत्तर लिहायला सांगितलं–

'तुम्हाला आयुष्यातली एक गोष्ट बदलणं शक्य झालं, तर ती कोणती गोष्ट असेल?'

मी ती सारी कार्डं एकत्र जमा केली. ती पिसली आणि पुन्हा वर्गात वाटली. मग मी मनाला येईल त्या विद्यार्थ्यांना निवडून, त्यांना त्यांच्या हातात आलेलं कार्ड मोठ्यानं वाचून दाखवायला सांगितलं.

एका विद्यार्थ्यानं वाचलं, ''माझ्या नवऱ्याची पाठ बरी झाली तर किती छान होईल! तो कामावर जाऊ लागेल. आमच्यापाशी अजिबात पैसे नाहीत.''

दुसऱ्यानं वाचलं, ''माझ्या आईला ब्रेस्टकॅन्सर नसता, तर किती छान झालं असतं.''

आणखी अशीच कार्ड्स वाचली गेली.

वर्गातल्या जवळजवळ प्रत्येकाच्या गालांवरून अश्रू ओघळू लागले होते. मी काहीही न बोलता त्यांना उमगलं होतं, की त्यांना वाटलं होतं त्यापेक्षा त्यांच्यात खूपच साधर्म्य आहे. प्रत्येकाच्याच आयुष्यात विवंचना होत्या. त्यांना एकमेकांबद्दल सहसंवेदना जाणवू लागली होती.

त्या क्षणापासून तो वर्ग बदलला. ते एकत्रितपणे काम करू लागले. त्यांनी इतर वर्गांसाठीही 'अभ्यासवर्ग' बनवले. त्यांना कॉलेजला यावंसं वाटेल असं आणखीही एक कारण होतं– तिथे त्यांचे मित्र होते!

डॉनल्ड आर्नी

नवीन शोधांच्या खऱ्या प्रवासासाठी नवीन प्रदेश पाहणं गरजेचं नसतं; गरजेचं असतं नवी दृष्टी असणं!

मार्सेल प्राउस्ट

। जा ने वा री १२ ।

एकदा, शाळेसाठी तयार व्हायच्या सकाळच्या गडबडीच्या वेळी, माझ्या दोन्ही मुलींनी नव्या प्रकारच्या केशरचनेचा हट्ट धरला, मी लॉराच्या आखूड केसांच्या जुडीचे पेड वळून एका बाजूला छानशी वेणी घालून दिली. कॅथरीनचे काळेभोर, चमकदार केस– मी 'फ्रेंच रोल'मध्ये बसवले.

अभिमानानं आपली वेणी झुलवत लॉरा दाराबाहेर पडली, पण शाळेत एक मुलगी लॉराजवळ आली आणि तिने तुच्छतेनं म्हटलं, ''असली वेणी घालण्याचा काय वेडगळपणा केला आहेस?'' लॉराचा चेहरा हिरमुसला झाला.

आपल्या लहान बहिणीचं दुःख बघून कॅथरीन एकदमच मूक झाली. त्या संध्याकाळी कॅथरीन फोनवर नेहमीपेक्षा जास्त वेळ बोलते आहे हे माझ्या लक्षातही आलं नाही.

दुसऱ्या दिवशी दुपारी मला छोटासा चमत्कार घडलेला जाणवला. लॉरा उभी होती आणि तिच्याभोवती पाचव्या इयत्तेतल्या सर्वांत तरतरीत, गोड आणि लोकप्रिय असलेल्या मुलींचा घोळका उभा होता. त्यातल्या प्रत्येक मुलीनं, लॉरानं आदल्या दिवशी एका बाजूला घातलेल्या वेणीसारखीच वेणी घातलेली होती.

कारमध्ये बसल्यावर लॉरा म्हणाली, ''काय झालं काही कळत नाही! पण मी पाहिलं, तर साऱ्या मुली माझ्यासारखीच वेणी घालून आल्या होत्या.''

मी मागचं दाखवणाऱ्या आरशातून कॅथरीनकडे नजर टाकली. मला वाटतं तिनं माझ्याकडे पाहून डोळे मिचकावले. माझी खात्री नाही!

कॅरोलिन मॅग्नर मेसन

। जानेवारी १३ ।

मातृत्व म्हणजे खरोखर काय ते कुणीतरी तुम्हाला का बरं सांगत नाही? खरं तर माझ्या दोन्ही मुलींचं मी छान संगोपन केलं होतं; पण मग माझ्या मनात विचार आला, 'एक छोटासा मुलगा झाला तर किती छान होईल!' बाळाची चाहूल लागल्यावर मला खूप आनंद झाला होता. पण मग त्या प्रेमळ डॉक्टरांनी बातमी दिली की मला जुळे मुलगे होणार आहेत.

हे जुळे मुलगे मोठे झाल्यावर मी अगदी उतारवयाची दिसू लागले! काही आठवडे तर फारच वाईट जात. एकदा, मी गाडी चालवत असताना जेरेमीनं कारचा दरवाजा कसा उघडायचा याचा शोध लावला. काही दिवसांनी त्यानं शेकोटीवरच्या उंच फळीवरूनच उडी ठोकली आणि त्याच्या डोक्याला पाच टाके घालावे लागले. "माझ्याही डोक्यात टाके का घातले नाहीत," असं म्हणत जॉन अनेक दिवस रड रड रडला आणि मग त्यानं आयोडिन पिऊन स्वत:चं समाधान करून घेतलं. मित्रमंडळींनी आमच्या घरी येणं जवळजवळ थांबवलंच आणि मी फक्त कचरा टाकण्यासाठी किंवा पत्रं बघण्यासाठी किंवा कपडे वाळत घालण्यासाठीच घराबाहेर पडू लागले.

कधी कधी मला प्रश्न पडतो की ज्युली आणि जेनिफर प्रश्न विचारत माझ्या मागे मागे पळत येत असताना, मी जॉन आणि जेरेमीला बाबागाडीमधून किती मैल फिरवलं असेल! कधी कधी पुढचा दिवस मी कसा रेटू शकेन हे मला अजिबात समजत नसे. माझे अनेक स्नेही आणि अगदी अनोळखी लोकसुद्धा मला डिवचून विचारत, "तू कसा काय तग धरू शकतेस?"

मी त्यांना उत्तरादाखल सांगत असे, "मी देवाला सतत आळवत असते. माझ्या एकटीच्यानं हे रेटणं अशक्यच आहे!"

मॅरियन बॉंड तेस्ट

। जानेवारी १४ ।

माझी बहीण चार वर्षांची होती, तेव्हा तिनं मोठ्या कचराकुंडीवर चढायचा विक्रम केला. तिच्या कानठळ्या बसवणाऱ्या किंचाळ्या ऐकून मी विजेच्या वेगानं तिच्याजवळ पोहोचले. मी तिला उचललं, जवळच्या एका मुलाचा स्केटबोर्ड उचलला, त्याच्यावर माझ्या बहिणीला बसवलं आणि पुढचे तीन चौक ओलांडण्यासाठी माझे छोटेसे पाय जितक्या वेगानं जाऊ शकतील तितक्या वेगानं मी अंतर काटलं. मी सहा वर्षांची होते आणि हे प्रेम दुतर्फी होतं. माझ्या नवव्या वाढदिवसाच्या दिवशी मी टेकडीवरून उड्डाण केल्याप्रमाणे वेगानं येत होते. माझ्या रोलर-स्केटखाली एक खडा आला आणि मी हवेत फेकली गेले. टॉना ताबडतोब धावून आली आणि तिनं मला सुखरूप घरी नेलं.

अर्थात आम्ही कधी कधी एकमेकींच्या झिंज्याही उपटायचो आणि एकमेकींशी कचाकचा भांडायचोदेखील; पण माझा पहिला प्रेमभंग झाला, तेव्हा तिनं मला घट्ट मिठी मारली आणि माझी समजूत घालत ती म्हणाली की, मी या निराशेतून नक्कीच बाहेर पडेन. जेव्हा मित्र-मैत्रिणी तिच्याशी वाईट वागत, तेव्हा मी तिला तिच्या संतापाला वाचा फोडू देत असे आणि तिला सांगत असे की यातूनही पुढे समेट होणार आहे. आम्ही एकमेकींची गुपितं अंत:करणात सांभाळून ठेवली आहेत आणि आम्हाला एकमेकींच्या अंतरीच्या आशा आकांक्षा ठाऊक आहेत.

आम्ही बहिणी होतोच पण आम्ही स्वेच्छेनं मैत्रिणी झालो.

ताशा बाउचर

माझ्या कुंडलीत विवाहयोग नाही असं दिसू लागलं होतं. मला प्रेम देण्याची आणि मिळवण्याची आत्यंतिक गरज वाटत होती म्हणून मी एककुत्रा पाळायचा निर्णय घेतला.

त्या कुत्र्याच्या पिल्लाला मी 'मिसो' नाव दिलं. मी जिथं जिथं जात असे, तिथं तिथं मिसोही माझ्या पाठोपाठ येत असे. जिथे कुत्रा नेणं शक्य नसे तिथे जाणं मी टाळत असे.

आता भूतकाळात डोकावताना, मला माझा भावी नवरा भेटू शकला हे एक आश्चर्यच म्हणायला हवं. सुरुवातीला बॉबनं मिसोचा एक अपरिहार्य लोढणं म्हणून स्वीकार केला; पण जसजसं थंडी आणि पावसामुळे मिसोला घरातच रहाणं भाग पडू लागलं, तसतशी विवादांना सुरुवात झाली. एका अतिशय थंड अशा जानेवारी महिन्यातल्या रात्री या वादानं धोकादायक पातळी गाठली. कारण बॉबनं हेका धरला की मिसोनं घरापल्याड बंद पोर्चमध्ये ती रात्र काढावी.

"तुझ्यात आणि मिसोत निवड करण्याची माझ्यावर वेळ आणू नकोस, कारण माझा निर्णय कदाचित तुला अप्रिय वाटू शकेल," माझ्या तोंडून निघालेले शब्द ऐकून मीच थक्क झाले.

बॉबनं सुज्ञपणे माघार घेतली. ती निर्णायक वेळ होती. बॉबच्या लक्षात आलं की प्रेम आणि मायेसाठी मी केवळ त्याच्यावरच अवलंबून राहिलेली नाही. आणि मिसोलाही माझ्या आयुष्यात एक नवं स्थान मिळालं. तो आता माझा एकमेव जिवलग नव्हता, तर आमच्या कुटुंबाचा एक आवडता सभासद होता.

हॉली मॅनन मूअर

तुमच्यावर प्रेम करणारी व्यक्ती,
तुमची भेट होण्यापूर्वी तुम्हाला महत्त्वाच्या वाटणाऱ्या सर्वांना, आपलं मानू शकते.

। जानेवारी १६ ।

माझ्या मुलीला, एमीला, सतराव्या वर्षीच दिवस गेले. तिनं ते बाळ दत्तक द्यायचं ठरवलं आणि आई-वडिलांची निवड करण्याची तिनं मला विनंती केली. भावी आईनं मला आश्वासन दिलं, ''तुम्ही तिच्या आयुष्याचा हिस्सा असावं अशी आमची इच्छा आहे.'' पण मी काय करू शकले असते?

पहिल्या वर्षी मी निक्कीला खूपदा भेटले, सर्वसामान्य आजी-आजोबांप्रमाणेच तिचे लाड-कौतुकं केली. मग ते कुटुंब फ्लॉरिडाला मुक्कामाला गेलं. मग कबूल केल्याप्रमाणे त्यांनी मला खास प्रसंगी काढलेले फोटो आणि व्हीडिओ पाठवले पण तीन हजार मैलांच्या अंतरावरून तिची माझ्याशी ओळख होणं कसं शक्य होतं?

मग ते कुटुंब सुट्टीसाठी कॅलिफोर्नियाला आलं. आम्ही एका बागेत भेटायचं ठरवलं. कसलं गोड, प्रेमळ मूल होतं ते! वडिलांच्या मायेत न्हाऊन निघालेली आणि दोन छोट्या भावांची लाडकी निक्की अगदी सुखात आहे हे अगदी स्पष्ट दिसत होतं.

तिच्या दुसऱ्या आजीनं माझा निरोप घेताना निक्कीकडे दृष्टी वळवली आणि तिनं माझे आभार मानले.

क्षणभरातच मला उमगलं. माझ्या निमित्ताने निक्की हा ग्रेसला लाभलेला एक अमोल ठेवाच होता. निक्कीशी ओळख करून घेण्याची मला संधी देऊन तो सोहळा न्याहाळणं ही माझा मान राखण्याची ग्रेसची रीत होती. मी तिला कवेत घेऊन म्हटलं, ''मला 'ग्रॅम्मा जान' होऊ देण्याइतका मनाचा मोठेपणा दाखवल्याबद्दल मी तुझी ऋणी आहे!''

जान कोलमन

अठराव्या वर्षी माझं न्यूयॉर्कमधलं घर सोडून मी शिक्षणासाठी इंग्लंडला गेले. तो एक रोमांचकारी तसाच अवघड कालखंड होता कारण नुकत्याच झालेल्या माझ्या वडिलांच्या मृत्यूच्या धक्क्यातून मी अद्याप सावरले नव्हते.

एकदा बाजारात एका वृद्ध गृहस्थाला त्याची काठी आणि हातातली सफरचंदांची पिशवी हे दोन्ही सावरणं कठीण झालेलं पाहून मी मदतीसाठी धावले. आणि श्रीयुत बर्न्सबरोबर माझा परिचय झाला. मी आठवड्यातून दोनदा, ठरावीक दिवशी, त्यांना भेटायला जाऊ लागले. श्रीयुत बर्न्स गप्पा-गोष्टी करत असत, तरी ते मला अव्याहतपणे बडबड करू देत असत.

एकदा मी ठरलेला दिवस टाळून दुसऱ्याच एका दिवशी त्यांना भेटायला गेले. त्यांच्या घरापाशी पोहोचल्यावर ते मला बागेत काम करताना दिसले. ते अगदी सहजपणे वाकू-उठू शकत होते.

''तुम्हाला नेहमीसारखं केव्हा चालता येऊ लागलं?'' मी बुचकळ्यात पडून विचारलं.

''मला वाटतं आपण प्रथम भेटलो त्याच्या दुसऱ्याच दिवशी. तू किती दुःखीकष्टी आहेस ते मला दिसलं आणि तुला कुणाजवळ तरी मन मोकळं करायची गरज आहे हे मला जाणवलं. मी अगदी ठाकठीक आहे हे तुला कळलं असतं तर तू येशील असं मला वाटलं नाही.''

ज्या माणसाला मी मदत करून गेले, त्यानंच मला मदत केली. त्यानं त्याचा वेळ माझ्यासाठी राखून ठेवला. लक्ष पुरवण्याची आणि प्रेमाची गरज असलेल्या लहान मुलीला या दोन्ही गोष्टी बहाल केल्या!

मार्लेना थॉम्सन

। जा ने वा री १८ ।

कुत्र्यांना होणाऱ्या 'डिस्टेंपर' या रोगानं मरणोन्मुख झालेल्या, काळ्या लॅब्रडोर रिट्रीव्हरला, शांतपणे मरण यावं असा मी प्रयत्न करत असताना तिनं मोठ्या कष्टानं आपलं डोकं उचलून माझ्याकडे दृष्टिक्षेप टाकला. तिला मरायची इच्छा नव्हती.

मी दुधाची लहानशी वाटी तिच्या नाकापाशी ठेवली, पण तिनं त्याकडे लक्ष दिलं नाही. मी नंतर पुन्हा एकदा प्रयत्न केला आणि यावेळेस तिनं डोकं उचलून हळूहळू ते दूध पिऊन टाकलं. थोड्या थोड्या वेळानं मी तिला अन्न देत गेले आणि तिची शक्ती परत आली. जेव्हा मज्जासंस्थेला कोणत्याही प्रकारची इजा पोहोचलेली दिसली नाही, तेव्हा माझा रोगी संकटातून बाहेर पडतो आहे हे मला समजलं.

मी तिचं नाव 'सिल्की' ठेवलं आणि तिला पाळायचं ठरवलं. मी तिला घरी नेलं आणि ती बिछान्यात शिरलेली पाहून मी थक्कच झाले. मी तिला तेथून बाहेर ओढायचा प्रयत्न केला तेव्हा तिनं भुंकून माझ्यावर हल्ला चढवायचा प्रयत्न केला.

तिला पूर्वी नक्कीच वाईट वागवलं गेलं असणार. मी तिच्यावर हुकमत गाजवू पाहतेय की काय, हे ती आजमावून पाहत होती. प्राणी विचार आणि भावनांनी एकमेकांशी संवाद साधतात असा माझा विश्वास होता म्हणून मी माझ्या अंत:चक्षूंपुढे प्रेमाच्या प्रतिमा आणि मनात प्रेमळ विचार आणले.

मी तिच्या गळ्यातली कॉलर पकडली आणि अजिबात कां-कू न करता तिनं बिछान्यावरून खाली उडी मारली. सिल्की आता चांगलीच म्हातारी झाली आहे. अनेक वर्षांपूर्वी तिच्या परीक्षेला उतरण्याचं माझ्या अंगी शहाणपण होतं याचा मला आनंद वाटतो.

क्रिस्टीन टाउनसेंड

त्यांचं पहिलं घर विकलं गेलं होतं आणि नव्या घराचं बांधकाम अद्याप पुरं झालं नव्हतं. या मधल्या काळात माझी मेहुणी आणि तिचा नवरा आमच्या घरात पाहुणे म्हणून राहत होते. एकाच घरात आठ माणसं आणि एक उद्दाम मांजर राहत असताना जो गोंधळ माजेल, तसाच आमच्या घरात माजला होता आणि आमचं आयुष्य म्हणजे एक विनोदी चित्रपटच बनला होता.

माझं घर आता एक पाळणाघर आणि अप्पूघर यांचं मिश्रण बनलं आहे. स्वयंपाकघरातली चूल चोवीस तास अन्न पुरवणारं हॉटेल बनलं आहे. विनोदी चित्रपटात दिसतं त्याचप्रमाणे माझा आणि माझ्या पत्नीचा रोजचा दिवस त्या दिवशी घडलेले विनोद आठवून खिदळत असताना संपतो. विनोद कसले तर नागडी-उघडी मुलं स्वयंपाकघरात मांजरामागे धावताहेत किंवा नागडं-उघडं मांजर मुलांचा स्वयंपाकघरात पाठपुरावा करतंय. मला स्वतःला बहीण नाही, पण मी आता प्रामाणिकपणे म्हणू शकतो की माझ्या पत्नीची बहीण ही माझीच बहीण आहे.

छॅड् ए. व्हीट

आयुष्य गडबड-गोंधळाचं असू शकतं
पण बरेचदा त्या गडबड-गोंधळाचा अनुभवच
आनंददायी ठरतो.

। जा ने वा री २० ।

मी लहान होते, तेव्हा उन्हाळ्यात मी आजोबांबरोबर त्यांच्या संध्याकाळच्या फेरफटक्याच्या वेळेस जात असे. आपल्या लहानपणाच्या आयुष्याबद्दल ते मला यावेळी सांगत असत.

"आजोबा, तुम्हाला आयुष्यात करावी लागलेली सर्वांत अवघड गोष्ट कोणती आहे?" मी त्यांना विचारलं.

"तुझी आई आणि तुझे मामा लहान असताना तुझ्या आजीला सॅनिटोरियममध्ये रहावं लागलं. त्यावेळेस माझ्या चिमण्या मुलांना मला अनाथाश्रमात ठेवणं भाग पडलं, ती मला करावी लागलेली सर्वांत अवघड गोष्ट आहे. मी दर आठवड्याला त्यांना भेटायला जात असे, पण तिथल्या नन्स मला त्यांच्याकडे, फक्त एकाच बाजूनं दिसेल, अशा आरशातूनच बघू देत असत. त्यांना जवळ घेता यावं म्हणून नन्सबरोबर न झगडल्याबद्दल मी स्वत:ला कधीही माफ करणार नाही."

अनेक वर्षांनंतर माझ्या आजोबांना विस्मृतीचा आणि औदासिन्याचा त्रास होऊ लागला, तेव्हा आईनं त्यांना आमच्याकडे राहण्यासाठी आणावं असं मी सुचवलं.

"कशासाठी? त्यांनी आमची कधीही पर्वा केली नाही!"

"आई, आजोबांचं तुझ्यावर प्रेम आहे आणि नेहमीच होतं. ते दर आठवड्याला अनाथाश्रमात येत असत आणि नेहमी खाऊ आणि भेटवस्तू घेऊन येत असत, पण तिथल्या नन्स कधीच त्यांना तुमच्या खोलीत येऊ देत नसत."

त्यानंतर लवकरच माझे आजोबा आमच्याकडे राहण्यासाठी आले. सरतेशेवटी बाप-लेकीचं प्रेम, इतकी सारी दुःखद वर्षं त्यांच्यात अडसर बनून राहिलेलं... आरशाचं थंडगार तावदान पार करून, एकमेकांपर्यंत पोहोचू शकलं होतं.

लॉरा रेअली

। जा ने वा री २१ ।

ती लहान असताना नेहमी मला चिकटून म्हणत असे, 'सगळ्या जगात तू माझी सर्वांत लाडकी मैत्रीण आहेस.'' मी एका रात्रीसाठी किंवा वीकएन्डला कुठं गेले की ती रडत असे.

मी तिला म्हणत असे, ''एक दिवस तू मला सोडून दूर निघून जाशील आणि तुला माझी अजिबात आठवण येणार नाही.''

ती आता चौदा वर्षांची झालीय आणि जरी तिला त्याची कल्पना नसली, तरी मानसिकरित्या तिची दूर जायची तयारी झालेली आहे. ती शाळेतून गृहपाठासाठी दिलेलं काम घेऊन आली; 'एका एकाकी बेटावर अडकलेलं असताना ज्या सहा लोकांबरोबर सतत राहण्याची तुम्ही निवड कराल त्यांची नावं सांगा.' त्या रात्री अशा माणसांची तिनं नावं सांगितली. त्यात माझ्या नावाचा कुठेच उल्लेख नव्हता. तिनं तिचा भाऊ, ती ज्यांना खूप मानत असे, असे बाबा किंवा गॉडफादर, टी.व्ही.मधील एक व्यक्तिरेखा डूसी हौझर, आणि ग्रीन गेबल्समधली ॲन यांची निवड केली. या यादीत मी नसेन असं मला क्षणभरही वाटलं नव्हतं. मी लगेचच चेहरा पाडला.

''आई, तू अगदी बालिशपणे वागते आहेस हं!'' ती मला म्हणाली.

मला ठाऊक आहे, मी तशी वागतेय, पण त्याचं कारण असं आहे की अचानक आमच्या भूमिकांची अदलाबदल झालीय. मला चिकटून राहणारी छोटी मुलगी आता तसं करत नाहीये. त्याऐवजी मी तिला दूर जाताना बघतेय आणि विचारतेय, 'तू मला बरोबर का नेत नाहीस?'

बेव्हर्ली बेकहॅम

। जानेवारी २२ ।

माझी पाच वर्षांची लेक एकदा सायकलवरून पडली आणि तिचा हात मोडला. तेव्हापासून तिनं सायकलची धास्तीच घेतली. तिला सायकल चालवायला शिकण्याची किती तीव्र इच्छा होती आणि तिचं मित्रमंडळ आमच्या घरापुढून सायकलींवरून गेलं की तिला किती एकाकी वाटत असे हे मला ठाऊक होतं.

मी तिला म्हटलं, "तुला एक गोष्ट सांगू का राणी? तू अगदी कोणतीही गोष्ट करायला गेलीस, तरी त्यात धोका हा असतोच!" तिच्या सायकलमागे धरून ठेवलेला माझा हात सोडायला सांगण्याचा तिला धीर वाटेपर्यंत मी सायकल धरून ठेवली होती.

आम्ही घराकडे चालत परत येत होतो. तेव्हा तिनं मला तिच्या कानी पडलेल्या संभाषणाबद्दल प्रश्न विचारला, "तू आणि आजी कशाबद्दल वाद घालत होता?"

मला मनस्ताप देणारा माझा घटस्फोट झाल्यापासून, अनेकांप्रमाणेच माझी आईही माझं दुसरं लग्न जुळवून देण्याची खटपट करत असे. स्टीव्ह हा मला अगदी योग्य नवरा आहे अशी यावेळेस तिला मनातून अगदी पक्की खात्रीच वाटत होती.

"तुला तुझं प्रेमाचं माणूस मिळावं एवढीच आजीची इच्छा आहे असं तिनं मला सांगितलं," खांदे उडवत माझी लेक मला म्हणाली.

मी चिडून जाऊन तिला तोडून टाकत म्हटलं, "आणखी एका माणसानं मला मनस्ताप द्यावा, एवढीच तुझ्या आजीची इच्छा आहे."

"तर मग प्रेम हे मोडलेल्या हातासारखं नाही म्हणायचं," माझ्या लेकीनं म्हटलं.

अशा गोष्टीची माझ्या लेकीबरोबर चर्चा केल्याबद्दल मी माझ्या आईची कानउघाडणी केली. मग माझ्या लेकीनं दुपारी जे केलं होतं, तेच मी केलं, धाडस केलं!

खरोखरच स्टीव्ह हा माझ्यासाठी अगदी योग्य माणूस होता. आम्ही आणखी वर्षभरानं विवाह केला. यावेळेस माझ्या आईची आणि लेकीची सूचना अगदी योग्य होती!

क्रिस्टी क्रेग

। जानेवारी २३ ।

जेव्हा माझ्या आठ महिन्यांच्या जुळ्या नाती आमच्यापाशी राहू लागल्या तेव्हा 'घरात तोडमोड न होऊ देता नातवंडांना कसं खेळवायचं' याबाबतचं गुपित माझ्या जिवलग मैत्रिणीनं मला सांगितलं.

ती म्हणाली, "त्यांना 'एकच बोट वापरायचा' नियम शिकव." या नियमानं मिळालेलं यश पाहून मी थक्क झाले.

एकदा माझा मुलगा त्याच्या पंधरा महिन्यांच्या मुलीला घेऊन आमच्याकडे आला. मी माझ्या नातीला उचलून घेतलं आणि तिला सांगितलं, "हॅना या खोलीतल्या कशालाही तू हात लाव, फक्त एक बोट वापर."

मी तिला प्रात्यक्षिक करून दाखवलं आणि हॅनानं माझा कित्ता गिरवला. जर ती काहीही पाची बोटांनी पकडायला गेली, तर मी तिला फक्त एक बोट वापरण्याची हळुवारपणे आठवत करून देत असे.

अनेक महिन्यांनी मी आणि माझा नवरा, त्यांना भेटायला त्यांच्या घरी गेलो. मार्क आणि किम् अजूनही 'एका बोटाचा नियम' पाळत होते.

आम्ही परत निघालो, त्याआधीच्या रात्री, मार्क जमिनीवर बसून त्याच्या संभाव्य गिऱ्हाइकांसाठी, खोक्यात भेटवस्तू भरत होता. हॅना मदत करत होती. मग तिनं एक पुडकं उचललं, तिचा तो मौल्यवान खजिना तिनं माझ्याजवळ आणला आणि म्हणाली, "आजी, एकच बोट वापर!"

लिंडा ओस्मंड्सन

। जा ने वा री २४ ।

शिक्षक म्हणून मी काम करू लागले, तेव्हा माझ्या पहिल्या नोकरीत मला चार वर्षांच्या, चैतन्यानं ओसंडणाऱ्या मुलांना शिकवायचं होतं, पहिला दिवस पार पडल्यावर मला डायरेक्टरच्या ऑफिसात जायची सूचना मिळाली. एका पालकाला तिच्या मुलीला या वर्गात पाठवायचं होतं. या मुलीच्या पायात जन्मत:च व्यंग होतं, त्यामुळे तिला गुडघ्यांपासून खालपर्यंत 'लेग् ब्रेसेस' (leg braces – पायांना आधार मिळावा म्हणून घट्ट धरणारी कसणी) वापराव्या लागत होत्या.

त्या रात्री माझ्या पोटात भीतीनं गोळा आला होता. मदतीची विशेष गरज असणारं मूल मी कशी काय सांभाळू शकणार होते?

दुसऱ्या दिवशी केलीच्या आईनं तिच्या लेकीला माझ्या वर्गात उचलून आणलं आणि तिला गालिच्याच्या कडेला हळूच बसवलं. अनेक दिवस शाळेच्या पटांगणापर्यंत आणि तिथून वर्गात तिला उचलून नेल्यानंतर मी केलीला विचारलं, की तिला एकटीनं हॉलमध्ये चालत जायची इच्छा आहे का?

दुसऱ्या दिवशी केली प्रथमच एकटी चालत आली आणि ती दहा फूट चालू शकली. दररोज कॉरिडॉरमध्ये हळूहळू चालण्याचा क्रम केलीनं जारी ठेवला. रोज ती केवढं अंतर चालून गेली त्याची मी भिंतीवर खूण करू लागले. अनेक आठवड्यांनंतर ती थेट पटांगणापर्यंत चालत जाऊ शकली.

तिच्या वार्षिक वैद्यकीय तपासणीनंतर केलीच्या आईनं तिला शाळेत आणलं तेव्हा तिनं मी केलीला सक्तीनं चालायला लावत होते का असा मला प्रश्न केला. मग तिनं हळूच केलीचा फ्रॉक वर उचलून मला दाखवलं की आता तिला गुडघ्यापासून ब्रेसेसची गरज पडत नव्हती; फक्त घोट्यांसाठीच ब्रेसेसची आवश्यकता होती!

सीमा रेनी गर्स्टन

। जा ने वा री २५ ।

प्रेम कृतीनं व्यक्त करायचं असतं, शब्दांनी नव्हे!

एक फिलिपीन म्हण

हेलन वेदर्सच्या एकोणसाठाव्या वाढदिवसाच्या रात्री, तिच्या मेंदूतल्या रक्तवाहिनीला अन्युरिझमची बाधा झाली. तिच्यावर सहा तास शस्त्रक्रिया चाललेली असताना तिचे कुटुंबीय ती यातून वाचावी अशी प्रार्थना करत होते. जेव्हा ती यातून बरी होत होती, तेव्हा हेलनची अवस्था एखाद्या अजाण बालकासारखी झालेली होती. जरी सर्वांनाच ती जगा-वाचायला हवी होती तरी आता अगदी स्पष्टपणे दिसत होतं की ती पहिल्यासारखी होणं अशक्य आहे.

तिच्यावर अतिदक्षता विभागातले उपचार सुरू ठेवले गेले. सात महिन्यांनंतर ती घरी तिच्या पतीकडे आणि पाळलेल्या कुत्र्यांकडे परत जाऊ शकली.

''मी वाचण्यामागे एकच दैवी हेतू असू शकतो. तो म्हणजे इतरांना स्फूर्ती देणं,'' हेलन म्हणते. अशाच तऱ्हेच्या आजारातून, असंच अपंगत्व घेऊन उठलेल्या असंख्य लोकांचे तिला मदतीसाठी रोज फोन येत असतात. ती कुणालाही रिक्तहस्ते परत पाठवत नाही. तिला अगदी अंत:करणापासून वाटतं की तिला मिळालेल्या प्रेमामुळे आणि आस्थेमुळेच ती या वादळातून सहीसलामत बचावून सुरक्षितपणे किनाऱ्यापर्यंत पोहोचू शकली आहे!

हेलन वेदर्सने डायना चॅपमनला सांगितल्यानुसार.

कुटुंबीय आणि स्नेह्यांकडून लाभलेल्या प्रेमामुळे आणि आस्थेमुळे लोक मोठ्या संकटातूनही वाचतात.

(अन्युरिझम (Aneurysum) रोगामुळे रक्तवाहिनीच्या भिंती कमकुवत झाल्यामुळे रक्तवाहिनीत रक्त साठून फुगवटा निर्माण होतो. यानं रक्तवाहिनी फुटू शकते.)

। जानेवारी २७ ।

धुऊन आलेले कपडे प्रत्येकाच्या बेडरूममध्ये मी ठेवत होते, तेव्हा मला माझ्या तेरा वर्षांच्या बहिणीची रोजनिशी अचानक दृष्टीस पडली. मी माझ्या लहान बहिणीचा नेहमीच मत्सर करत असे. माझी नेहमी तिच्याशी सुप्त स्पर्धा असे आणि तिच्या नैसर्गिक कुवतीबद्दल मला तिचा हेवा वाटत असे. तिची सावली माझ्या यशानं पुसून टाकण्याची माझी सततची धडपड असे. त्यामुळे आमच्यात क्वचितच संवाद होत असे.

ती रोजनिशी मी जमिनीवरून हळूच उचलली. त्यात माझ्याविरुद्धचे कट आणि दोषारोप मला दिसतील याची मला खात्रीच वाटत होती; पण माझ्या अपेक्षेपेक्षाही ती धक्कादायक निघाली! मी तिचा 'आदर्श' होते. माझं व्यक्तिमत्त्व, मी मिळवलेलं यश आणि विनोदाची गोष्ट म्हणजे माझी 'सचोटी' तिला कौतुकास्पद वाटत होती. तिला माझ्यासारखं बनायचं होतं. मी पुढे वाचणं बंद केलं. माझ्या हातून घडलेला अपराध मला जिव्हारी लागला होता. मी तिला दूर सारण्यात माझी इतकी शक्ती वाया घालवली होती की मी तिला ओळखूच शकले नव्हते.

तिची नव्यानं ओळख करून घेण्याची ऊर्मी माझ्या अंत:करणात उफाळून आली. तिच्यापासून अंतर राखून ठेवायला मला प्रवृत्त करणारी माझी क्षुद्र असुरक्षितता अखेरीस बाजूला सारण्यात मी यश मिळवलं होतं. त्या निर्णायक दुपारी मी तिच्यापाशी जायचं ठरवलं. कोणताही न्यायनिवाडा करण्यासाठी नव्हे, तर तिच्या सहवासाचा आनंद लुटण्यासाठी! भांडण्यासाठी नव्हे, तर तिला कवेत घेण्यासाठी! सरतेशेवटी ती माझी बहीण होती!

एलिशा एम्. वेबस्टर

। जानेवारी २८ ।

माझ्या मैत्रिणीनं, रिटानं, तिचा पंचावन्नावा वाढदिवस २८ जानेवारी १९९८ रोजी साजरा केला. पंचेचाळीस वर्षांपूर्वी, ती याच तारखेला स्थानिक T-Bar V या वाहिनीतील कार्यक्रमावर झळकणार होती; पण या महत्त्वाच्या दिवसापूर्वीच काही महिने, समाजसेवकांनी तिच्या घरी येऊन तिला आणि तिच्या भावांना, मुलांसाठी अयोग्य अशा वातावरणापासून दूर नेलं. अनेक वर्षं उलटली. रिटा मोठी झाली. तिनं विवाह केला. तिला एक अपत्य झालं आणि तेसुद्धा मोठं झालं.

चौपन्नाव्या वर्षी तिनं अखेरीस एका मैत्रिणीला स्वतःच्या आयुष्यातल्या दुःखद कालखंडाबद्दल सांगितलं. त्या मैत्रिणीनं तिला सुचवलं की तिनं T-Bar V कार्यक्रमाचा सूत्रसंचालक, रॅन्डी अॅचर, याला पत्र लिहावं. त्याच्याकडून वाढदिवसाच्या शुभेच्छांचं कार्ड आलं तर तिला त्याचं किती अप्रूप वाटेल हे त्याला कळवावं.

तिच्या वाढदिवसाच्या दिवशी जी पत्रं आली, त्यात हे कार्ड आलं नाही. रिटा तिच्या वाढदिवसाच्या मेजवानीसाठी तिच्या मुलाच्या घरी गेलेली असताना बेल वाजली. रॅन्डी अॅचर दरवाज्यातून आत शिरला.

रिटाच्या सुनेनं मोठा केक बाहेर आणला आणि रँडी अॅचरनं T-Bar-V चं वाढदिवसाच्या शुभेच्छा देणारं गाणं म्हटलं.

"Happy, Happy Birthday from all of us to you.
Now you'll have happy birthdays all your life through."
("आम्हा सर्वांकडून आपणाला वाढदिवसाच्या शुभेच्छा!
तुमचे येणारे सारे वाढदिवस सुखाचे जावोत याच आमुच्या सदिच्छा.")

रिटाचे डोळे आनंदाश्रूंनी भरून आले आणि या गाण्याचा प्रत्येक शब्द खरा आहे हे तिला जाणवलं! सरतेशेवटी!

मारी बुन्स

माझ्या बहिणीला रस्त्यांवर भटकत असताना जेव्हा जेक सापडला, तेव्हा त्याची फक्त हाडं आणि कातडं शिल्लक होतं. तो अगदी मळलेला आणि थकलेला दिसत होता. तो आठवड्यापेक्षा जास्त जगेल असं पशुवैद्याला वाटलं नव्हतं. महिना उलटला तरी जेक माझ्यापाशीच होता. त्याच सुमारास वर्तमानपत्रातली जाहिरात माझ्या नजरेला पडली. त्यात त्यांनी पाळीव कुत्रे आणि त्यांचे स्वयंसेवक-मालक यांनी 'उपचारपद्धती'साठी मदत करावी अशी विनंती केली होती. या उपचार पद्धतीत पाळीव कुत्र्यांची मदत आवश्यक होती.

एक प्रसंग मला विशेषत्वानं लक्षात राहिला आहे. जेक आणि त्याचा जोडीदार मॅक हे त्याच्या अतिशय आजारी असलेल्या पत्नीला भेटायला येऊ शकतील का असं एका माणसानं विचारलं. मी त्या स्त्रीचा घट्ट मूठ वळलेला हात हातात घेतला आणि तिच्या बोटांच्या सांध्यांच्या हाडांनी मी तिला जेकच्या कानांना कुरवाळायला मदत केली. मी जेव्हा जेककडे नजर वळवली तेव्हा त्या दोघांमध्ये ऊर्जेचा स्रोत वाहत असलेला मला जाणवला.

हा रुग्ण जागा आहे हे ऐकल्यावर तिथली परिचारिका म्हणाली की, मी नक्कीच चुकीचा खोलीचा नंबर सांगत असणार! मॅकला मिठी घालून त्याच्याशी बोलणाऱ्या या स्त्रीचा फक्त पाच टक्के मेंदू कार्यरत होता आणि ती जागी होईल हे अजिबात अपेक्षित नव्हतं.

माझा कुत्रा आणि त्याच्यासारखेच इतर कुत्रे यांच्या ठायी जी शक्ती मला दिसली, त्यानं मी थक्क झाले. पण त्यामागचं कारण अगदी सोपं होतं. माझा कुत्रा जेक, त्याच्या प्रेमामुळं असे चमत्कार घडवू शकत असे.

टेरी पेरेट मार्टिन

। जानेवारी ३० ।

मी एकटीच मातृत्वाला सामोरी जाणार होते. त्यामुळे मूल वाढवण्यातला आनंद आणि यातना या दोहोंची मला हळूहळू सवय होण्यासाठी, मी तान्ह्या निरागस बाळांपासून प्रारंभ करण्याच्या विचारात होते. मग टी.व्ही.वर झळकलेल्या एका मुलीच्या छायाचित्रानं माझं लक्ष वेधून घेतलं. ती बारा वर्षांची मुलगी म्हणत होती, ''तरुण मुलगी बनण्यासाठी मार्गदर्शन करणाऱ्या आईची मला गरज आहे.'' आणि मी आपसूकच मूल दत्तक घेण्याचा निर्णय घेतला.

मला शेवटी बोलावणं आलं ते एका मादक पदार्थांचे व्यसन लागलेल्या आईच्या मुलासाठी. मायकेल पाय मोडलेल्या अवस्थेत हॉस्पिटलमध्ये होता. ''आम्हाला वाटतंय की त्याला सांभाळणाऱ्या स्त्रीनं (फॉस्टर मदर) त्याची ही अवस्था केलीय.'' समाजसेविका मला म्हणाली.

मी मायकेलच्या लहान भावा-बहिणीला दत्तक घेऊ शकले. माझी लेक जन्मतःच अफूच्या व्यसनाच्या विळख्यात अडकलेली होती. तिनं आणि तिच्या भावानं त्यांच्या तिपटीच्या वयाच्या माणसांपेक्षाही जास्त दुःख बघितलेलं होतं आणि सर्वसाधारण मुलांप्रमाणे वागता येण्यासाठी त्यांना औषधांची गरज पडते.

माझ्या मुलांकडे खूपच लक्ष पुरवावं लागतं. ती तुमच्या पुढ्यात उभी ठाकून एका क्षणी विफलतेनं त्रागा करत असतात, तर पुढल्याच क्षणी तुम्ही घुसमटून जाल इतक्या आवेगानं तुम्हाला मिठी घालून बिलगतात. जणू काही ती मूकपणे प्रश्न विचारत असतात, ''आम्हाला तुझी गरज आहे. तुझं आमच्यावर प्रेम आहे?''

आणि मी समाधानानं उत्तर देते, ''हो! माझं तुमच्यावर खूप खूप प्रेम आहे.''

पामेला जे चँडलर

। जानेवारी ३१ ।

स्थळ : आर्कान्सा राज्यातील ग्रामीण भागातील शाळा.

इथं पहिलीच्या वर्गातील मुलं एका वेगळ्याच प्रकारच्या वाचनाच्या उपक्रमात सहभाग घेणार होती. एक पुस्तक त्यांनी नीटपणे वाचून पूर्ण केल्यानंतर त्यांना वीकएन्डला पुस्तकं आणि टेप्स घरी नेण्याची परवानगी मिळत असे. त्यांनी या गोष्टी सोमवारी परत आणून द्यायच्या असा नियम होता.

सोमवारी निकोलनं पुस्तकं आणि टेप्स परत आणून दिल्या नाहीत. तीन आठवडे ती एकतर सांगत गेली की ती विसरली आहे. ती अजिबात वेगळी काहीही सबब देत नसे. मग, एके दिवशी निकोलची तरुण आई शिक्षिकेला भेटण्यासाठी आली.

तिचे सुरुवातीचे शब्द अडखळत बाहेर पडले, "जेव्हा निकोल मला म्हणाली की ती वाचायला शिकतेय, तेव्हा माझा त्यावर अजिबात विश्वास बसला नाही. आमच्या कुटुंबीयांपैकी कुणालाच वाचता येत नाही. जेव्हा मी तिला विचारलं की ती वाचायला कशी शिकली, तेव्हा तिनं उत्तर दिलं की तिनं टेप्स ऐकल्या आणि शिक्षिकेच्या आवाजाबरहुकूम तिनं तेच त्या पुस्तकात वाचलं.

"निकोलनं वाचन साहित्य परत आणलं नाही, कारण मला ते अजिबात सोडवेना. मीसुद्धा वाचायला शिकू शकते का हे मला बघायचं होतं."

शिकवण्याबद्दल तिला जे काही सांगण्यात आलं होतं त्याला यामुळे दुजोराच मिळालेला आहे, असं निकोलच्या शिक्षिकेला वाटलं. केवळ अपघातानंच अनेक चांगल्या गोष्टी घडत असतात. वाचायला शिकायच्या दृष्टीनं ती अगदी मठ्ठ आहे असं ही तरुण आई समजत आलेली होती; पण तिनंच तिच्या आईला वाचून दाखवलं.

कार्ला मेलोरा हिला जेम्स एल्वुड कॉनरनं सांगितल्यानुसार

शिकण्याच्याबाबतीत कुणीच कधीही म्हातारं होत नसतं.

। फेब्रुवारी १ ।

एखाद्या व्यक्तीच्या निधनानंतर सर्वाधिक दुःख होते ते त्याच्या बाबतीत उच्चारल्या न गेलेल्या शब्दांचे आणि न केलेल्या कृतीचे.

हॅरिएट बीचर स्टोव

सर्जेईची आई मला भेटायला येणार आहे हे ऐकून मी काळजीतच पडले होते. मी नव्यानंच शिकवायला सुरुवात केलेली होती आणि विद्यार्थ्यांच्या अभ्यासाबद्दल मी माझं प्रामाणिक मत देत असे. सर्जेई हा अतिशय हुशार मुलगा होता; पण त्याला फारच कमी मार्क्स मिळत असत. त्याला मिळणाऱ्या अगदी बेताच्या गुणांबद्दल मला जबाबदार धरलं जाईल असं मला वाटत होतं.

त्यामुळे त्याच्या आईनं माझ्या दोन्ही गालांवर ओठ टेकवून, सर्जेईच्या मानसिकतेत आमूलाग्र बदल घडवून आणल्याबद्दल जेव्हा माझे मन:पूर्वक आभार मानले, तेव्हा मी आश्चर्यानं थक्कच झाले! मग मला तो दिवस आठवला. त्या दिवशी दुसऱ्या एका विद्यार्थ्याला मोठ्या आवाजात बोलण्यासाठी प्रोत्साहन देत असताना मी म्हटलं होतं, "मोठ्यानं बोल. सर्जेई या विषयातला तज्ज्ञ आहे आणि खोलीत मागे त्याला तुझं बोलणं ऐकू येत नाहीये." मला आता जाणीव झाली की खोलीत मागे बसणाऱ्या सर्जेईला या स्तुतिपर प्रोत्साहनाची अत्यंत गरज होती.

तेव्हापासून विद्यार्थ्यांपुढे काय बोलायचं याबद्दल मी खूपच काळजी घेऊ लागले आणि अधिक प्रेमानं बोलू लागले. आपल्या मुलांची मनं किती हळुवार असतात आणि थोडीशी आस्था दाखवूनही त्यांचं आयुष्य कसं आमूलाग्र बदलू शकतं हे मला उमगलं. मला विश्वास आहे सर्जेई आयुष्यात पुढे चमकला असावा, कारण मी त्याच्यासाठी जे केलं त्याहून अनेक पटींनी त्याच्यामुळे मी शिकले.

मौली बर्नार्ड

। फेब्रुवारी ३ ।

त्या रात्री, हॉस्पिटलच्या खोलीत मी प्रेमाचं रेशमी वस्त्र विणलं जात असताना पाहिलं. या वस्त्राचे पहिले रेशमी धागे त्रेपन्न वर्षांपूर्वी गुंफले गेले होते. त्यावेळेस मॅक आणि आसा ली एकमेकांना भेटले, प्रेमात पडले आणि विवाहबद्ध झाले. त्यांनी एक मुलगा आणि एक मुलगी यांचं संगोपन करून त्यांना मोठं केलं आणि काही वर्षांनी पाच नातवंडांच्या आगमनाचा आनंदोत्सव साजरा केला. मग मॅकची प्रकृती ढासळू लागली.

आमच्या चर्चमधले अनेक जण जेव्हा व्हेटरन्स ॲडमिनिस्ट्रेशन मेडिकल सेंटर येथे नाताळची गाणी (क्रिसमस कॅर्‌लस) गाण्यासाठी गेले होते, तेव्हा मी आसा ली हिला भेटले.

मॅक कन्जेस्टिव्ह हार्ट फेल्युअर आणि पार्किन्सन्सच्या व्याधींनी जर्जर झाला होता. त्याला नेत्ररोगामुळे फारच कमी दिसू लागलं. त्यानं त्याच्या पत्नीला ओळखलं असेल असं मला वाटत नव्हतं.

नाताळाची गाणी म्हणून झाल्यावर आम्ही दरवाज्याच्या दिशेनं निघालो. मॅकनं मोठ्या कष्टानं त्याची मान वळवली आणि त्याच्या पत्नीच्या दिशेनं हात लांब केला. ती लगेचच त्याच्यापाशी पोहोचली, त्यानं पसरलेला हात तिनं घट्ट धरला आणि वाकून त्याच्या गालांवर पुन्हा एकदा ओठ टेकवले.

तो घट्ट धरलेला हात आणि ते प्रेमाचं चुंबन त्यांच्या त्रेपन्न वर्षांच्या प्रेमाच्या सहजीवनाची साक्ष देत होतं. विश्वाच्या प्रारंभापासून ते उद्याच्या उगवत्या सूर्यापर्यंत सदैव शाश्वत असलेली प्रेम व समर्पणाची ही भावनाच संकटातून मार्ग काढत, आनंद तेवता ठेवत असं प्रेमाच्या सहजीवनाचं रेशमी वस्त्र विणू शकते!

व्हिकी मार्श काबात

दिवस क्रमांक १ : मुलांना होऊ घातलेल्या कांजिण्यांची नोंद ठेवण्यासाठी मी रोजनिशी लिहू लागले आहे. व्हिकीनं फोन करून मला सांगितलं की तिच्या मुलांना कांजिण्या झाल्या आहेत. मी जेव्हा कॅलेंडरकडे नजर टाकून दिवस मोजले, तेव्हा माझ्या लक्षात आलं की शाळेच्या सुट्टीच्या अगदी मध्यावरच माझ्या मुलांना कांजिण्या होणार आहेत. शिवाय माझा नवरा त्या आठवड्यात काही कामकाज पुरं करण्यासाठी घरीच राहण्याच्या विचारात आहे, तेव्हा मुलं याच वेळेस आजारी पडली तर एकात एक सारं उरकेल.

दिवस क्र. २ : बाजारात जाऊन कॅलमाइन लोशनच्या बाटल्या विकत आणल्या.

दिवस क्र. १८ : शाळेची सुट्टी संपली. मुलगी शाळेत गेली. नवरा कामावर रुजू झाला. मुलगा कांजिण्यांनी आजारी पडून घरी आहे.

दिवस क्र. २१ : आता मुलगीही कांजिण्यांनी फुलून निघाली आहे.

दिवस क्र. २६ : नवरा कामासाठी बाहेरगावी गेला आहे. आता मुलगा फ्लूनं आजारी पडला आहे. दुसऱ्या मुलीचं पोट दुखतंय म्हणून तीही घरीच आहे.

दिवस क्र. ३० : सारी मुलं शाळेत न जाता घरीच आहेत. एकाला कांजिण्या, दोघांना फ्लू, आणखी एक मजा मारायला ढोंग करत!

दिवस क्र. ३२ : एका छानशा हॉटेलातून नवऱ्यानं नेहमीपेक्षा लवकरच फोन केला. त्याचं मला नावच आठवेना, तेव्हा त्यानं अगदी समजून घेतलं!

दिवस क्र. ... मी इतकी थकून गेलेय! आज कोणता दिवस ते मला माहीत नाही आणि मला त्याची आता पर्वाही वाटत नाही.

जॅनेट कॉंटिनेन

। फेब्रुवारी ५ ।

मी सात वर्षांची असताना पुरेशी चाणाक्ष होते आणि हे जाणून होते की आयुष्यात तुम्हाला जे नको असेल, तेच नेमकं तुमच्या वाट्याला येतं. आमचे बाबा नुकतेच निवर्तले होते आणि तेरा वर्षं गृहिणी म्हणून घरीच राहिल्यानंतर, आता आईला बाहेर पडून नोकरी शोधणं भाग होतं. ती फारशी शिकलेली तर नव्हतीच, पण तिला अनुभवही बेताचाच होता आणि कोणतीही विशेष कौशल्यं तिला अवगत नव्हती.

बाबांनी बांधलेलं घर चालू ठेवणं तिला जमत नव्हतं आणि आमची कार आम्हाला विकावी लागली होती. त्यामुळे जिथे ती चालत जाऊ शकेल, तेथेच ती नोकरी शोधू शकत होती.

नाताळचा सण जवळ आला होता. आईनं आम्हाला सँटाशी बोलायला सांगितलं. शाळेत पैसे न देता या सणाच्या वेळेस, आम्हाला तेवढंच करता येण्याजोगं होतं. मी सँटापाशी खरं बोलायचं ठरवलं, ''माझ्या आईला नोकरी मिळाली तर किती बरं होईल! मग आम्ही वाणसामान विकत आणू शकू.''

सुटीनंतर थोड्यात दिवसांत आईला एक फोन आला. ती म्हणाली, ''शाळेच्या जेवणघरात त्यांनी मला नोकरी दिली आहे.''

माझ्या लक्षात आलं की सँटाक्लॉज हा लाल कपड्यातला तुमचा आजोबा असो की होईल ती मदत करणारा शाळेतला पर्यवेक्षक असो. सँटा हे काही थोतांड नव्हे! तेव्हापासून मी माझ्याहून लहान मुलांना सांगू लागले की त्यांनी सँटावर विश्वास ठेवला नाही, तर त्यांच्यासारखी अभागी तीच!

जीन ब्रोनाउ

कधी कधी इच्छा प्रत्यक्षात उतरतात.

। फेब्रुवारी ८ ।

माझे जुळे मुलगे फक्त सात वर्षांचे असतानाच त्यांच्या वडिलांच्या बाजूच्या आजीनं जाहीर केलं की ती पुनर्विवाह करणार आहे. ही बातमी आम्ही मुलांना सांगितली.

जॉननं थोडा वेळ विचार केला आणि मग सरतेशेवटी विचारलं, ''तिला आणखी मुलं होतील का?''

आम्हाला उत्तर देण्याची संधी मिळायच्या आतच, त्याचा जुळा भाऊ माईक म्हणाला, ''नाही! ते शक्य नाही! तिला आधीच मुलं झालेली आहेत. ते कांजिण्यांसारखंच असतं. तुम्हाला एकदा कांजिण्या झाल्या की पुन्हा होऊ शकत नाहीत.''

सूझन अमेरिकनर

। फेब्रुवारी १० ।

एका आळसटलेल्या दुपारी, माझ्या मुलांना खेळताना पाहत असताना माझ्या मनात विचार आला की अनेक जबाबदाऱ्यांच्या ओझ्याखाली दबलेल्या प्रौढ व्यक्तीला हेच जग किती निराळं वाटतं. अचानक मला त्या भूतकाळातल्या निर्मळ आनंदाच्या दिवसांची आठवण झाली; तेव्हा मीसुद्धा अशीच निर्भरपणे खेळू बागडू शकत होते. तेव्हा माझ्या मनावर वाढती महागाई, अंदाजपत्रक, घरासाठीच्या कर्जाचे हप्ते अशा काळज्यांचं दडपण नव्हतं.

त्या दुपारी मी माझ्या मुलांकडून शिकले की चिखलाच्या भाकऱ्या थापण्यात किती आनंद मिळतो! आणखी एकच फांदी उंचावर चढून, आभाळातल्या त्या झुल्यावरून तुमच्या इवल्या दुनियेकडे बघत, 'मी जगाचा राजा आहे!' असं ओरडण्यात कसला थरार भरला आहे हेसुद्धा माझ्या मुलांनीच मला शिकवलं.

मुलांच्या बाल्यातले काही क्षण उसने घेतल्यावर मला जाणवलं की त्यांच्या दृष्टीनं हे निर्भर क्षण किती मोलाचे आहेत. आता या ना त्या कारणानं त्यांच्यावर डाफरण्याऐवजी आणि मर्यादशील वागणुकीबद्दल त्यांना टोकण्याऐवजी मी त्यांच्यासमवेत आनंदाचा एखादा क्षण अनुभवते. पाहा ना, मुलांना अद्याप माहीत नसलेली एक महत्त्वाची गोष्ट मी शिकले आहे : हा क्षण कायमचा टिकणारा नसतो!

स्टेसी ग्रेंजर

। फेब्रुवारी ११ ।

जेव्हा डेलोरेस नावाचं ते इवलंसं मांजर तिच्या मालकाजवळ– काइलजवळ– राहण्यासाठी आलं, तेव्हा ते अगदी गप्प गप्पच असे. बरेचदा त्या मांजराला स्पर्श केलेलाही आवडत नसे. दिवे मालवले की ते घाबरून जात असे, म्हणून काइल रात्री अपार्टमेंटमधले दिवे चालूच ठेवत असे.

मग एका रात्री सारंच बदललं. काहीतरी डोक्यावर उड्या मारतंय असं जाणवून काइल जागा झाला. मांजर त्याच्या पंज्यांनी काइलचा चेहरा ओरबाडत होतं! त्यानं डोळे उघडून पाहिल्यावर त्याला दिसलं की त्याचं अपार्टमेंट काळ्या धुरानं भरून गेलं होतं.

काइलनं त्याच्या पायांनी डेलोरेसला चाचपून पाहिलं आणि त्याच्या पाठोपाठ तो पाठीमागच्या दरवाज्यापर्यंत गेला. दरवाज्याची मूठ निखळून त्याच्या हातातच आली. पुन्हा एकदा मांजर त्याला पंज्यांनी ओरबाडू लागलं, जणू काही ते मांजर त्याच्यामागे बाहेर निघण्यासाठी तगादा लावत होतं. त्यानं दरवाज्याला आपल्या शरीराचा जोराचा रेटा देऊन तो दरवाजा तोडला आणि बाहेरच्या सुरक्षित, ताज्या हवेकडे धाव घेतली; पण डेलोरेस अजूनही आतच होतं.

तासाभरानं आग आटोक्यात आली. अग्निशामक दलाच्या एका माणसानं डेलोरेसला टॉवेलमध्ये गुंडाळून बाहेर आणलं. त्याचे डोळे भाजल्यामुळे घट्ट मिटलेले होते, केस जळले होते.

त्या आगीनंतर डेलोरेस बदलून गेलं. ते सतत म्याउ म्याउ करत आवाज करू लागलं. त्याला जवळ घेऊन कुरवाळलेलं आवडू लागलं. काइलनं डेलोरेसकडून फार मोठी अपेक्षा कधीच केली नव्हती; पण डेलोरेसनं तर त्याला आपलं सर्वस्वच बहाल केलं होतं!

सूझन मॅक्कलॉघ्

। फेब्रुवारी १२ ।

माझ्या आयुष्यातले सर्वांत दुःखद दिवस मी माझ्या पतीच्या मृत्यूनंतर अनुभवले. आमच्या वयानुसार आणि स्वभावानुसार मी आणि माझ्या मुलांनी शोक केला आणि त्यानंतर माझी बहीण आली. बाकी सर्व जण येऊन गेल्यानंतर यायचं तिनं ठरवलं होतं. काही तासातच, आमच्यात पूर्वी असलेली जवळीक आम्ही नव्यानं अनुभवू लागलो.

आम्ही माझ्या मुलांना पुन्हा शाळेत पाठवायला सुरुवात केली आणि मग आम्ही घरातलं एकेक काम हाती घेतलं. आमच्या घरच्या कपाटातला अर्धा रिकामा भाग मला सतत माझ्या पतीच्या मृत्यूची आठवण करून देत असे. म्हणून त्या रिकाम्या भागात आम्ही 'क्लॉजेट ऑर्गनायझर' बसवायचं ठरवलं.

सुरुवात तर मोठी कठीण झाली. काहीच नीटपणे बसेना. आम्ही प्रयोग करून पाहू लागल्यावर तर ते आणखीनच अवघड होऊन बसलं. आणि मग ही सारीच परिस्थिती मोठी विनोदजन्य बनली.

आम्ही केलेला प्रत्येक घोटाळा, निसटलेली प्रत्येक फळी, पिळला न गेलेला प्रत्येक स्क्रू आम्हाला हसू आणू लागला. डोळ्यात पाणी येईपर्यंत आम्ही हसत राहिलो. अनेक आठवड्यांत मी प्रथमच हसले.

या हसण्यानं काहीच बदललं नाही आणि तरीही त्यामुळे सारंच बदललं कारण माझी बहीण परत गेल्यानंतर मला काही महिने खूप जड गेलं. एखाद्या दुःखी कष्टी करणाऱ्या दिवशी मी अचानक ते कपाट उघडत असे आणि तिरकस बसवलेला तो 'क्लॉजेट ऑर्गनायझर' माझ्या दृष्टीस पडत असे आणि मी कितीही खिन्न मनःस्थितीत असले, तरीही मला हसू येत असे.

डेबोरा हेडस्ट्रॉम पेज

वियोगाच्या दुःखानं झालेल्या जखमा,
हसण्यामुळे भरून येऊ शकतात.

। फेब्रुवारी १३ ।

किंडरगार्टनच्या शिक्षकांनी मला सांगितलं की बेंजामिन इतर मुलांसारखा नव्हता; त्याला गोष्टी ऐकायला आवडत नव्हतं, तो शांतपणे एका जागी बसू शकत नव्हता आणि तो इतरांच्या वस्तूंना हात न लावण्याची शिस्त पाळत नव्हता.

त्याची इतर मुलांशी मैत्री करून द्यायची, त्याला शाळेत आश्वस्त वाटेल याकडे बघायचं आणि त्याला लिहा-वाचायला शिकवायचं हे माझं उद्दिष्ट बनलं.

हळूहळू इतर मुलांना बेंजामिनची सवय झाली पण माझ्याखेरीज कुणीही त्याला 'मित्र' म्हणत नसे. त्यानं वागण्या-बोलण्याच्या थोड्या पद्धती आत्मसात केल्या, पण शिकण्यात त्याचं चित्त एकाग्र होईना. त्याला दुसऱ्या इयत्तेत पाठवताना मला पराजित वाटत होतं.

तो तिसरीत गेला, तेव्हा शाळा उघडण्याच्या पहिल्या दिवशी बेंजामिन मला म्हणाला, ''मी लक्षपूर्वक ऐकणार आहे कारण मला शिकायचंय.'' आणि आश्चर्याची गोष्ट म्हणजे तो खरोखरच त्यावर्षी वाचायला शिकला.

बेंजामिनचा अनुभव गाठीशी असल्याने मी आता यापुढे विद्यार्थ्यांबाबत पूर्वीसारखी चिंता करणार नाही. जरी मला इच्छा होती, त्यानुसार मी त्याला वाचायला शिकवू शकले नसले, तरी त्यानं शिकावं यासाठी मी त्याला कोणत्यातरी प्रकारे उद्युक्त करू शकले होते आणि मला ठाऊक आहे की बेंजामिनला याची जाणीव होती.

डोरी कोर्टनी

। फे ब्रु वा री १४ ।

१९४४ साली, न्यूयॉर्कमधल्या ऐंशी लाख लोकांपैकी नेथन आणि एव्हेलिन यांची दैवयोगानं भेट झाली. हा टेक्सासमधला शिपाईगडी सुटीवर 'Big Apple' ला भेट द्यायला आलेला असताना त्यांची गाठ पडली. त्यानं त्याचे पाचही पास एव्हेलिनला भेटण्यासाठी खर्च केले. तो जहाजानं लढाईवर निघाला, त्यापूर्वी, त्या दोघांनी एकमेकांना दररोज पत्र लिहिण्याच्या शपथा घेतल्या होत्या आणि पुढच्या सोळा महिन्यांच्या कालखंडात त्यांनी एकमेकांना अकराशे पत्रं लिहिली.

जिथे जिथे त्याच्या तुकडीबरोबर नेथन गेला, तिथं तिथं त्यानं, एव्हेलिननं त्याला पाठवलेली शेकडो पत्रं त्याच्या डफलबॅगेत भरून नेली. जेव्हा तो मायदेशी परत आला, तेव्हा त्यांच्या कुटुंबाच्या सिनेगॉगमध्ये तो आणि एव्हेलिन विवाहबद्ध झाले.

पन्नास वर्षांनी त्यांनी त्याच सिनेगॉगमध्ये पुन्हा एकवार त्याच आणाशपथा घेण्याचा समारंभ केला. "दुसऱ्या महायुद्धानं आम्हाला एकत्र आणलं. हिब्रू भाषेत एक शब्द आहे, 'beshert'. त्याचा अर्थ आहे, 'दैवानं बांधलेल्या गाठी.' मी आणि नेथन तेच आहोत, beshert, दैवानं एकत्र आणलेले आत्मे. आम्ही एकमेकांचे अतूट जोडीदार आहोत." एव्हेलिन म्हणाली.

नेथन युद्धावर गेलेला असताना, एव्हेलिननं त्याला लिहिलेली तेवीस पौंड वजनाची पत्रं आणि एव्हेलिननं प्रेमानं जपून ठेवलेली नेथनची उत्तरं आता पुस्तक रूपात छापून, त्यांच्या प्रेमाचं हे प्रतीक त्यांच्या मुलांना, नातवंडांना आणि मित्रमंडळींना 'खास वारसा' म्हणून दिलं जाणार आहे.

एमी सीगर

तुम्हाला प्रेमाची ज्योत तेवत ठेवण्यासाठी खास प्रयत्न करावे लागतात, विशेषतः प्रतिकूल परिस्थिती आडकाठी बनून उभी ठाकते तेव्हा!

(Big Apple : 'न्यूयॉर्क मॉर्निंग टेलिग्राफ' या वर्तमानपत्राचा स्पोर्ट्स रायटर, जॉन जे फिट्झ जेराल्ड याने १९२० च्या दशकात, न्यूयॉर्कमधल्या हॉर्स रेसिंगबद्दल अनेक लेख लिहिले व त्यानंतर न्यूयॉर्क शहराचा उल्लेख 'The Big Apple' असा होऊ लागला. हे न्यूयॉर्क शहराच्या उल्लेखासाठी नवं टोपणनाव बनलं.)

। फेब्रुवारी १५ ।

त्याच्या आणि त्याचा राग ओढवून घेणाऱ्यांच्या मधोमध उभी राहीपर्यंत, तो किती उंच आहे हे माझ्या लक्षातच आलेलं नव्हतं. तो युनिव्हर्सिटीच्या फुटबॉल टीममध्ये आहे हे मला माहीत होतं, त्याला दर आठवड्याच्या प्रगतीचा रिपोर्ट दाखवावा लागतो हेही मला ठाऊक होतं आणि त्याचे मार्क्स खाली घसरले तर त्याला युनिव्हर्सिटी-टीममध्ये राहता येणार नाही हेसुद्धा मी जाणून होते; पण माझ्या वर्गात त्याचा अभ्यास नीटपणे चालला होता.

आम्ही अमेरिकेतील यादवी युद्धाबद्दल वाचत होतो आणि त्यासंदर्भात आम्ही केन बर्नसूच्या सिव्हिल वॉर (नागरी युद्ध) वरच्या, माहितीपटातले निवडक भाग बघत होतो. एका विवक्षित क्षणी टी.व्ही. स्क्रीनवरील दृश्य पाहून विद्यार्थी अगदी अवाक् झाले. आज्ञापालन न करणाऱ्या एका गुलामाच्या, चाबकाच्या फटक्यांनी रक्तबंबाळ झालेल्या पाठीचं भीषण दृश्य होतं ते! खोलीत सगळे स्तब्ध झाले होते. फक्त शेवटच्या ओळीत, कोपऱ्यातल्या डेस्कांपाशी बसलेली दोन मुले चीड येईल अशा प्रकारे खिदळत होती.

आपल्या मुठी वळत, उकळत्या लाव्हाप्रमाणे एरिक त्यांच्या अंगावर धावून गेला. ''शांत हो... देवासाठी शांत हो आणि खाली बस,'' मी त्याच्या आणि त्या मुलांच्या मधोमध पटकन उभी राहिले आणि त्याला चुचकारत म्हटलं. काही मिनिटं गेली. तास संपल्याची घंटा झाली. त्याचा राग पाहून घाबरून चूप बसलेली ती दोन मुलं मागच्या दारातून बाहेर सटकली. आम्ही एकमेकांकडे बघत उभे असताना, माझ्या पुढ्यात उभ्या असलेल्या त्या तरुण कृष्णवर्णीय मुलाच्या हृदयात खदखदत असलेलं, असहायतेनं सोसावं लागलेलं, पराकाष्ठेचं दुःख मला जाणवलं.

मी पूर्वी त्याचा राग पाहिला होता; पण आतापर्यंत, अगदी आजपर्यंत, त्याच्या यातना मला कळलेल्या नव्हत्या.

विलेन ॲकरमन

। फेब्रुवारी १६ ।

पाळीव मांजर असलेल्या घरात मी वाढले नाही, पण माझ्या नवऱ्याला मात्र मांजरं फार आवडत. आमच्या व्हरमाँटच्या बागेत मी प्रथम टर्टल्ला बघितलं. ती तिच्या आईमागोमाग दुडदुडत होती. एका वर्षानंतर आम्हाला ती एकदा दिसली आणि त्याच्या पुढच्या वर्षीच्या आमच्या मुक्कामात ती खूपदा आमच्यापाशी आली. टर्टल्ला आमची चांगली सवय झालेली पाहून, तिला घरात येऊ द्यावं असा विचार माझ्या मनात आला.

मी काही दिवस बाहेरगावी जाऊन परत आले, तेव्हा अखेर तो निर्णायक क्षण आला. मी परत आल्यावर पंधरा मिनिटांमध्येच ती स्वयंपाकघराच्या दरवाज्यापाशी आली! तिला थोडं जेवण द्यावं म्हणून माझ्या नवऱ्यानं दरवाजा उघडताक्षणीच ती त्याच्या बाजूनं स्वयंपाकघरात घुसली आणि थेट माझ्यापाशी आली. तिला माझी उणीव जाणवली होती! माझ्या घरात तिचं स्वागत करायची माझ्या मनाची तयारी झालेली होती.

टर्टल्ला खूपच शिकायचं होतं. माझ्या 'इन् बास्केट' मध्ये कसं पहुडायचं, तिला ब्रेकफास्ट देण्यासाठी आम्हाला कसं जागं करायचं, मी बाथटब्मध्ये असताना कशी राखण करत उभं राहायचं आणि योग्य क्षणी मी पाण्यातून बाहेर यावं म्हणून कसं 'म्यॉंव' करायचं! ज्या दिवशी तिनं आमच्या घरात यायचं धाडस केलं, तो दिवस मला भाग्याचा वाटतो. माझ्यापेक्षाही तिलाच महत्त्वाच्या गोष्टींची कितीतरी जास्त जाण होती! त्या दिवशी धावत आमच्या घरात, माझ्या मांडीवर आणि माझ्या हृदयात स्थान मिळवण्याचं तिच्या ठायी शहाणपण होतं!

एलन पेरी बर्कली

प्रेम कुठूनही येवो.
त्यासाठी हृदयाची कवाडं सदैव उघडी ठेवा.

। फेब्रुवारी १७ ।

सामान उतरवणाऱ्या माझ्या बहिणीकडे मी बघितलं. तिच्या डोळ्यातलं दु:ख मला जाणवलं. या क्षणाची आम्हा दोघींना गेला आठवडाभर धास्ती वाटत होती. एक शेवटची मिठी, शेवटचा निरोप घेणं आणि मी माझं परदेशातलं नवं आयुष्य सुरू करायला निघून जाणार होते; तिला इथंच एकटीला सोडून!

विमानात बसल्यावरही मी रडतच होते. वरच्या लॉकरमध्ये माझी बॅग ठेवण्याएवढं माझ्या अंगी त्राण नव्हतं, म्हणून मी ती बॅग माझ्याजवळच्या रिकाम्या सीटवर ठेवली. विमान जोरात हललं आणि ती बॅग खाली पडली. मी त्यातून बाहेर पडलेल्या गोष्टी आत भरण्यासाठी वाकले, तेव्हा मला एक छोटंसं, अनोळखी पुस्तक दिसलं. ती एक रोजनिशी होती. त्याच्यावरच्या कुलुपात नेटकेपणे किल्ली घालून ठेवलेली होती, म्हणून मी ती उघडली.

मला माझ्या बहिणीचं हस्ताक्षर ओळखू आलं. गेला महिनाभर ती रोजनिशी लिहीत होती आणि ती तिनं आता माझ्याकडे सोपवली होती. मी त्यात दोन महिने लिहिल्यानंतर, मी ती रोजनिशी बहिणीकडे परत पाठवायची होती.

जरी आम्हा दोघींमध्ये महासागर पसरलेला आहे, तरी मला वाटतंय की ती अगदी माझ्याजवळच आहे. माझ्या सर्वांत जिवलग मैत्रिणीचा वियोग होणार असं मला वाटत असतानाच माझ्या लक्षात आलं की, ती सदैव माझ्याजवळच राहणार आहे.

मार्टीन क्लासन्

। फेब्रुवारी १८ ।

जो दररोज भीतीवर विजय मिळवत नाही,
तो आयुष्यात काहीच शिकलेला नाही.

राल्फ वाल्डो इमर्सन

वीस वर्षांचं वैवाहिक आयुष्य संपुष्टात आल्यावर मी आता एकटीच उरले; आई म्हणूनही एकटीवरच जबाबदारी पडली आणि माझी अगदी पक्की खात्री झाली की या विदीर्ण करणाऱ्या काळ्याकुट्ट क्षणापलीकडे आता माझ्या आयुष्यात काहीही उरलेलं नाही.

मी रोज दोन मैल धावून येत असे आणि तेवढ्यापुरतं मला प्रसन्न वाटत असे. म्हणून रेडिओवर जरी झपाट्यानं जवळ येणारं वादळ, गारा आणि सोसाट्याचा वारा याबद्दल सावध राहण्याची सूचना दिली गेली होती, तरी मला माझं रोजचं धावून येणं चुकवायचं नव्हतं.

मी दाट झाडीतून बाहेर आले, ती माझी नेहमीची परत वळण्याची जागा होती. आणि त्याच क्षणी मला प्रचंड, काळे ढग कोसळण्याच्या अवस्थेत दिसले. प्रत्येक पाऊल टाकणं कष्टाचं वाटत होतं, तरी मी धावतच राहिले आणि शेवटी फक्त एक लांबलचक, उंच टेकडीची वाट माझ्या आणि माझ्या घराच्यामध्ये शिल्लक राहिली. अचानक कानठळ्या बसतील असा आवाज घुमला, मी वाऱ्याच्या झोतानं जमिनीवर फेकले गेले. शेताच्या कुंपणाच्या एका उंच खांबावर वीज कोसळली आणि डोळे दिपवणारा विजेचा लोळ बाजूच्या खड्ड्यातून सरकत गेला. मी गुदमरून जाऊन श्वास घेण्यासाठी धडपडत होते. वाऱ्यानं झाडं वाकून जमिनीवर ओणावली होती. मी रांगत उठून उभी राहिले, निसर्गाशी दोन हात करायला सज्ज झाले आणि मी माझ्या कारपर्यंत पोहोचू शकले. मी जिवंत राहिले होते!

तेव्हापासून सारंच बदललं! उभं ठाकलेलं मरण इतक्या जवळून पाहिल्यानंतर मला आयुष्याचं मोल उमगलं. मी संपूर्ण समरसतेनं आयुष्याचा आस्वाद घ्यायचं ठरवलं!

मॅगी बॅक्स्टर

। फेब्रुवारी २१ ।

तुम्ही स्वतःवर भावनांची सक्ती करू शकत नाही,
पण तुमच्या भावना काहीही असल्या तरी
योग्य रीतीनंच वागायचं अशी तुम्ही स्वतःवर सक्ती करू शकता.

पर्ल एस्. बक्

। फेब्रुवारी २२ ।

आम्ही 'डिस्ने वर्ल्ड'ला गेलो होतो आणि आमची दोन मुलं गॉगलसाठी हटून बसली होती. पाच वर्षांच्या रॉबनं डक गॉगल पसंत केला. लॉरेन तीन वर्षांची होती आणि या वयातच फॅशनबद्दल जागरूक होती. तिनं गुलाबी रंगाचा, मिनि-माऊस गॉगल निवडला. गॉगल चढवून दोन्ही मुलं मेन स्ट्रीटवरून फँटसी लँडपर्यंत पोहोचली. मग वेगवेगळ्या मनोरंजनाच्या राइड्स घेताना त्यांनी गॉगल काढून हातात धरले.

कुठेतरी डॉनल्ड डक गॉगल हरवला आणि रॉब रडू लागला. आम्ही त्याला म्हणालो, "तुला तो गॉगल प्रिय असता, तर तू त्याची जास्त चांगली काळजी घेतली असतीस." लॉरेन त्याला म्हणाली, "रॉबी, तू माझा गॉगल घे." पण रॉबला लॉरेनचा गॉगल नको होता. तो गुलाबी रंगाचा, मुलींसाठीचा होता.

काही महिन्यांपूर्वी आम्ही, आता प्रौढ वयाच्या झालेल्या, आमच्या मुलाला भेटायला गेलो. भाड्याच्या गाड्या, रेस्टॉरंट यात जा-ये करताना केव्हातरी त्याचा गॉगल हरवला. आम्ही त्याला रागावलो नाही. त्याऐवजी प्रौढ माणसं एकमेकांसाठी जे करतात, तेच आम्ही केलं. कुठे असताना तो विसरला असेल ते आठवण्यासाठी आम्ही त्याला मदत केली.

मला माहीत आहे की आईबाप या नात्यानं आपल्या मुलांना योग्य शिकवण देणं हे आपलं कर्तव्य आहे; पण प्रत्येक गोष्टीतच त्यांना शिकवण देत राहणं आवश्यक नसतं, हेसुद्धा मला माहीत आहे. कधीकधी गॉगल हरवतात. त्याचं काय स्तोम माजवायचं?

बेव्हर्ली बेक्हॅम

प्रत्येक वेळेस गोंधळ झाला म्हणजे त्यातून आयुष्यासाठी धडा घ्यायची आवश्यकता नसते. कधी कधी असा अपघात केवळ एक अपघातच असतो.

। फेब्रुवारी २३ ।

मी चाळीस वर्षं, मर्सी हॉस्पिटलमध्ये, तीन ते अकराच्या शिफ्टची नर्सिंग सुपरवायझर म्हणून काम केलं. त्यामुळे जवळजवळ प्रत्येक प्रकारचे वैद्यकक्षेत्रातले निकडीचे प्रसंग (medical emergencies) मी अगदी जवळून बघितले आहेत.

एका रात्री इमर्जन्सी डिपार्टमेंटनं माझ्या पेजरवर मला निरोप पाठवला की, एक आई हॉस्पिटलला येता येताच तिच्या चौथ्या अपत्याला जन्म देते आहे. इमर्जन्सी रूमपुढच्या ड्राइव्ह-वे कडे मी धाव घेईपर्यंत ती कार तेथे येऊन पोहोचली.

मी पॅसेंजरच्या बाजूचा दरवाजा उघडला. मला ती तरुण स्त्री सीटवर मागे वाकून प्रसववेदनांनी विव्हळत जोर देताना दिसली. मागच्या सीटवरचे तीन छोटेसे मुलगे तिच्या खांद्यांवरून वाकून बघत होते. त्या स्त्रीनं आणखी एकदा कण्हत जोराचा रेटा दिला आणि ते नवजात अर्भक माझ्या हातात आलं.

इतर लोक वैद्यकीय कुमक व सामान घेऊन धावत येत असताना त्या छोट्या मुलानं श्वास रोखून म्हटलं, "आता मला समजलं बाळं कुठून येतात ते!"

त्याच्या चिमण्या भावानं उत्तर दिलं, "हो!! कार-सीटच्या खालून!"

इलेन स्टॉलमन्

। फेब्रुवारी २४ ।

ऑस्ट्रेलियातल्या सिडनी एअरपोर्टवर माझा मुलगा, सून आणि गोड नातवंडं यांचा निरोप घेताना माझे डोळे भरून आले होते. मला ठाऊक होतं की निदान आणखी दोन वर्षं त्यांची माझी भेट होणार नाहीये.

पण या भेटीच्या वेळेस ट्रेसी आणि फिलिप त्यांच्या नव्या कम्प्युटरबद्दल अव्याहत बोलत होते आणि मीसुद्धा एक कम्प्युटर विकत घेतला, तर आम्हाला कसा रोज संवाद साधता येईल हे मला सांगत होते.

म्हणून मी माझ्या जुनाट टाइपरायटरला रामराम ठोकला आणि घाबरत घाबरत नव्या तंत्रज्ञानाच्या, वेगवान ई-मेलच्या युगात उडी ठोकली.

हे मशीन विकत घेऊन मी जुनी पापं धुऊन टाकून, नित्य माझ्या कुटुंबीयांशी वार्तालाप करू शकतेय. आता ई-मेलद्वारे फिलिप, आजोबांना आणि मला त्यांच्या शाळेच्या नाटकात तो करत असलेल्या भूमिकेबद्दल सांगतो आणि गणितात त्यानं मिळवलेले मार्क्स सांगतो आणि दहाव्या वाढदिवसासाठी ट्रेसी काय काय करणार ते आम्हाला ती अथपासून इतिपर्यंत सांगू शकली.

आनंदात असली किंवा दुःखात असली, तरी मुलं आम्हाला त्याबद्दल लिहितात. काही गुपितं मुलं आईवडिलांनादेखील सांगत नाहीत, पण तीच गुपितं मुलं आम्हाला मात्र सांगतात आणि ज्या प्रश्नांची उत्तरं फक्त आजीच देऊ शकेल, असे प्रश्नही ती मला विचारतात.

मी अजूनही कम्प्युटरबाबत खूप चुका करते. पण मग ट्रेसी लिहिते, "I love you guise bigger than the entire world!" (साऱ्या जगात तुम्ही माझे सर्वांत लाडके आहात.) हे शब्द वाचण्यासाठी मी या यंत्राचा सारा त्रास सहन करायला तयार आहे!!

के कॉनर प्लिझ्का

। फेब्रुवारी २५ ।

आम्हाला पाच मुलं होती आणि त्यांच्या उद्योगांमुळे माझे आणि स्टीव्हचे हात सतत कामात व्यग्र राहत असत. स्टीव्ह निवर्तला आणि मी एकटीच मागे राहिले. मुलांची आई आणि वडील अशा दोन्ही भूमिका स्वीकारून, त्यांच्या सर्व गरजा पूर्ण करण्याचं ओझं माझ्या एकटीच्याच खांद्यावर येऊन पडलं.

एका रात्री मी आणि माझी मुलं जेवायच्या टेबलाभोवती बसलो होतो. मी हातांबद्दल बोलू लागले. कसे माझे हात सदैव कामात व्यग्र असतात ते मी त्यांना सांगू लागले. मी माझे दोन्ही हात पुढे केले आणि प्रत्येक मुलाला ते हातात धरायला सांगितलं. ते इतके सारे जण होते आणि मी फक्त एकटी होते. त्यांच्या साऱ्या गरजा पुऱ्या करायला मी एकटी अगदी असमर्थ आहे याची आम्हाला जाणीव झाली आणि आम्ही सर्व जण अगदी स्तब्ध झालो.

एका चिमुकल्या आवाजानं शांततेचा भंग केला. "जर आपण साऱ्यांनी एकमेकांच्या हातात हात गुंफले तर आपल्या प्रत्येकाच्या वाट्याला एक संपूर्ण हात येईल."

आम्हां सर्वांचे चेहरे स्मितानं उजळले. मी अजून एकटीच आहे आणि पाच उद्योगी, हुशार मुलांची आई आहे. या प्रत्येक मुलाला थोडंसं खंबीर व्हावं लागलं. ते आता मदतीसाठी केवळ आईकडे धाव घेत नाहीत, ते एकमेकांकडेही मदत मागतात. हे जास्तीचे दहा हात मिळाल्यामुळे आमचं कुटुंब एकमेकांना मदत करणारं आणि आधार देणारं असं केंद्र बनलं आहे. आता मदत करण्यासाठी पुरेसे हात उपलब्ध आहेत.

लिंडा बटलर

। फेब्रुवारी २७ ।

मला रात्रीची झोपायची वेळ झाली की पोटात गोळा येत असे. मी झोपलेली असताना, बाबा घरी आले आणि त्यांची आईशी भांडणं सुरू झाली, की ती ऐकत मी गप्प पडून राहत असे.

हळूहळू माझ्या कानांवर अशा वेळेस कॅथलीनचा आवाज पडू लागला. ''घाबरू नकोस. इकडे माझ्याजवळ येऊन झोप.''

अनेक दशकं उलटली. माझा स्वत:चा घटस्फोट होणार होता. माझ्या बहिणीनं त्यावेळेस मला तिच्याजवळ राहायला बोलावलं. ''तुला सध्या प्रेमाच्या माणसापाशी राहण्याची गरज आहे.'' ती म्हणाली.

आम्ही दोघी शिक्षिका होतो. दररोज शाळेनंतर आम्ही सहा मैल पायी चालून येत असू. चालताना मी माझ्या मनातील प्रक्षोभाला वाचा फोडत असे, ती श्रोत्याचं काम करत असे.

शाळेचं ते वर्ष संपल्यावर ती तिच्या इच्छेप्रमाणे समुद्रकिनारी राहू लागली. मी पर्वतावरचं गाव पसंत केलं. काल मला फार उदास वाटत होतं. माझे मित्र आणि कुटुंबीयांपासून मी अनेक योजनं दूर आहे असं मला वाटत होतं. मी मनावर ताबा ठेवू पाहत असतानाच फोन खणखणला. ''कशी आहे माझी सोना?'' माझी बहीण खोलीत माझ्याजवळ उभी राहून माझ्या खांद्यांभोवती हाताचा विळखा घालते आहे असा मला भास झाला. आम्ही एकमेकींशी तासभर बोललो. मी फोन खाली ठेवला तेव्हा प्रेमाच्या माणसाच्या समीप असल्यासारखं मला आश्वस्त वाटत होतं!

मेलिंडा स्टाइल्स

दुसऱ्या कुणासाठी तरी खंबीरपणे वागण्याची जरूर पडली की कधीकधी आपण आपल्या भीतीला दूर सारू शकतो.

। फे ब्रु वा री २८ ।

प्रिन्सेस मिशा नावाच्या आमच्या सायबेरियन कुत्रीला घराबाहेर बागडणं मनापासून आवडत असे आणि अर्थातच बाहेर जेवढा अधिक गारवा असे, तेवढी ती अधिक खूश असे. उन्हाळ्यातल्या गरम दिवशी ती घरापुढच्या चौथऱ्याच्या थंड सिमेंटवर पाय ताणून पसरलेली असे. एका रात्री ती अचानक उठून उभी राहिली, गवतातून उडी मारून बाहेर निघालेल्या एका बेडकापाशी गेली, तो तिनं तोंडात उचलून घेतला आणि ती आपल्या विसाव्याच्या जागेपाशी परत आली आणि पुन्हा पाय ताणून ऐसपैस बसली. तिनं रस्त्यापाशी हनुवटी आणून तोंड उघडलं आणि त्या बेडकाला बाहेर सोडलं. दोघं एकमेकांकडे काही वेळ टक लावून बघत राहिले आणि मग तो बेडूक उड्या मारत गवतात दिसेनासा झाला.

पुढचे दोन उन्हाळे आम्ही असंच घडताना पाहिलं. एका रात्री एक मोठा बेडूक उडी मारून गवतातून बाहेर पडलेला आम्ही बघितला. मिशानं हळूच आपलं डोकं जमिनीवर टेकवलं आणि तिचं नाक त्या बेडकाला जवळजवळ स्पर्श करू लागलं. हा तोच बेडूक होता का?

त्या उन्हाळ्यात मिशावर शस्त्रक्रिया केली गेली, आणि तिला विश्रांती मिळावी म्हणून आम्ही तिला घरातच ठेवू लागलो. एका संध्याकाळी 'बेडूकराव' (आम्ही त्याला आता हे नाव दिलं होतं) व्हरांड्यात येऊन जाळीतून आत बघत होते. ही अजब मैत्री पाहून आम्ही खूप हसलो. कदाचित या बेडकाच्या रूपानं मिशाला तिचा 'मानसीचा राजपुत्र' गवसला असेल!

जोन सुटुला

काही दिवस मी एका छोट्याशा खासगी शाळेत शिकवत होते. एके दिवशी सकाळी हेडमास्तरीणबाईंनी जमलेल्या साऱ्या विद्यार्थ्यांपुढे जाहीर केलं, "आज आपण 'भावनां'बद्दलचा एक मोठा प्रयोग सुरू करणार आहोत." त्यांनी दोन आयव्हीची रोपं दाखवली. दोन्ही रोपं अगदी एकसारख्या कुंड्यांमध्ये लावलेली होती. "आपण या दोन्ही रोपांना अगदी सम प्रमाणात ऊन आणि पाणी देऊ पण त्यांच्याकडे सम प्रमाणात लक्ष देणार नाही. एक रोप आपण स्वयंपाकघरात ठेवू आणि एक या खोलीतल्या शेकोटीवरच्या कट्ट्यावर ठेवू. दररोज आपण मनात चांगले विचार आणून या कट्ट्यावरील रोपाला सदिच्छा पुरवत राहू आणि स्वयंपाकघरात ठेवलेल्या रोपाला मात्र काहीही सदिच्छा पुरवणार नाही आणि मग काय होतं ते आपण बघू." हेडमास्तरीणबाई म्हणाल्या.

चार आठवड्यांनंतर मुलांप्रमाणेच माझेही डोळे आश्चर्यानं विस्फारले. स्वयंपाकघरातलं रोप कोमेजून गेलं होतं; पण दुसऱ्या खोलीतल्या कट्ट्यावरचं रोप आकारानं तिप्पट झालं होतं आणि त्याची पानं गडद हिरवी आणि टवटवीत दिसत होती.

स्वयंपाकघरातलं रोपसुद्धा आम्ही कट्ट्यावर हलवलं आणि तीनच आठवड्यात ते पहिल्या रोपाप्रमाणेच तजेलदार झालं.

मी या गोष्टीचं सार, कायम लक्षात ठेवलं : साऱ्याच गोष्टी प्रेमाच्या सिंचनानं वाढतात.

जोन ब्राम्श

प्रेम आणि लक्ष पुरविल्यानं साऱ्याच गोष्टी वाढतात.

। मार्च २ ।

मी विभक्त होऊन सात महिने झाले होते आणि मला एक अत्यंत प्रेमाचा मित्र लाभला. आम्ही वर्षभर 'डेटिंग' केलं आणि माझ्या घटस्फोटावर शिक्कामोर्तब झाल्यावर आम्ही युरोपला सफर करायचं ठरवलं; पण या सफरीपूर्वी दोनच आठवडे या नव्या सख्यानं माझ्याकडे पाठ फिरवली. दोन लहान मुलांची जबाबदारी माझ्यावर होतीच आणि आता मला एका भीषण सत्याला सामोरं जायचं होतं. एकटीनं आयुष्य कंठण्याचं सत्य.

मी ठरवलं की येती काही वर्षं जर मला एकटीनंच जगावं लागणार असेल तर त्याची सुरुवात युरोपपासूनच का करू नये?

माझ्या प्रवासाचा महत्त्वाचा टप्पा असलेल्या पॅरिसच्या रेल्वेस्टेशनवर मी पोहोचले तेव्हा मी घाबरून भांबावून गेले होते. जगातलं प्रेमिकांचं सर्वोत्कृष्ट शहर असलेल्या पॅरिसमध्ये मी मात्र एकटी, एकाकी आणि धास्तावलेली होते. मला आतून जाणवत होतं की जर मी आत्ताच बाहेर पडून जेवणाची जागा शोधली नाही तर मी माझ्या स्वप्नाला कायमचा रामराम ठोकेन आणि एकटीनं मला जीवनाचा कधीही आस्वाद घेता येणार नाही.

एका आठवड्याच्या माझ्या तिथल्या मुक्कामात भ्रमंती करताना, माझे बुटाचे दोन जोड झिजले. मी परत घरी पोहोचले तोवर 'एकटीनं प्रवास करून मनाच्या जखमा भरून येतात' अशी माझी पक्की खात्री झाली होती. एकट्यानं प्रवास केला की आपण स्वावलंबन शिकतो आणि आपल्यात जो आत्मविश्वास निर्माण होतो तो आपल्या एकाकी आयुष्यात अतिशय महत्त्वाचा ठरतो. आता माझ्यापुढे जेव्हा कोणतीही अडचण उभी राहते तेव्हा मी फक्त म्हणते; जर मी पॅरिसला जाऊ शकते, तर मी काहीही करू शकते!

डॉन मॅकेन्ना

आपण स्त्री म्हणून जन्माला येत नाही, नंतर स्त्री होतो.

सिमोन द बोव्हा

। मार्च ५ ।

डंक फिडल् वाजवत असे; पण जवळपास कुणी असलं तर तो कधीच वाजवत नसे. अपवाद होती एलिनॉर. त्यांची सत्तर वर्षं मैत्री होती. दोघेही अविवाहित होते.

एलिनॉर चर्चच्या कॉयरमध्ये गात असे. जेवणाच्या वेळेला मदत करत असे, बायकांच्या मदतीसाठी शिवण शिवत असे. ती हार्मोनियम वाजवते अशी बातमी होती; पण लोकांसमोर ती कधीच वाजवत नसे.

एलिनॉर मृत्यू पावली तेव्हा डंक एकोणऐंशी वर्षांचा होता. अंत्यविधीच्या वेळेस चर्च खच्चून भरलं होतं. पण आम्ही घरून निघालो, तेव्हा डंक आमच्याबरोबर आला नाही. विंटर्स यांनी धर्मग्रंथाचं वाचन केलं. कॉयरच्या वतीनं रॉबर्टा गेरिटी हिनं भाषण केलं. एलिनॉर 'सन्डे स्कूल'मधे किती छान शिकवत असे याबद्दल एकानं भाषण केलं. त्यानंतर खूप वेळ शांतता पसरली.

त्यावेळेस डंक मधल्या वाटेनं हळूहळू पुढे आला. त्याच्या डाव्या हातात फिडल् होतं आणि उजव्या हातात बो (गज) होता. त्यानं 'अमेझिंग ग्रेस'ची सुरावट वाजवायला सुरुवात केली आणि त्यानंतर लगेचच 'ग्रीनस्लीब्ज'चे सूर छेडले आणि मग या दोहोंच्या स्वरांच्या मिश्रणानं त्यानं अत्यंत करुण तशीच अतीव मधुर सुरावट वाजवली. असं स्वर्गीय संगीत मी कधीच ऐकलं नव्हतं. डंक तेथून बाहेर पडला आणि घराकडे चालू लागला तेव्हा सारं चर्च रडत होतं.

त्यानंतर, दररोज रात्री तो आपल्या खोलीत वाजवू लागला आणि स्वत:च्या मृत्यूपर्यंत त्यानं त्यात खंड पाडला नाही आणि कसं ते मला समजत नाहीये पण अनेक रात्री, डंकचं फिडल् हार्मोनिकासारखीच, दु:खद विलापाची धून छेडत असे.

स्टीव्हन बर्ट

कुणाच्या मृत्यूनंतर प्रेम आणि भक्ती संपत नसते!

माझ्या प्रिय नातवंडा,

आजी-आजोबांना कळलंय की तुझे आई-बाबा विभक्त होणार आहेत, म्हणून तू दु:खीकष्टी आहेस. आमच्यासाठीसुद्धा ही वेळ कसोटीची आहे.

या घाबरवून टाकणाऱ्या अवघड प्रसंगात तुला उमेद देतील अशा अनेक महत्त्वाच्या गोष्टी तुला सांगायची आमची इच्छा आहे.

पहिली गोष्ट म्हणजे यात तुझा काहीही दोष नाही.

दुसरी गोष्ट : ही गोष्ट तू बदलू शकत नाहीस.

तिसरी आणि कदाचित सर्वांत महत्त्वाची गोष्ट : आम्ही तुला कधीही अंतर देणार नाही! तुला गरज पडेल, तेव्हा आम्ही सतत तुझ्या पाठीशी उभे राहू.

तुला कदाचित वाटत असेल की आता तू कधीही सुखी होऊ शकणार नाहीस. पण आम्ही इतके दीर्घकाळ जगलो आहोत आणि आम्ही इतकं पाहिलं आहे, त्यामुळे आम्हाला जे ठाऊक झालं आहे ते आम्ही तुला सांगू इच्छितो– तू पुन्हा आनंदानं हसणार आहेस, दु:ख हलकं होणार आहे, भविष्यात चांगल्या गोष्टी घडणार आहेत!

खाली नमूद केलेल्या गोष्टींबाबत तू खात्री बाळग :

तू काहीही केलंस किंवा काहीही बोललास, तरी आम्ही सदैव तुझ्यावर प्रेम करत राहू.

तू जे सांगशील ते लक्षपूर्वक ऐकू.

आम्ही नेहमी तुला मायेनं जवळ घेऊ आणि कुरवाळू.

आम्ही अजूनही तुझ्यासाठी तुझं आवडतं जेवण बनवत राहू.

चिमुकल्या, तू एकटा नाहीस. तुझ्या आई-बाबांचं अजूनही तुझ्यावर प्रेम आहे आणि काहीही झालं तरी आम्ही तुझ्यावर सदैव मायेची पाखर घालू.

तुझे,

आजी आणि आजोबा

हॅनॉक व मेलडी मॅक्कार्टी

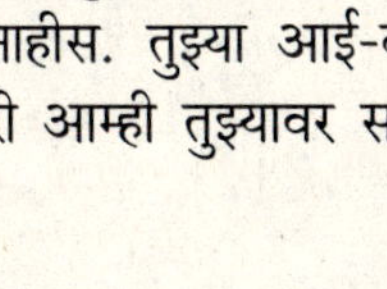

। मार्च ७ ।

आमच्या रुग्णांशी संवाद साधणं हे एक आव्हानच असतं. आम्ही काय प्रश्न विचारत आहोत हे त्यांना खरोखरच कळतं तरी का?

उदाहरण द्यायचं तर, एका तरुण माणसानं हॉस्पिटलला फोन केला. तो ओरडत होता, ''मदत करा! माझ्या बायकोला प्रसूतीच्या वेदना होऊ लागल्या आहेत!''

नर्स म्हणाली, ''धीरानं घ्या! हे तिचं पहिलं मूल का?''

''नाही!'' तो उतावळेपणानं ओरडला, ''हा तिचा नवरा बोलतोय.'' कदाचित परस्परसंवाद सुस्पष्ट होण्यासाठी आम्हाला जे गरजेचं आहे तेवढंच विचारलं पाहिजे.

आमच्या क्लिनिकमध्ये नव्यानं आलेला एक रुग्ण त्याची प्रकृतीबाबतची पार्श्वभूमी सांगणारा तक्ता भरत होता. नर्सला दिसलं की 'SEX' या सदराखाली त्यानं 'M' (मेल) आणि F (फीमेल) या दोहोंवर (बहुधा मंडे व फ्रायडे M & F असं समजून) खूण केली होती आणि पुढे लिहिलं होतं– 'अंगात उत्साह असेल तर कधीकधी बुधवारीसुद्धा!'

कदाचित आम्ही काय बोलतो ते त्यांना ऐकूच येत नसेल. एकानं बढाई मारली, ''मी नवं श्रवणयंत्र घेतलंय.''

''कोणत्या प्रकारचं?''

आणि बहुधा What kind च्या ऐवजी What time असं ऐकून त्यानं उत्तर दिलं, ''एक वाजलाय.''

कॅरिन बक्समन

एकटीनं जेवण केल्यानंतर, अनेकदा ती स्वयंपाकघरातल्या जेवणाच्या टेबलापाशी बसून राहत असे. तिला आठवत असे की पूर्वी जेवल्याबरोबर प्रत्येक जण कसं पटकन उठून जात असे. मुलं त्यांच्या खोल्यांकडे धाव घेत आणि पीटर त्याच्या आवडत्या टी.व्ही. न्यूजकडे वळत असे. पण आता मुलं घरातून दूर गेली होती आणि पीटरनं जगाचा निरोप घेतला होता. ते घाईगर्दीचे दिवस पुन्हा परत यावेत यासाठी तिनं कोणतीही किंमत मोजली असती!

त्यांच्या विवाहाच्या चाळिसाव्या वाढदिवशी तिनं पीटरच्या आवडीचा 'चॉकलेट ब्लॅक आउट केक' बनवला; पण तो फ्रिजमध्येच पडून राहिला.

गेल्या वर्षी साऱ्या मुलांनी फोन केले होते आणि त्यांनी महत्त्वाचा, लग्नाचा चाळिसावा वाढदिवस कसा साजरा करायचा याबद्दल बेत आखले होते; पण आता दोघातलं एक जणच मागे राहिल्यावर लग्नाचा वाढदिवस कसा साजरा करायचा? अचानक, मॅक्स– त्यांचा कुत्रा भुंकू लागला. तिनं दरवाजा उघडला. समोर तिची तिन्ही मुलं उभी होती.

"तुम्ही लक्षात ठेवाल अशी मला कल्पनाही नव्हती. आणि शिवाय डॅडी... " तिचा आवाज कापरा झाला.

"आई, तू आणि डॅडी सदैव आमच्या पाठीशी उभे होता आणि तुमच्या लग्नाचा प्रत्येक वाढदिवस हा आपला खास दिवस असणार आहे!"

एकाएकी तिचा चेहरा स्मितानं उजळून गेला आणि ती किचनकडे धावली. तिला आज केक बनवायची बुद्धी देणाऱ्या भगवंताचे तिनं आभार मानले. तिला अशी तीन प्रेमळ मुलं दिल्याबद्दल तिनं देवाला दुवा दिला.

एव्हलिन् मार्डर लेव्हिन

तुमच्या प्रेमाच्या माणसांच्या सहवासात
तुमच्या मौल्यवान आठवणींना उजाळा द्या.

। मार्च ९ ।

मी दोन वर्षांची होण्यापूर्वीच माझे वडील मरण पावले. माझ्या आईला दररोज पायी कामावर जावं लागे आणि येताना कोळशाची तीन पोती आणून घराच्या सतरा पायऱ्या चढून घरात आणावी लागत. ते कोळसे पेटवल्यावर आम्हाला घरात ऊब मिळत असे. तेरा वर्षांची झाल्यावर गावातल्या डिपार्टमेंट स्टोअरमध्ये मी वीकएन्डला काम करू लागले. मला तासाला तेवीस सेंट पगार मिळे. ख्रिसमसपूर्वी माझ्या हातात पगाराचे पैसे येणार होते. त्यावर्षी माझ्या आईसाठी काहीतरी खास भेटवस्तू आणण्याची माझी इच्छा होती. एका संध्याकाळी मला ती गोष्ट सापडली. शेवाळी रंगाचा, सॅटिनचा पजामा आणि त्यावर रोब्. किंमत होती पंचवीस डॉलर्स, पंचाण्णव सेंट्स. १९५० साली ही खूपच महाग चीज होती. ख्रिसमसपूर्वी दोन रात्री, विक्रेतीनं तो मऊमऊ सॅटिनचा गाउन मला छानशा कागदात गुंडाळून दिला. माझी आई म्हणाली की तिनं आतापर्यंत पाहिलेल्या गोष्टींपैकी ती सर्वांत सुंदर गोष्ट होती. त्यानंतर अनेक वर्षं, तो गाऊन उसवून गेल्यानंतरसुद्धा, ती लोकांना त्याबद्दल सांगत असे.

त्यानंतर अनेक वर्षं उलटली. माझ्या कुटुंबासाठी खस्ता खाण्याचा ताण माझ्या चेहऱ्यावर आणि माझ्या स्वभावावर दिसू लागला होता. आम्ही कामात बुडून गेलेलो असताना आईनं माझ्या हातात एक सोनेरी पुडकं ठेवलं. आतमध्ये अतिशय सुंदर असा गुलाबी सोनेरी लाउंजिंग रोब होता. आईला तो हिरवा सॅटिनचा पजामा रोब आठवला असणार आणि मलाही तशाच रोबची (तशाच आस्थेची) किती गरज आहे हे तिला जाणवलं असणार!

मॅरिअन् बाँड वेस्ट

। मार्च १२ ।

दुसरीच्या वर्गात असताना, एके दिवशी, मी वर्गाबाहेर जायची परवानगी मागितली. मी चौथीच्या वर्गापाशी गेले आणि माझ्या बहिणीशी बोलायची परवानगी घेतली. रडत रडत मी तिच्याजवळ कुजबुजले, ''मी माझा जेवणाचा डबा आणायला विसरलेय.''

क्षणभरही विचार न करता माझ्या बहिणीनं तिच्या ब्राऊन बॅगमधून तिच्या जेवणातला अर्धा पीनटबटर-जेली सँडविच्, अर्धी बिस्किटं, अर्धी द्राक्षं आणि तिला अत्यंत प्रिय असलेल्या ओटमील कुकीजपैकी अर्ध्या कुकीजसुद्धा मला देऊन टाकल्या.

''हा घे,'' ती म्हणाली.

''खरंच घेऊ?'' मी विचारलं. हसून तिनं होकारार्थी मान हलवली.

अनेक वर्षांनी मी तिच्या लग्नात करवली– पाठराखीण– म्हणून उभी राहिले आणि ती माझ्या! जेव्हा तिला दिवस गेले होते, तेव्हा मी चौथ्या शस्त्रक्रियेसाठी मनाची तयारी करत होते– गर्भाशय काढून टाकण्याची शस्त्रक्रिया!

विसरून आलेल्या जेवणांपेक्षाही यावेळेस माझा तोटा अनेक पटींनी मोठा होता. तरीही तिनं आणि तिच्या नवऱ्यानं माझ्या नवऱ्याला आणि मला जेव्हा विनंती केली की, त्यांना काही झालं तर आम्ही दोघांनी त्यांच्या नवजात मुलीचे कायदेशीर पालक व्हावं, तेव्हा मला त्यानंतर अनेक वर्षं अंतर्यामी जाणवत राहिलं की ती म्हणतेय 'इकडे ये! हिचा स्वीकार कर.'

''तुझी खात्री आहे?'' मी विचारलं.

तिनं हसून होकारार्थी मान डोलावली.

पेनी पेरोन

। मार्च १३ ।

सत्तरीला आयुष्याची खरी सुरुवात होते! साठी गाठायचंच मला अप्रूप वाटत होतं पण सत्तरी गाठणं हे तर कल्पनेपलीकडचं आहे. मी आता आराम करू शकतो. लोक माझ्याकडून विशेषशी अपेक्षा ठेवत नाहीत.

मी साठी ओलांडली, तेव्हा मी माझ्या फ्लॅटपुढच्या व्हरांड्यात, आरामखुर्चीत झुलत बसेन अशी लोकांची समजूत होती. त्यांचा अपेक्षाभंग करताना मला अजिबात अपराधी वाटलं नाही. आता मी निवृत्त होण्याच्या विचारात आहे, पण आता कुणीच मला त्याबद्दल विचारत नाहीये.

तुम्ही सत्तरी गाठता तेव्हा तुमची मुलं पुरेशी मोठी झालेली असतात; ती जाणू शकतात की तुम्ही आईवडील या नात्यानं त्यांच्यासाठी शक्य तेवढं केलं आहेत आणि आता त्यांच्या समस्यांसाठी त्यांची तुमच्याकडून अपेक्षा नसते.

सत्तरी गाठली की आपली सारासार बुद्धी वाढलेली असते. बारीकसारीक गोष्टींसाठी चिंता करायची नाही हे मी शिकलोय. या बारीकसारीक गोष्टी नगण्य असतात आणि आयुष्य खरोखर मोलाचं असतं. ते मोलाचं आयुष्य द्वेष, कडवटपणा किंवा आकस बाळगणं यात वाया घालवू नये. माझी खात्री पटलीय की चांगलं वागलं की माझं हृदय आणि मन खंबीर आणि उत्साही राहील.

उर्वरित आयुष्य कसं जाईल हे मला ठाऊक नाही, पण मी माझ्यापुढे लक्ष्यं ठेवतो आहे आणि आयुष्य ही मोठी थरारक सफर व्हावी अशा योजना आखतो आहे.

पॉल जे. मायर

आयुष्याकडे एक साहस म्हणून बघा
आणि ध्येयं ठेवणं कधीही थांबवू नका.

। मार्च १४ ।

सहा महिन्यांच्या आणि जेमतेम तीन पौंड वजनाच्या नेक्को मांजरीनं ताबडतोब आमच्या आयुष्यावर ताबा मिळवला. चामड्याच्या खुर्चीवर बसून ती ओरखाडत बसे. आमच्या खिसमस ट्रीभोवती ती बागडत असे. जणू ते तिचं खेळाचं मैदानच होतं! माझ्या आयुष्यातला दुःखद काळ आला, तेव्हा तिच्या या लीलांनी उच्चांक गाठला होता. आमचं वैवाहिक आयुष्य संपलं आणि माझ्यावर दहा वर्षांच्या मुलीला आणि भल्यामोठ्या घराला सांभाळायची जबाबदारी येऊन पडली. माझ्या लवकरच लक्षात आलं की खर्च भागवण्यासाठी मला 'फ्रीलान्स रायटर' (मुक्त लेखिका) बनण्याखेरीज दुसरा मार्ग नव्हता. त्यासाठी मला पहाटे चार वाजता उठणं भाग होतं.

हा दिनक्रम जेमतेम दोन आठवडे टिकला. मी निराश मन:स्थितीत होते आणि गजर वाजला तरी मी झोपून राहू लागले आणि सरतेशेवटी मी गजर लावणंच बंद केलं.

याच वेळेस नेक्कोनं एक अजब गोष्ट केली. ज्या आवाजांनी मनुष्यप्राणी दचकून जागा झालाच पाहिजे, असे आवाज तिनं पहाटे चार वाजता करायला सुरुवात केली.

दररोज नेक्को मला अशा वेळेस जागी करत होती, ज्या पहाटेच्या वेळेस मेंदू ताजातवाना असे आणि आजूबाजूचं जग अजून निद्रिस्त असे. मला कथा स्फुरू लागल्या, त्यांच्यावर संस्कार केले जाऊन त्या विकल्याही जाऊ लागल्या. आज मी आणि माझी मुलगी अगदी मजेत आहोत आणि त्याच जुन्या घरात राहू शकलोय. जेव्हा आणखी एक कथा विकली जाते, तेव्हा मी माझ्या लेखनाच्या स्फूर्तिदेवतेचे आभार मानते. माझी स्फूर्तिदेवता आहे, ते मिश्शीलपणे हसणारं चिमुकलं मांजर! तिनं मला माझ्या पडत्या काळात सावरून धरलं!!

सिंडी पोडुर्गल चेंबर्स

। मा र्च १५ ।

जेव्हा संध्याछाया दाटून येतात, तेव्हाच (ईश्वरी) प्रेम
प्रत्येक आत्म्याला आणि देहाला शांतवायला धावून येतं.

कबीर

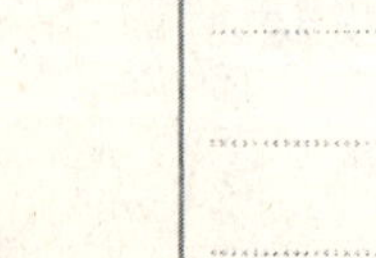

ग्रेट डिप्रेशनमुळे त्याच्या कुटुंबावर ओढवलेल्या दारिद्र्याशी दोन हात करत आणि जिवावरच्या दोन अपघातांतून बचावून निघत, जॉर्ज ब्लेअरनं वॉटर स्कीइंगमध्ये देशात आणि देशाबाहेर अपूर्व स्थान मिळवलं.

पृथ्वीवरच्या सप्तखंडांमध्ये अनवाणी किंवा कसाही वॉटर स्कीइंग करणारा तो पहिलाच माणूस होता. त्याच्या ठायीच्या चिरंतन ऊर्जेचं कारण आहे, त्याच्या आहारातला एक घटक– केळं. ते त्याच्या मते देवानं निर्मिलेलं 'पूर्णान्न' आहे.

त्याच्यापुढे अजूनही अनेक ध्येयं आहेत. "मी माझ्यासमोरचं ध्येय साध्य करायला नेहमी उतावीळ असतो. माझ्यापुढची अडचण ही आहे की प्रत्येक मिनिटात पुरेसे सेकंद नसतात आणि प्रत्येक तासात पुरेशी मिनिटं नसतात आणि माझ्यापुढची ध्येयं तर असंख्य आहेत!"

साठीच्या माणसांसाठी जॉर्जचा सल्ला आहे, "आपल्यापैकी प्रत्येक जण काहीतरी करू शकतो. दररोज मी माझ्या अंगीचं कौशल्य सुधारण्याचा प्रयत्न करतो. तुम्हीही तसाच प्रयत्न करावा. हळूहळू सुरुवात करा, पण पुढे जात राहा आणि नेहमी आपल्यापुढे एक ध्येय ठेवा."

रॉबर्ट डार्डेन

आपल्यापुढे ध्येय ठेवलं की तुम्ही आपली कुवत
आजमावून पाहू शकता आणि
दररोज तुमची प्रगती होत राहते.

। मार्च १७ ।

जेव्हा मी आणि माझा नवरा रँचवर (गुरांच्या कुरणावर) राहू लागलो, तेव्हा मला आमच्या (HereFord) हेरफोर्ड गायींचं मोल खरोखरच उमगलं. मी त्यांना त्यांच्या शरीरावरच्या खुणा आणि त्यांच्या लकबी व सवयींवरून ओळखू लागले. मी त्यांना नावंही दिली.

जेव्हा मी पहिल्या वेळेस, एका गायीभोवती अनेक वासरांचा वेढा पडलेला पाहिला तेव्हा मी बुचकळ्यात पडले होते. मग मला समजलं की गायींच्या कळपाचीसुद्धा एक अद्वितीय अशी संगोपनाची पद्धत असते. एकदा तर 'रेडमॅन' नावाचा आमचा पंचवीसशे पौंड वजनाचा धिप्पाड बैल, हे वासरं सांभाळायचं काम करत असलेला पाहून मी चाटच पडले.

एका रात्री शिकार करत असलेल्या लांडग्यांच्या भयानक आवाजानं आम्ही जागे झालो, त्या दिवशी सकाळी आम्हाला एक वासरू मेलेलं दिसलं. त्याला पुरण्यापूर्वी आम्ही त्याला आच्छादनाखाली ठेवलं. त्याची आई त्याला धक्का देत उठवण्याचा प्रयत्न करत आणि हंबरत विलाप करत असलेली आम्हाला दिसली. बघता बघता इतर अकरा गायींनी त्यांच्याभोवती कोंडाळं केलं आणि त्या दु:खी आईबरोबर त्यासुद्धा हंबरत विलाप करू लागल्या. त्या गाई मायेनं तिथे तासभर उभ्या राहिल्या आणि वासराच्या आईला सांत्वन देत राहिल्या. शेवटी ती दु:खीकष्टी गाय तेथून निघून कुरणाच्या दूरच्या कोपऱ्यात गेल्यानंतर त्या तेथून बाजूला झाल्या.

त्यांना असं बघता बघता मीसुद्धा मनानं त्यांच्यातील एक झाले. मी भान हरपून निश्चल उभी राहिले आणि त्यांच्या मनातली करुणा माझ्या मनालाही स्पर्शून गेली. या मुक्या प्राण्यांबद्दल माझ्या मनात आदर आणि कौतुक दाटून आलं.

मारिआ सिअर्स

आमच्याकडे अनेकदा बाहेरगावचे पाहुणे येतात आणि ते आमच्यासोबत दोन-तीन आठवडे राहतात. अलीकडेच एक नातेवाईक एका रात्री राहायला आली. ती अगदी लहान होती. ती साडेतीन महिन्यांपूर्वी आली आणि अजूनही ती आमच्याकडेच राहतेय. तिच्या सवयी आमच्या सवयींपेक्षा इतक्या निराळ्या आहेत की त्यामुळे आमची मोठी गैरसोय होतेय.

ती दिवसा झोपते आणि रात्री जागी राहते आणि आम्हाला तिच्याकडे बघावं लागतं. ती जेवण व्यवस्थित घेते, पण तिच्या जेवणाच्या वेळा वेगळ्या असल्यामुळे मोठ्ठीच अडचण होते. ती खुशीत असली की जिवणी पसरून इतकं गोड हसते की, तिनं आमच्या आयुष्यात इतकी ढवळाढवळ केली असूनही हसून प्रत्युत्तर केल्यावाचून आम्हाला राहवत नाही. हे सारं खरं असलं तरी ती आम्हाला इथून कधी कधी दूर जायला नकोय. कारण आमची चिमणी बहीण आमची फार फार लाडकी आहे.

बारा वर्षीय जोसेफ ब्रँडेस
त्याच्या तान्ह्या बहिणीच्या जन्मानंतर तीन महिन्यांनी.

। मार्च १९ ।

आजोबा त्यांच्या साम्राज्यात फेरफटका मारत असतात, तेव्हा मी बघत राहते. ते लहान, वाढत्या रोपांच्या रांगांमधून हात लावत, पारखत, लक्ष पुरवत फिरत असतात.

"चिमणे, इकडे ये! तुझ्यासाठी एक गंमत आहे."

मी घाईघाईनं त्यांच्यापाशी पोहोचते.

ते शेवटच्या रांगेपाशी थांबतात. ते रुंद पानं बाजूला करत असतात. तेव्हा मी मागे उभी राहत, त्यांची गंमत काय असेल याचा शोध घेऊ पाहते. तो एक छोटासा, मोठा होणारा भोपळा असतो. अजूनही तो वेलीवरच असतो आणि त्याच्या एका बाजूला मला ओरखडा दिसतो.

मग आजोबा हा भोपळा उलटा करतात. त्यावरील माती झटकतात. आणि मग मला दिसतं की त्यावर ओरखडा नाहीये. ते माझं नाव कोरलेलं आहे आणि वाढत्या भोपळ्याबरोबर त्याची अक्षरंही मोठी होताहेत. माझं नाव!

"तुम्हाला हे कसं करता आलं?" मी विचारते.

"ओ! ते जिकिरीचं काम आहे." ते सुरुवात करतात. ते बर्हिगोल भिंगाबद्दल आणि पेरणीच्या तंत्रांबद्दल सांगतात, तेव्हा त्यांचे डोळे उत्साहानं चमकत असतात.

आम्ही घराकडे येणारी लांब वाट चालू लागतो आणि माझ्या खास भोपळ्याबद्दल आणि त्यांच्या खास बागेत जादूची कामगिरी करणाऱ्या माझ्या आजोबांबद्दल मी विचार करत असते. त्यांच्या हातात मी हात गुंफते आणि आम्ही दोघे टेकडी चढून न्याहारीसाठी घरी जाऊ लागतो.

केटी डोअर्टी-कार्टहम्

। मार्च २० ।

आसक्ती सोडायला शिका. सुखाची ती एकमेव गुरुकिल्ली आहे.

बुद्ध

। मार्च २१ ।

मी अजूनपर्यंत कधीही एकटीनं वास्तव्य केलेलं नाही. आता सत्तरी ओलांडल्यावर मी माझं घर, माझी कार, माझं मांजर आणि मला स्वत:ला व्यवस्थितपणे सांभाळू शकतेय.

आता मला कळलंय की दुपारचं जेवण अकरा ते अडीचच्या दरम्यान केव्हाही घेतलं तरी चालतं आणि रात्रीचं जेवण साडेचार ते दहाच्या दरम्यान केव्हाही घेता येतं. मी व्यवस्थित कपडे घालून किंवा माझा नाईटगाऊन आणि मोजे घालून जेवायला बसू शकते.

रात्री झोपताना वेगळीच तडजोड करावी लागते. मी पलंगाच्या मध्यभागी झोपू शकत नाही कारण माझ्या मांजराला उजव्या बाजूला झोपायला आवडतं. रात्री मला जाग आली तर मी वाचू शकते किंवा कुणाचीही झोप मोडेल ही धास्ती न बाळगता टी.व्ही.वर सिनेमा बघू शकते.

एकटं राहण्यातले काही तोटे मला मान्य केलेच पाहिजेत. तेच जेवण दोनदा किंवा तीनदा, अन्न संपेपर्यंत खावं लागतं किंवा ड्रायरच्या गरम हवा बाहेर सोडणाऱ्या पाईपमध्ये अडकून मेलेला पक्षी मला स्वत:लाच उचलून बाहेर काढावा लागतो.

आणि मी आता माझी नवीच ओळख निर्माण करू शकले आहे. मुलगी म्हणून नव्हे, पत्नी किंवा आजी म्हणून नव्हे पण एक व्यक्ती या नात्यानं– माझी मीच म्हणून. ते काम अजून चालूच आहे.

लुईस हॅम

तो माझ्या दृष्टीस पडण्यापूर्वीच मला त्याच्या अडखळत्या पावलांची चाहूल ऐकू आली. तो अडखळत पुढे येतच राहिला. तो अगदी पेंगुळला होता आणि त्यानं दाढी केलेली नव्हती. पहाटे तीन वाजता ही काही मोठीशी आश्चर्याची गोष्ट नव्हती.

तो परिचारिकांच्या डेस्कजवळ आला आणि त्यानं विचारलं, "ते त्या शिंगराचं काय करणार आहेत?"

"कोणतं शिंगरू?" मी प्रतिप्रश्न केला.

तो मला सांगू लागला त्यांनी ते शिंगरू कुरणाच्या दुसऱ्या टोकाला बांधून ठेवावं आणि या वर्षीच्या पिकातली उरलेली मक्याची सुकलेली ताटं त्याला खायला द्यावीत.

मी जॉनला सद्य:स्थितीचं भान आणून देण्याचा आणि तो सध्या नर्सिंग-होममध्ये राहतो आहे याबद्दल जाणीव करून देण्याचा प्रयत्न केला. त्याच्या निळ्या डोळ्यांत मला कोणत्याही जाणिवेचं चिन्ह दिसलं नाही. मला अचानक साक्षात्कार झाला, की त्याचं कल्पनेतलं जग माझ्या वास्तवातल्या जगापेक्षा कितीतरी अधिक रमणीय आहे. तो त्याच्या कुरणात त्याच्या नव्या शिंगरासमवेत बागडत होता आणि मी त्याला संस्थेच्या चार रुक्ष भिंतींमध्ये राहत असल्याचं वास्तव गळी उतरवू पाहत होते.

मी जॉनच्या खांद्यांवर थोपटलं आणि म्हटलं, "हो. शिंगराला कुरणाच्या दुसऱ्या टोकाला बांधलेलंच बरं पडेल."

तो अडखळत्या पावलांनी हॉलमधून परत जाऊ लागला. त्याचा चेहरा समाधानाच्या स्मितानं उजळून गेला होता.

मेरी जेन होलमन

। मार्च २३ ।

मी जागी झाले तीच अस्वस्थपणे. मला घरकाम करावंसं वाटत नव्हतं. ऑफिसातून घरी आणलेल्या कामाच्या कागदांकडे ढुंकूनही पाहावंसं वाटत नव्हतं किंवा जबाबदार व्यक्तीप्रमाणे वागायची अजिबात इच्छा होत नव्हती. मी चहा पीत होते तेव्हाच माझं डोकं दुखू लागणार असं मला वाटू लागलं. मला फ्लू तर होऊ घातला नव्हता? मला आजारी पडायची अजिबात इच्छा नव्हती. अगदी खरं सांगायचं तर मला काही क्षण विसाव्याची गरज होती. त्यासाठी मी आजारी पडण्याची वाट पाहायला हवी होती का?

मी स्वत:लाच सांगितलं, ''ठीक आहे, तुला एका दिवसाच्या सुटीची गरज आहे. ही गोष्ट कबूल कर. या गोष्टीपुढे मान तुकव आणि अपराधीपणाची भावना दूर सारून या छोट्याशा रजेचा उपभोग घे.''

मी बाथरूममध्ये सुगंधी मेणबत्ती पेटवली. बाथटब्मध्ये बाथजेलची अर्धी बाटली ओतून त्या पाण्यात पहुडले. तृप्तीचा नि:श्वास सोडत मी माझ्या घरातल्या 'स्पा' मध्येच सुगंधी पाण्यात डुंबून आनंद लुटला.

दुपार उलटता उलटता मी पुन्हा शारीरिक, मानसिक आणि भावनिकदृष्ट्या टवटवीत होऊन नेहमीच्या दिनक्रमाला सामोरी जाण्यासाठी सिद्ध झाले होते. माझ्या गरजांकडे लक्ष पुरवून त्या पूर्ण करण्याची मी तयारी दाखवली होती. माझ्या कुटुंबीयांची मी जशी काळजी घेत असे, तशीच मी माझी स्वत:चीही काळजी घेतली होती. विश्रांती घेण्यासाठी आजाराचं कारण पुढे करण्याची मला अजिबात आवश्यकता नाही, या एका अगदी साध्या गोष्टीबाबत मला साक्षात्कार घडला होता; पण अशा छोट्या छोट्या गोष्टीच आपल्याला मुक्त करतात, नाही का?

फेरिदा वुल्फ

तुम्हाला जे करण्यात आनंद वाटेल,
ते करण्यासाठी थोडा मोकळा वेळ काढा.

तीन मुलांची आई होण्यापूर्वी, मी रंगसंगती साधून, नेटके बसणारे कपडे घालत असे. मी 'टाइम' मॅगेझीन आणि रोजचं वृत्तपत्र वाचत असे. माझा मला व्यवसाय होता आणि तीन फुटांहून उंच असलेले स्नेहीही होते.

त्यावेळी मी मुक्त होते. मला हवी ती वाट घेऊन मी माझ्या स्वप्नपूर्तीसाठी प्रयत्न करायला मोकळी होते. आता मी सतत कपडे आणि खेळणी आवरून ठेवत असते आणि मुलांनी खाताना सांडून ठेवलेलं स्वच्छ करत असते. ती मला ओढत आणि ढकलत असतात. मला नाचायला लावून उच्छाद आणत असतात. सारखी माझ्या अंगाखांद्यावर नाचत असतात. मी टेकीला आलेली असते आणि एकटीनं काही क्षण घालवता यावेत यासाठी तळमळत असते. माझे डोळे जागरणानं तारवटलेले असतात आणि माझ्या केसात रुपेरी छटा चमकू लागली आहे. मी ही बिनपगारी मजुरी करते आहे. कधीकधी मी कोण आहे आणि कोणत्या अवस्थेला पोहोचले आहे याचा मला प्रश्न पडतो. मग माझ्या मुलांपैकी एकाची आरोळी ऐकू येते, "आई, कुठे आहेस तू? लवकर माझ्यापाशी ये!" आणि मला माझ्या प्रश्नाचं उत्तर मिळतं.

मी या विश्वाचा केंद्रबिंदू आहे. मी 'आई' आहे!

गेल सोरेन्सन स्ट्रिंगर

मातृत्व लाभणं म्हणजे तुमची आधीची ओळख पुसून टाकणं—
पण त्यापेक्षाही कितीतरी जास्त महत्त्वाची व्यक्ती बनणं.

। मार्च २५ ।

माझी आजी मिरियम हिला अनेक अद्‌भुत गोष्टी करता येत असत. तिला 'Mississipi' या शब्दाचं स्पेलिंग उलटीकडून करता येत असे. तिनं केलेलं ऑम्लेट कधीही तव्याला चिकटत नसे.

आम्ही अगदी समान वृत्तीच्या होतो. मी तिला म्हणत असे की आपण जोडीनं जगप्रवास करू. एक डोळा मिटून दुसऱ्या बोटावर तारे तोलून धरत त्यांना स्पर्श कसा करायचा हे ती मला शिकवत असे.

मला स्वप्नं पाहण्यासाठी प्रोत्साहन देणारी आणि ती स्वप्नं शब्दांमध्ये कागदावर उतरवण्यासाठी प्रेरणा देणारी ती पहिलीच स्त्री होती. तिनं दिलेली शिकवण माझ्या मनावर कोरली गेली आहे. चिमूटभर मीठ म्हणजे केवढं, सेल्टझर वापरून रेशमी ब्लाउजवरचे डाग कसे काढायचे अशासारख्या गोष्टी मी तिच्याकडून शिकले. तिनंच मला छोट्या छोट्या गोष्टीतला आनंद टिपायला शिकवलं. सायंकालीन संधिप्रकाशाच्या वेळेस सारं जग निळ्या रंगाच्या आच्छादनात गुरफटलेलं असतं, तेव्हाचे निवांत क्षण कसे चाखायचे हे मी तिच्याकडून शिकले.

मी चुलीवर 'भरला कोबी' हलवत असताना माझ्या अंत:चक्षूंपुढे, त्यात चवीपुरती साखर टाकणारी आणि त्याला स्वाद यावा म्हणून त्यात बेतानं लिंबू पिळणारी मिरियम उभी राहते.

आणि आयुष्यही तसंच आहे– कधी गोड, कधी आंबट आणि दोन्हीचा सुवर्णमध्य गाठायचं आव्हान देणारं– असं माझ्या मनात आल्यावाचून राहत नाही.

शेरिल बर्क

। मार्च २७ ।

आमचा स्त्रीरोगतज्ज्ञ त्याच्याकडे आलेल्या गर्भार स्त्रीला तपासत होता. या स्त्रीनं तिच्याबरोबर तिच्या छोट्याशा मुलीलादेखील आणलं होतं. ही चिमणी मुलगी बरोबर असंख्य खेळणी घेऊन आली होती. तिची आई तपासणीच्या टेबलावर चढल्यावर प्रसूतितज्ज्ञाने त्या लहान मुलीशी बोलायला सुरुवात केली.

"वा! तुझ्यापाशी खूपच छान छान खेळणी आहेत!'' तो म्हणाला.

"मी ही खेळणी बाळासाठी घेऊन आलेय.'' तिनं उत्तर दिलं.

"पण बाळ आत्ता त्यांच्याशी कसं काय खेळू शकणार?''

त्या मुलीनं उत्तर दिलं, "मला वाटलं की आम्ही इथे असताना, तुम्ही ती आत घालू शकाल!''

लिन् मर्फी

। मार्च २८ ।

आम्हाला ठाऊक होतं की मॅथ्यूचा दुसरा वाढदिवस साजरा करताना आम्ही त्याच्यापाशी असू शकणार नाही, म्हणून आम्ही एक छोटंसं व्हिडिओ चित्रीकरण बनवलं. माझ्या मुलीनं कळवलं की ते व्हिडिओ मॅथ्यूला खूपच आवडलं. तेव्हापासून, मॅथ्यू आमच्या जवळपास राहत असता तर आम्ही त्याच्याबरोबर जे बघितलं असतं किंवा केलं असतं, असं काही आढळलं, की आम्ही त्याचं चित्रीकरण करू लागलो. नातवाशी ओळख करून घेण्याचा हा छान मार्ग होता. त्याच्या भागात सहज न दिसणाऱ्या गोष्टी आम्ही त्याला दाखवत असल्यामुळे, तो त्यातून शिकूही शकत होता.

आता सात वर्षं उलटली तरी 'आजीचे व्हिडिओ' अजूनही चालूच आहेत आणि पुढची चार नातवंडं ते पाहत आहेत. हे चित्रीकरण काही व्यावसायिकाच्या कुशलतेनं केलेलं नाही, पण मुलांना त्याची काही फिकीर नसते. कधीकधी आम्हाला वाटतं की त्यांच्यापेक्षा आम्हालाच त्यांची जास्त मौज वाटते! लहान मुलाच्या नजरेनं गोष्टींकडे बघणं आम्हाला गंमतीचं वाटतं आणि ज्या अनेक लहानसहान गोष्टी आम्ही गृहीत धरत असू, त्यातूनच आम्ही आता आनंद लुटू शकतो.

माझ्या स्वत:च्या मुलांना त्यांचे आजी-आजोबा वर्षाकाठी एकदाच दिसत असत पण आम्ही मात्र आमच्या नातवंडांसाठी, त्यांनी व्हिडिओचं बटण उघडताच, हजर असतो!

जून सर्झा कोल्फ

। मार्च २९ ।

माझ्या नवऱ्यानं आमच्या तीन लहान मुलांना मॅटर्निटी वॉर्डमधून– सूतिकागृहाच्या कक्षातून– आत आणलं. तिथल्या आया त्यांची चिमणी गाठोडी कुरवाळत असताना मुलं त्यांच्याकडे पाहून हात हलवत होती. माझ्या खोलीपाशी आल्यावर त्यानं त्यांना खुणेनं आत बोलावलं आणि त्यांना त्यांचा नवा भाऊ दाखवला.

पाच वर्षांच्या कॅट्रिनानं बाळाच्या दाट, लालसर केसांमध्ये बोटं फिरवली, त्याचे चिमुकले पाय न्याहाळले, त्याच्या इवल्या इवल्या कानांचं कौतुक केलं आणि त्याच्या खळी पडलेल्या कोपरावर ओठ टेकले; पण त्याच्या मनगटाकडे नजर गेल्यावर ती अचानक गप्प झाली.

मागे सरून तिनं बाळांच्या हातावरच्या नावाच्या बिल्ल्याकडे बोट दाखवून म्हटलं, "आई, इकडे बघ. त्यांनी किंमतीचं लेबल अजून तसंच ठेवलंय."

कॅरल मॅकअँड्रू रेहमे

। मार्च ३० ।

मी ज्या दिवशी सामान हलवलं, त्याच दिवशी मी प्रथम जीनला भेटले. माझी नुकतीच फारकत झालेली होती आणि माझा प्रासादतुल्य बंगला सोडून मला छोट्याशा फ्लॅटमध्ये जावं लागल्यामुळे परसातल्या खुरट्या गवताप्रमाणेच माझी मन:स्थितीही कोमेजून गेलेली होती.

पण जीन एकटीचं आयुष्य अगदी आनंदानं जगत होती आणि तिचा उत्साह संसर्गजन्य होता. दरवर्षी, तिच्याबरोबर वेळ घालवू लागल्यावर मी अधिकाधिक हसू लागले आहे आणि माझं सुख ओरबाडणाऱ्या दु:खद भूतकाळाबद्दल मी विचार करेनाशी झाले आहे असं मला जाणवू लागलं.

मग ती घटना घडली. मला कार्ल भेटला, इतर कुणाला जाणवलं नसलं, तरी मला आणि जीनला आतून जाणवलं की जरी आमची मैत्री तेवढीच प्रगाढ आणि अतूट राहिली, तरी ते नातं पहिल्यासारखं राहणार नाही.

विवाहापूर्वीच्या रात्री, मी जीनला एक लांबलचक पत्र लिहून त्यात आम्ही एकत्र केलेल्या खास गोष्टींच्या आठवणींना उजाळा दिला आणि ती सदैव माझी अत्यंत प्रिय मैत्रीण असेल ही माझी भावना प्रकट केली.

आयुष्यातही वेगवेगळे कालखंड येतात आणि आपण शक्य तेवढं नव्या बदलांशी जुळवून घ्यायला हवं. आता चार वर्षं उलटली आहेत आणि जीनला अजून योग्य सहचर सापडलेला नाही, पण ती नुसत्या प्रतीक्षेत वेळ वाया घालवत नाही. ती प्रत्येक दिवसाचा रसिकतेनं आस्वाद घेते आणि तसंच करण्याची मला अजूनही प्रेरणा देत राहते.

जान कोलमन

शक्य तेवढी चांगली व्यक्ती बनण्यासाठी
मित्र आपल्याला संप्रेरित करू शकतात.

। मार्च ३१ ।

जेव्हा तुम्ही माझ्याएवढे वयानं मोठे व्हाल, तेव्हा तुम्हाला तुमच्या बालवाडीच्या शिक्षिकेची आठवण राहणार नाही; पण तुमचं मला किती मोल वाटतंय हे मला तुम्हाला सांगावंसं वाटतंय.

तुम्ही मला पुन्हा मूल व्हायला शिकवलंत. मी पुन्हा गायला आणि नाचायला शिकले. एकावर एक तुम्ही किती ठोकळे रचल्यावर ते कोसळू नयेत म्हणून 'आता थांबा' असं ओरडायचं, ते तुम्हीच मला शिकवलंत. तुमचे केस कितीही वेडेवाकडे, लांब झालेले असोत, पण कात्रीनं केवळ कागदच कापायचा असतो हे तुमच्याकडून मी शिकले. मिंट टूथपेस्टपेक्षा बबलगम् टूथपेस्टची चव जास्त चांगली हे मी शिकले आणि क्रेयॉन्सपेक्षा मॅजिक मार्कर्स जास्त चांगले हेही तुम्हीच माझ्या निदर्शनास आणून दिलंत.

फक्त एक मूलच जे प्रेम देऊ शकतं, त्यात न्हाऊन निघणं म्हणजे काय हे तुम्हीच मला शिकवलंत आणि तुमचं प्रेम ही जगातली सर्वांत सुंदर गोष्ट आहे हेही तुमच्यामुळेच मला कळलं. तुम्ही किती भरभर मोठे होता आणि किती चटकन बदलता हेही मला कळलं आहे.

पण सगळ्यात महत्त्वाची तुम्ही मला शिकवलेली गोष्ट ही आहे की मुलं ही अतिशय मोलाची चीज आहे आणि जरी तुम्हाला माझी अगदी पुसटशी आठवण राहिली तरी लक्षात ठेवा की मी तुम्हाला कधीही विसरणार नाही.

जेनिफर एल. डीपॉल

। एप्रिल १ ।

सप्टेंबर महिन्याच्या सुरुवातीच्या एका सकाळी ती गोष्ट घडली. मी पुढच्या दरवाज्यानं बाहेर पडले तेव्हा मला ती रस्त्याच्या मध्यभागी दिसली. ती नाचत होती. माझी शेजारीण. काही मुलांची आई. कुणाची तरी पत्नी. एरवी अगदी परिपक्वपणे वागणारी. तिच्या रात्रीच्या गाऊनमध्येच, तिचे घरातलेच, केसाळ कुत्र्याच्या नक्षीचे स्लिपर्स घालून ती नाचत होती. ती कॉफीचे घोट घेत होती. तिच्या केसात अजूनही कर्लर्स (केस कुरळे करण्यासाठी केसाभोवती लपेटलेल्या गोल पिना) तसेच होते. ती अगदी एकटीनंच, तिच्या कानात घुमत असलेल्या कुठल्यातरी सुरांच्या तालावर मुक्तपणे नाचत होती.

मी चालता चालता थबकले. मला आश्चर्यानं बघताना पाहून ती हसली, खुदूखुदू हसली आणि पुन्हा नाचू लागली. आणि मग तिनं मला हाक मारून सांगितलं, ''मला चार मुलं आहेत आणि आजच सकाळी, त्यातलं शेंडेफळ शाळेत जाण्याचा, पहिलाच दिवस आहे. आता मी अगदी मुक्त झाले आहे!'' आणि ती पुन्हा नाचू लागली.

रेमंड ॲरन

। ए प्रि ल २ ।

त्या छोट्याशा जाहिरातीत म्हटलं होतं, ‘‘लेखकांचा एजंट न्यूयॉर्क सोडून– जिथं लेखक आहेत, तिथं ह्युस्टनला– स्थलांतरित होत आहे.’’

मी श्रीयुत हडसनबरोबर भेटीची वेळ ठरवली. त्यांना माझ्याबद्दल अगदी मी तिसऱ्या इयत्तेत असल्यापासूनची माहिती देऊन आणि माझ्या सध्याच्या कादंबरीची ओळख करून दिल्यानंतर ते म्हणाले, ‘‘तुझ्यासारख्या लेखिकांचाच एजंट बनणं मला आवडतं. मी दुसऱ्या एका लेखकाचं हस्तलिखित स्वहस्ते नेऊन देण्यासाठी न्यूयॉर्कला जातो आहे. कदाचित आगाऊ मानधनाचे एकाऐवजी दोन ॲडव्हान्स चेक्स– घेऊन मी परत येऊ शकेन.’’

तीन आठवडे उलटल्यावर मी त्याच्या ऑफिसात फोन केला. काहीच बातमी लागली नाही. सहा आठवडे झाले आणि रिसेप्शनिस्टनं सरळ सांगितलं, ‘‘श्री. हडसननी तुम्हाला कळवायला सांगितलं आहे, की तुमचं हस्तलिखित अपेक्षित गुणवत्तेचं नाही.’’

कादंबरी लिहिता येण्याची माझ्या ठायी कुवत आहे असा विचार मनात आणण्याबद्दल मी स्वत:लाच दूषण दिलं. मग दोन महिन्यांनी मी मार्क जॉन्सन ऊर्फ पॉल हडसन ऊर्फ जॅक झिंपल याच्याबद्दल एक बातमी वाचली. हा माणूस एका राज्यातून दुसऱ्या राज्यात जात, भावी लेखकांची फसवणूक करत होता.

अनेक वर्षांनी आणि माझी सदतीस पुस्तकं प्रकाशित झाल्यानंतर मला अजूनही या अनुभवाचं महत्त्व जाणवतं. या अनुभवानं मला शिकवलं की दुसऱ्या कुणालाही तुमच्या कलाकृतीचं मोल तुम्हाला सांगू देऊ नका!

डायान बू

परिस्थितीमुळे तुमच्या मनात
तुमच्या कुवतीबद्दल संदेह उत्पन्न होऊ शकतो.
कधीही उमेद हरू नका.

। एप्रिल ३ ।

**कोणीही निराशावादी ना कधी ताऱ्यांची रहस्यं शोधू शकला,
ना त्यानं अद्याप नकाशावर नसलेले देश शोधून काढले आणि
ना कधी तो मानवी आत्म्यासाठी नव्या स्वर्गाची कवाडं
खुली करू शकला.**

हेलन केलर

। ए प्रि ल ४ ।

माझ्या अलास्काच्या पहिल्या फेरीच्या वेळेस माझी माईकशी भेट झाली. तो युनिव्हर्सिटी ऑफ कॅलिफोर्नियाच्या रिव्हरसाईड कँपसवर पूर्णवेळचा विद्यार्थी म्हणून शिकत असतानाच त्याला एका कारचा धक्का लागला. त्या अपघातात त्यानं दोन्हीही पाय गमावले. त्यानं दहा महिने, हॉस्पिटलमध्ये आणि पूर्वस्थितीला येण्यासाठी पुनर्वसन केंद्रात (rehabilitation centre) काढल्यानंतर, कॉलेजला परत जाण्यापूर्वीचा आनंदोत्सव म्हणून त्याच्या आईवडिलांनी त्याला अलास्काच्या बोटीच्या सफरीवर आणलं होतं. एकमेकांचा निरोप घेताना संपर्कात राहण्याचं मी माईकला आश्वासन दिलं आणि म्हटलं की एका क्रूझचे पैसे, त्याच्या कृत्रिम अवयवांसाठीचे पैसे जमा करण्यासाठी त्याच्या आईवडिलांनी स्थापन केलेल्या ट्रस्टसाठी, देणगी म्हणून आणण्याचा मी शक्य तेवढा प्रयत्न करेन.

१९९८ साली त्याचा नवा कृत्रिम पाय लावून त्यानं पहिल्या प्रथम पावलं टाकली. परंतु कॉलेजच्या त्याच्या शेवटच्या चार महिन्यांपूर्वी, त्या नव्या पायांमुळे माईकच्या पायाच्या हाडांमध्ये काट्यांसारखे स्पर (Spur) निर्माण झाले. त्याला पदवी मिळण्यापूर्वी काहीच आठवडे त्याच्या पायांवर कृत्रिम पाय बसवला गेला आणि त्याला नव्यानं चालायची सवय करावी लागली. ही सारी संकटं आडवी येऊनसुद्धा माईकला ४.०० ग्रेड पॉइंट ॲव्हरेज हे सर्वोच्च GPA मिळाले.

माईकची अलास्काच्या क्रूझवर भेट झाल्यानंतर दोनच वर्षांत मी त्याच्या पदवीदान समारंभासाठी शिकागोहून रिव्हरसाईड येथे गेले.

सिंडी बर्ट्रॅम

। ए प्रि ल ५ ।

मला दुर्मीळ असा स्तनांचा कर्करोग झाला आहे असं समजल्यावर, मी माझे काही व्याप कमी करायचं ठरवलं. माझ्या रोगाचं निदान आणि त्यासाठी घ्यावे लागणारे अनेक महिन्यांचे उपचार याबद्दल माझ्या मुलाच्या वर्गशिक्षिकेशी बोलत असताना मी अतिशय अस्वस्थ झाले. तिनं मला सल्ला दिला, ''मायरा, तुला कोणाचा आधार वाटेल यावर विचार कर आणि त्या आधाराच्या दोराला घट्ट धरून राहा. काहीही होवो, तो आधार सोडू नकोस.'' माझ्या पुढच्या दिव्यातून जात असताना, मला खात्रीनं प्रेम आणि आधार देणारे माझे कुटुंबीय आणि स्नेही, हेच तो आधाराचा दोर असणार आहेत हे मला लगेचच जाणवलं.

माझ्यावर उपचार होऊ लागले. केमोथेरपी सुरू झाली तेव्हा माझा नवरा म्हणाला, ''माझा आधार घे.'' तो माझ्या आधाराचा दोर ठरला. केमोथेरपीनंतर माझे सारे केस गळून गेल्यानंतरच्या दुसऱ्याच रात्री मला माझ्या उशीखाली ५० सेंट्सचं नाणं आणि 'केस देणाऱ्या परीकडून' पत्र सापडलं. जेव्हा जेव्हा, ज्या माणसांच्या आधाराची मला अत्यंत गरज होती, त्यांच्याशीच माझ्या कुरबुरी होत, तेव्हा तो आधाराचा दोर माझ्या हातातून निसटून चालला आहे असं मला वाटू लागत असे.

मी या प्रवासातून सुखरूप बाहेर पडले. अनेकदा माझ्या मैत्रिणीच्या सल्ल्याचे शब्द माझ्या अंतर्मनात निनादू लागतात, 'मायरा, तुझ्या आधाराचा दोर कोणता त्यावर विचार कर.' मी विचार केलाय आणि अजूनही मी तो आधाराचा दोर घट्ट हाती धरलाय.

मायरा शॉस्टॅक्

अवघड परिस्थितीतून जात असताना इतरांचा आधार घेतलात तर तुम्ही त्यातून सहीसलामत बाहेर पडू शकाल.

। एप्रिल ६ ।

मी फिलिपाइन्समध्ये पीस-कोअरचा स्वयंसेवक म्हणून काम करत असताना माझे आई-वडील माझ्या भेटीसाठी आले. माझी झोपडी जवळ आली, तेव्हा माझ्या आयुष्याची कंगाल परिस्थिती पाहून, ते दोघे अगदी गप्प झाले. मी या बेटावर राहायला लागून वर्ष उलटलं होतं आणि ही जीवनशैली माझ्या वडिलांसारख्या, पारंपरिक विचारसरणी असलेल्या माणसाला कशी वाटेल याबद्दल मी विचार केलेला नव्हता.

रात्री आम्ही आमच्या झोपडीतल्या बांबूंच्या जमिनीवर अंधारातच पहुडलो. उंदीर-घुशी इकडून तिकडे नाचत होत्या, पाली चुकचुकत होत्या, तळहाताच्या आकाराचे कोळी उड्या मारत होते आणि मांसभक्षक झुरळांचा कुरतडण्याचा उद्योग सुरू होता– आणि हे सारं, त्यांच्या मच्छरदाण्यांच्या जाळीच्या कमकुवत संरक्षणाच्या जवळपासच चाललेलं होतं; त्यामुळे माझे आईवडील अगदी धास्तावून गेले.

पहाट झाल्याबरोबर आम्ही उठलो. पाणी भरायचं होतं, अन्न शोधून आणायचं होतं, कपडे साबणात भिजवून घासून धुऊन काढायचे होते.

माझे आईवडील परत गेले त्याच्या आदल्या दिवशी आम्ही एका हॉटेलमध्ये दुपारचं जेवण घेतलं. मी माझ्या वडिलांकडे पाहून प्रश्न केला की त्यांना कोणती गोष्ट खटकतेय. त्यांनी माझ्या आईकडे खूप वेळ पाहिलं आणि मग ते म्हणाले, ''आम्ही जग इतकं कमी बघितलंय. इतर लोक, इतर चालीरीती, इतर प्रकारची जीवनशैली आम्ही अजिबात पाहिलेली नव्हती. ली, आम्हाला त्याची ओळख करून दिल्याबद्दल तुझे आभार मानावेत तेवढे थोडेच आहेत!''

ली बर्गेस

। एप्रिल ७ ।

"लेखिकेबरोबर राहणं म्हणजे डॉ. जेकिल आणि मिसेस हाइडबरोबर राहण्यासारखंच असतं," माझा नवरा आमच्या शेजाऱ्याला सांगत असतो, "अंतराळवीराच्या आयुष्यापेक्षाही यात जास्त चढ-उतार असतात."

"तू इतकी सारी वर्षं कसा काय टिकून राहिलास?" बड् विचारतो.

"तिनं माझ्यासाठी विमान विकत घेऊन देण्याचं वचन दिलं आहे. अगदी खरंखुरं विमान." माझा नवरा त्याला उत्तर देतो. तो पुढे म्हणतो, "प्रसिद्ध लेखक आणि त्यांचं सुरुवातीचं खडतर आयुष्य याबद्दल ती मला सांगत असते. तुम्हाला माहीत आहे ना, की पहिलं पुस्तक खपण्यापूर्वी स्टीफन किंगची शंभर पुस्तकं नाकारली गेली होती? माझ्या हिशोबानं हिची आणखी चव्वेचाळीस पुस्तकं नाकारली गेली, की मला ते विमान मिळणार आहे." तो पुढे म्हणतो, "मी याहूनही भीषण परिस्थितीत अडकू शकलो असतो. मी जर मानसरोग तज्ज्ञाशी लग्न केलं असतं तर मी मनोरुग्ण बनलो असतो आणि तिनं तर मला विमानही देऊ केलं नसतं."

मी माझ्या कामाकडे वळताना हसत असते. या लेखन उद्योगातलं माझ्या नवऱ्याला शब्दही ठाऊक नाही या जाणिवेचं ते हसू असतं. तो आधुनिक नवरा आहे आणि तो स्वत:ची काळजी घ्यायला समर्थ आहे. क्रीम ऑफ ब्रॉकोली सूप कुठून मिळवायचं ते त्याला माहीत आहे.

क्रीम ऑफ चिकन सूपजवळच ते ठेवलेलं आहे!

जुडिथ ए. चान्स

आमच्या धाकट्या मुलीनं एकदा विचारलं, "माझ्यापेक्षा लीसाचे जास्त फोटो का म्हणून आहेत?"

मेरिलिननं उत्तर दिलं, "मी ते कधी मोजलेले नाहीत. मला ठाऊक नाही."

लोरी वळली आणि खोलीबाहेर गेली. अवचित आलेल्या या प्रश्नामुळे पेचात पडून मी पुटपुटलो, "लोरीपेक्षा लीसाचे इतके जास्त फोटो असायचं काही कारण नाहीये."

"लीसाच्या जन्माच्या वेळेस तू फोटो काढत होतास. लोरी जन्मली तेव्हा तू रंगीत स्लाईड्स काढू लागला होतास. घरात कुठेतरी लोरीच्या शेकडो स्लाइड्स सापडतील." मेरिलीन म्हणाली.

त्या दिवशी दुपारी आम्ही दोघे घरात एकटेच होतो तेव्हा आम्ही तळघरात गेलो आणि स्लाईड्स ठेवलेले ट्रे आम्ही शोधून काढले. पुढचे काही दिवस आम्ही त्या साऱ्या स्लाईड्स बघितल्या, त्यांची छाननी करून काही बाजूला टाकल्या आणि पूर्णपणे समाधान झाल्यावरच त्यातल्या काही निवडल्या. मग आम्ही त्या स्लाइड्सचे फोटो करून घेतले आणि ते एका आल्बममध्ये लावले.

लोरीच्या वाढदिवसाच्या दिवशी मी तो अल्बम आणि बर्थ-डे कार्ड तिच्या खोलीत ठेवलं. मी आणि तिच्या आईनं हा अल्बम का बनवला याबद्दल एक छोटंसं पत्रही मी तिथे ठेवलं होतं. त्यादिवशी सकाळी माझ्या ऑफिसातील फोन वाजला. त्या कोवळ्या आवाजाला बोलताना गहिवर आवरत नव्हता. "आय लव्ह यू डॅडी," लोरी म्हणाली आणि तिनं फोन खाली ठेवला.

आल्विन एब्रॅम

। ए प्रि ल ९ ।

माझ्या नवऱ्याला कंजेस्टिव्ह हार्ट फेल्युअर असल्याचं निदान केलं गेलं, तेव्हा तो सेहेचाळीस वर्षांचा होता. एकदा माझी जवळची मैत्रीण मला भेटायला आली. माझी परिस्थिती फार कठीण आहे हे तिला ठाऊक होतं. तिनं मला मिठी मारली आणि माझ्या तोंडून शब्द निघून गेले, ''कधीकधी वाटतं की याहून वैधव्य परवडलं.'' त्यानंतर मी ते शब्द विसरूनही गेले आणि मला त्याबद्दल कधी अपराधीही वाटलं नाही.

अनेक आठवड्यांनी माझ्या सर्वांत मोठ्या लेकीशी– मेलनीशी– माझी वादावादी झाली. तिच्या वडिलांनी माझी बाजू घेतली. मी त्यानंतर तिच्यापाशी गेले आणि म्हटलं, ''तू तुझ्या वडिलांना राग आणून त्यांचं मरण ओढवून आणू नकोस.''

ती किंचाळत म्हणाली, ''मला त्याची पर्वा नाही! ते मेले तर बरं होईल!''

दुसऱ्याच दिवशी ते वारले.

अनेकवार समुपदेशन दिल्यानंतरही मेलनीच्या काळजाची जखम भळभळतच होती आणि चिघळत होती. तिच्या अठराव्या वाढदिवसासाठी मी तिला तीन गोष्टी द्यायचं ठरवलं; पार्टीत वापरतात तसल्या फुग्यांची पिशवी (तिच्या आयुष्यातल्या चढ-उतारांसाठी), बाणांचा सेट (माझ्या छायाचित्रावर नेम धरून मारण्यासाठी), आणि 'लाईफ' हा पटावरचा खेळ, ''तू लवकरच शिकशील की आयुष्य हा काही खेळ नाही आणि मग तू पुरेशी मोठी झालीस की तुला जाणवेल की आयुष्य हा खरोखरच एक खेळ आहे.''

आणि मग माझ्या तोंडून माझ्या मैत्रिणीपाशी बोलताना जे शब्द निघून गेले होते ते तिला सांगितल्यानंतर मी म्हटलं, ''तू जे केलंस, ते माझ्या हातून आधीच घडलं होतं, माझ्याकडून माफी मागण्याजोगा कोणताच गुन्हा तुझ्याकडून घडलेला नाही!''

मेरी ॲन जोस्ट्रा बोरस्टॅड्

। एप्रिल १० ।

प्रिय जॉन,

मला तुझ्यापाशी एका गोष्टीची कबुली द्यायची आहे. ज्या दिवशी तू तुझ्या मुलाला, माझ्या नव्या नातवाला, हॉस्पिटलमधून प्रथमच घरी घेऊन आलास, त्याच दिवशी आम्ही दोघांनी एक करार केला. कुणीही बघत नसताना मी त्याची चिमुकली, उबदार मूठ हातात घेतली आणि त्याची इवलाली बोटं सुटी केली. त्यानं त्याच्या बोटांनी माझ्या एका बोटाभोवती विळखा घातला. तू जन्मल्याबरोबर माझ्या बोटाला असंच घट्ट धरून ठेवलं होतंस, त्याची मला आठवण झाली. मला आठवलं की आपण दोघांनीही तेव्हा एक मूक करार केला होता आणि एकमेकांच्या हातात हात गुंफून त्या करारावर मोहोर उठवली होती, योग्य वेळ येताच आपण तो आधाराचा हात सोडून देऊ असा तो करार होता. आणि मग मात्र मला असं वाटलं की माझी पापणी लवते न लवते तोच, माझ्या अपेक्षेपेक्षा खूपच आधी, तू माझा हात सोडून दिला होतास.

तुझ्या आणि माझ्या ओसरत्या तारुण्याबद्दल मी विलाप करू शकते; पण सध्यातरी, माझ्या नातवानं माझं बोट धरून माझ्या डोळ्यांत डोकावून पाहिल्यामुळं माझ्या उरी दाटून आलेल्या आनंदाचाच मला आस्वाद घ्यावासा वाटतोय. मला ठाऊक आहे की तो विश्वासानं आमचा आधार घेईल, आमच्याकडून आयुष्याचे धडे घेईल आणि त्याला गरज असेपर्यंत आम्ही त्याच्या पाठीशी उभे आहोत, असा त्याला विश्वास वाटेल. मग आम्ही एकमेकांचे हात सोडले, तरी आमच्या हृदयाचे धागे एकमेकांत घट्ट गुंफलेलेच राहतील.

सदैव तुझीच,
आई

लिन स्टर्न्स

जरी एक दिवस आम्ही आमच्या मुलांना
जगात आपल्या पायांवर उभं राहण्यासाठी मोकळं सोडलं,
तरी ती सदैव आमच्या हृदयात असतात.

। एप्रिल ११ ।

चिली देशातल्या पेटागोनिया येथील ‘टॉरेस डेल पेन नॅशनल पार्क’चा भूप्रदेश इतका खडकाळ, ओबडधोबड असेल याची मला अजिबात कल्पना नव्हती. माझा त्र्याहत्तर वर्षांचा नवरा, लॅरी, या पार्कमध्ये एकट्यानंच ‘बॅकपॅक’ घेऊन सफर करत होता. ठरल्याप्रमाणे त्याला भेटायला मी सँटिआगोला येऊन पोहोचले होते; पण लॅरीचा कुठे पत्ताच नव्हता.

पार्कच्या रखवालदारानी त्याचा शोध घ्यायला सुरुवात केली आणि एका महिन्यानंतर त्यांना लॅरीचा देह सापडला.

मृत्यूपूर्वी माझ्या पतीची मन:स्थिती कशी असेल याबद्दल मला जाणून घ्यायचं होतं. म्हणून मी दोन वाटाड्यांना समवेत घेऊन सात दिवसांच्या ट्रेकवर पायी सफर करायला जायचं ठरवलं. कडे चढून जाऊन, खडकांवरून खाली उतरून, चिखल आणि वेलींच्या जाळ्यातून रस्ता काढत आम्ही, लॅरीचा देह जिथे सापडला त्याजागी पोहोचलो.

त्या जागी मी काही दगड रचले आणि तेथे मूकपणे बसले. माझी दु:खाची आसवं लवकरच थांबली आणि त्यांची जागा आमच्या सुखी सहजीवनाबद्दलच्या कृतज्ञ आनंदाश्रूंनी घेतली. कठीण प्रसंगी चिकाटीनं कशी लढत द्यायची, समोर उभी ठाकलेली आव्हानं उमदेपणानं कशी झेलायची आणि ते करताना साहसाचा आनंद कसा लुटायचा हे सारं मला लॅरीनं शिकवलं होतं. लॅरीनं त्याचं सारं आयुष्य, अथकपणे, बौद्धिक आणि शारीरिक आव्हानं पेलण्यात व्यतीत केलं होतं. हा त्याचा अंतिम प्रवास, ही त्या आयुष्याचं द्योतक असलेली सांगताच होती! मी सात दिवसांत सत्तर मैल पालथे घालून केलेला हा प्रवास म्हणजे मी लॅरीच्या ठायी असलेल्या अपरिमित चैतन्याला वाहिलेली श्रद्धांजलीच होती!!

अॅडेल कार्नी

। ए प्रि ल १२ ।

शांत घरातून निघून अडखळती पावलं टाकत
जेव्हा शोधतो आपण नवी क्षितिजं
तेव्हा त्या कष्टाच्या भ्रमंतीत, जिंकण्याजोगं मोलाचं असतं
केवळ स्नेह्यांचं हास्य, प्रेम आणि सायुज्य

हिलरी बेलॉक

। ए प्रि ल १३ ।

माझी एक अगदी जिवलग मैत्रीण आमच्या गावातून तीन तासांच्या अंतरावरच्या गावी राहायला गेली, तेव्हा मी अर्थातच वर्तमानपत्रातल्या माझ्या नेहमीच्या स्तंभलेखनात त्याचा उल्लेख करून लेख लिहिला.

मी आणि सुझन एकमेकींना पाच वर्षं ओळखत होतो. ती माझी खरीखुरी पहिली शेजारीण होती आणि आमच्या मुलांच्या जन्माच्या पूर्वीपासून आमचा स्नेह जुळला होता. महाकाव्यांच्या लांबीच्या आमच्या कहाण्या, आम्ही दर आठवड्याला एकमेकींना सांगत असू. दररोज आमच्या मुलांना वेगवेगळ्या शाळांमध्ये पोहोचवताना, आम्हाला एकमेकींच्या गाड्या दिसत असत. तिची कार पाहिली, दुसऱ्या कुणालातरी माझ्यासारखंच काम करताना पाहिलं, की मला बरं वाटत असे. अनेक आठवडे मी तिच्या कारचा शोध घेत असे.

ती दूर निघून गेल्याच्या माझ्या दुःखातून मी वर येत असतानाच एका स्त्रीनं मला ग्रोसरी स्टोअरमध्ये हाक मारली, ''माझी जिवलग मैत्रीण नुकतीच दुसऱ्या गावी गेली आणि तुझ्या लेखात तू माझ्याच भावना व्यक्त केल्यास. माझ्या भावना व्यक्त करायला मला शब्द सुचत नव्हते, ते काम तू केलंस!''

मी भाग्यवान होते. कुणीतरी माझ्या लेखनाला उत्स्फूर्त दाद दिली होती. मला उमगलं की सरतेशेवटी लेखन हे पैशांसाठी नसतं. लेखनाचं साफल्य असतं एका माणसाला, एका वाचकाला योग्य शब्द पुरवण्यात!

कॅथरीन ब्रामकॅम्प

आपण आपल्या भावना इतरांपुढे जेव्हा खुलेपणाने मांडतो,
तेव्हा आपण त्यांना त्यांच्या भावनांसाठी शब्द पुरवत असतो.

। एप्रिल १४ ।

एका मोठ्या एअरलाइनमधे हवाईसुंदरी म्हणून कामाला सुरुवात केल्यापासून मी शेकडो विमानातून उड्डाण केलं आहे. पण लॉस अँजेलीसहून वॉशिंग्टन डी.सी.ला जाणारी एक फ्लाईट मी कधीही विसरणार नाही.

केबिनमधल्या टॉयलेटमध्ये मदतीची याचना करणारा दिवा लागलेला बघून मी तिथे पोहोचले. तिथे एक तरुण आई तिच्या तान्ह्या बाळासमवेत रडत होती.

तिच्या मुलाला, दत्तक घेणाऱ्या कुटुंबाकडे सोपवण्यासाठी ती निघालेली होती. स्वत:सह त्या मुलाची उपजीविका करणं तिला अशक्य होतं. आदली रात्र त्या दोघांनी विमानतळाच्या फरशीवर झोपूनच घालवली होती कारण तिचं विमान चुकलं होतं आणि तिच्यापाशी पुरेसे पैसे नव्हते.

इतर मदतनिसांनी त्या आईला आणि बाळाला स्वच्छ करण्यासाठी कापडी टॉवेल आणून दिले. मी माझ्या रात्रीच्या मुक्कामासाठी आणलेली पँट आणि स्वेटर तिला दिले. मग विमानातल्या अनेक कुटुंबांना मी विचारलं की, त्या बाळासाठी त्यांच्याजवळ असलेले जास्तीचे डायपर्स, दूध आणि कपडे ते देऊ शकतील का.

विमान उतरल्यावर मी त्या दोघांना पुढच्या विमानात बसवून दिलं आणि नव्या विमानातील कर्मचाऱ्यांना त्यांच्या परिस्थितीबद्दल सांगितलं.

माझे आभार मानताना ती मृदू स्वरात म्हणाली, "तू आकाशीची देवदूतच आहेस."

जेव्हा जेव्हा मी माझ्या गणवेशावरचे पंख बघते, तेव्हा तेव्हा मला त्या दिवसाची आठवण होते. त्या दिवशी मला उमगलं की आपण सर्व जणच मानवी देहात वावरणारे पुण्यात्मे असतो.

रॉबिन चॅपॉइस

आपण सारे पुण्यात्मेच आहोत !

। एप्रिल १५ ।

माझ्या वडिलांना मधमाश्या फार आवडत असत. काही वर्षांच्या कालावधीत त्यांनी एक मोठं मधुमक्षिका केंद्र उभं केलं. त्या केंद्राद्वाराच आमच्या कुटुंबासाठीचं बरंचसं उत्पन्न येत असे. हिवाळ्यात उपासमारीनं पोळ्यातल्या माश्या मरण्याची भीती असल्यामुळे, पोळं राखणारे लोक मधमाश्यांना साखरपाण्याचा पाक पाजून जिवंत ठेवत असत.

पहिल्या महायुद्धाच्या वेळेस, आमच्या देशात साखरवाटप नियंत्रित करण्यात आलं. साखरेला पर्याय म्हणून मधासाठी खूप मागणी होऊ लागली आणि मधुमक्षिका केंद्र चालवणाऱ्यांना त्यांच्या मधमाश्या जिवंत ठेवता याव्यात म्हणून जास्तीची साखर देण्यात येऊ लागली. एकदा आमचे कुणीतरी आवडते आप्त आमच्याकडे येणार होते, तेव्हा आम्ही आईच्या मागे भुणभुण लावली, की तिनं बाबांना मधमाश्यांसाठी मिळालेल्या साखरेतली थोडी साखर वापरून चवदार केक बनवावा.

थोड्याच दिवसांनंतर, आमच्या सात जणांच्या कुटुंबाला महिन्यासाठी रेशनवर जी साखर मिळत असे, त्याचं वाटप झालं. बाबा घरी आले आणि त्यांनी त्या साखरेची छोटीशी पुडी टेबलावर ठेवली. आईनं केकसाठी मधमाश्यांच्या वाट्यातली जेवढी साखर वापरली होती, तेवढी त्या छोट्याशा पुडीतून मापून काढून घेतली आणि ती मधमाश्यांसाठीच्या साखरेच्या डब्यात ओतली. आमच्यासाठी आता अगदी थोडीच साखर उरली होती. त्याबद्दल तिनं चकार शब्दानं तक्रार केली नाही. ती आणि माझे वडील ज्या सचोटीनं वागत असत त्याला शोभेसंच हे कृत्य तिनं अगदी सहजगत्या केलं होतं!

मिल्ड्रेड बोन्झो

। एप्रिल १६ ।

ज्या दिवशी मला आणि माझी मैत्रीण कॅरल हिला दोन डॉलर्स अठ्ठ्याण्णव सेंट्स किंमतीच्या दोन स्तनांसाठीच्या क्रीमच्या बाटल्या मिळाल्या तेव्हा आम्ही आनंदानं आकाशात तरंगत होतो. सूचनेनुसार दहा वेळा ते क्रीम लावल्यानंतर, नैसर्गिक प्रक्रिया सुरू झाल्यामुळे, कॅरलच्या वक्षांना गोलवा येऊ लागला. तो लक्षात येण्याजोगा होता.

मग जुलै महिन्यातल्या एका वैतागवाण्या दुपारी, मी माझ्या पौगंडावस्थेतली दुसरी, अत्यंत महत्त्वाची खरेदी केली. वक्षांना कृत्रिम उभार देणारी 'फॉल्सी'. ती घालून माझी देहयष्टी अगदी वेगळीच दिसणार होती. 'फॉल्सी'ची पिशवी हातात धरून आम्ही घराकडे धाव घेतली. ती चढवल्यावर मी अगदी मर्लिन मन्रोसारखी दिसतेय अशी कॅरलनं मला ग्वाही दिली.

आम्ही बागेतल्या स्विमिंगपूलवर पोहोचलो. आम्ही थंड पाण्यात उड्या मारल्या आणि मनसोक्त पोहोलो. मग मला अचानक माझी 'फॉल्सी' पाण्यावर तरंगत असलेली दिसली. शरमेनं चूर होऊन मी लॉकररूमकडे धाव घेतली आणि माझे नेहमीचे कपडे चढवले.

मी आणि कॅरल घरी पोहोचताक्षणी माझ्या आईच्या लक्षात आलं की, माझं काहीतरी चांगलंच बिनसलं आहे. हुंदके आणि अश्रूंमधून मी माझी लज्जास्पद कहाणी तिला सांगितली. ''जा, जाऊन माझा शिवणाचा डबा आण, मी सारं ठाकठीक शिवून देते,'' माझी आई म्हणाली.

त्या दुपारी कॅरलला आणि मला बोध झाला की झटपट शोधलेली प्रश्नांची उत्तरं खूपदा चुकीची असू शकतात, पण स्वयंपाकघरातल्या टेबलाभोवती बसून विणलेले प्रेमाचे धागे मात्र अतूट असतात.

ॲलिस कॉलिन्स

सहनशीलतेनं वाट पाहा.
प्रश्नांना झटपट शोधलेली उत्तरं बरेचदा चुकीची ठरतात.

। एप्रिल १८ ।

जर आपल्याला शांती लाभत नसेल,
तर त्यामागचं कारण आहे की आपण एकमेकांचे आहोत
याचा आपल्याला विसर पडलेला आहे.

मदर तेरेसा

। एप्रिल १९ ।

मी न्यूयॉर्क शहराच्या ज्या मध्यवर्ती भागात राहत होतो, तिथे अकरा सप्टेंबरच्या हल्ल्यानंतर, घरी न आलेल्यांची नावं सांगणाऱ्या असंख्य पताका फडफडत होत्या. आत्यंतिक यातनांनी तळमळणाऱ्या लोकांनी, त्यांचे नवरे, बायका, आईवडील घरी न पोहोचलेले पाहून, त्या पताकांवर अगतिकतेनं प्रेमाचे शब्द लिहिले होते. हृदयाला पाझर फोडणाऱ्या त्या पताका पाहून, माझ्या शेजाऱ्यांप्रमाणेच मीही मूक सहानुभूतीनं अगदी अंतर्मुख झालो.

या पताकांनी मला गरम झुळकेबरोबर फडफडणाऱ्या तिबेटमधल्या प्रार्थनेच्या पताकांची आठवण घडवली. (त्या तिबेटच्या पताकांना 'वाऱ्यावरचे वारू' असंही नाव आहे. त्यांवर लिहिलेल्या प्रार्थनेच्या शब्दांनी हवा शुद्ध व्हावी हा त्यांच्यामागचा हेतू असतो.) हे दृश्य सहन करण्यापलीकडलं होतं. आणि तरीही त्या लोकांचे शेजारी व स्नेही या नात्यानं त्यांच्या दुःखात सहभागी होणं, मृतांना श्रद्धांजली वाहणं आणि प्रेम व प्रकाशाचा संदेश पसरवणं हे आमचं कर्तव्यच आहे अशी आमची धारणा आहे.

मार्क फारे

। एप्रिल २१ ।

माझी मैत्रीण मिशेल ही अंध आहे, पण ते अजिबात ओळखू येत नाही. माझी सहा वर्षांची मुलगी जेव्हा तिच्याकडे पहिल्या वेळेस खेळायला गेली, तेव्हा मला या गोष्टीची जाणीव झाली.

माझी लेक घरी आली तेव्हा आनंदानं घालवलेल्या दिवसाबद्दल भरभरून बोलत होती. त्यांनी कुकीज बेक केल्या होत्या, खेळ खेळले होते पण तिला सर्वाधिक मौज वाटली होती 'फिंगर पेंटिंग'बद्दल.

"मिशेलनं मला सांगितलं की माझ्या चित्रातून आनंद, अभिमान आणि कृतार्थतेचे भाव स्पष्टपणे दिसताहेत. माझा उद्देश काय हे तिला अगदी पूर्णपणे समजलं!" कायला मला म्हणाली आणि तत्क्षणी मला जाणवलं की मिशेल अंध आहे हे तिच्या अजिबात लक्षात आलेलं नाही.

जेव्हा मी तिला हे सत्य सांगितलं, तेव्हा ती क्षणभर अगदी गप्प राहिली. मग कायला हळूहळू म्हणाली, "तुला खरं सांगू का आई? मिशेलला खरोखरच माझं चित्र पाहता आलंय! तिनं माझे डोळे वापरले."

माझ्या लेकीच्या शब्दातलं सत्य मला जाणवलं कारण मिशेलनं खरोखरच मनापासून कायलानं तिच्या चित्राचं केलेलं वर्णन ऐकलं होतं, कायलाला तिच्या कामाबद्दल वाटणारा अभिमान तिला जाणवला होता, कायलाला रंग एकमेकांत कसे एकजीव होतात याबद्दल वाटणारा थरार मिशेलनंही अनुभवला होता आणि रंगाच्या माध्यमाच्या पोताबद्दल कायलाला वाटणारी मौज मिशेलनंही सहानुभावानं चाखली होती.

मी कधीही, कुणालाही मिशेलचा उल्लेख 'अपंग' असा करताना ऐकलं नाही. ती अपंग नाहीये. तिच्या ठायी जी दिव्य दृष्टी आहे तशी आम्हा साऱ्या आयांनी मिळवायला हवी.

मार्शा ॲरन्स

मेगच्या घरापुढच्या झोपाळ्यावर मेग, केटी आणि मी झोके घेत होतो. दोन दिवसांतच मेगच्या हृदयावर जी शस्त्रक्रिया केली जाणार होती त्याबद्दल आम्ही एकाग्रतेनं ऐकत होतो. जेव्हा मेगच्या वडिलांनी तिला आत बोलावलं, तेव्हा मेगला घट्ट मिठी घालून मी तिला म्हटलं, "तुझ्यासाठी मी देवाची करुणा भाकणार आहे."

त्या शस्त्रक्रियेतून मेग बाहेर पडली नाही.

तिच्या अंत्यविधीसाठी जात असताना मी स्वत:ला समजावत होते की, मेग ठीकच असेल, पण तिचा निष्प्राण देह बघून मला वस्तुस्थिती स्वीकारावीच लागली. मला तिची उणीव प्रकर्षानं जाणवू लागली.

अनेक आठवड्यांनंतर, एका सायंकाळी मी आणि केटी फिरत असताना आमची पावलं मेगच्या घराकडे वळली. घरापुढच्या झोपाळ्यावर आम्ही बसलो आणि एकमेकींशी हळूहळू बोलू लागलो. त्याच वेळेस घराचा दरवाजा उघडला आणि मेगची आई बाहेर आली.

"तुम्ही इथं यावं असं मला फार वाटत होतं. पोरींनो, झोपाळ्यावर बसायला येत राहा. मेगच्या बाबांनी तो तुम्हा तिघींसाठी इथे लावलाय आणि तो रिकामा दिसला की आम्हाला फार वाईट वाटतं."

आम्हा दोघींमधली जागा रिकामी राहू नये म्हणून मी आणि केटी जवळ सरकून बसलो.

"स्वर्गात झोपाळे असतील का गं?" केटीनं मला विचारलं.

"असतील अशी माझी अगदी खात्री आहे आणि मेगनं नक्कीच एका झोपाळ्यावर आपल्यासाठी जागा राखून ठेवलेली असणार आहे, आपण तिथे पोहोचल्यावर आपल्याला लागेल म्हणून." मी उत्तर दिलं.

तेरेसा क्लिअरी

। एप्रिल २३ ।

जेव्हा माझे तिन्ही मुलगे अगदी लहान होते, तेव्हा माझ्या अविवाहित शाळा-मैत्रिणीनं मला तिचा नवा फ्लॅट पाहायला बोलावलं. जेवल्यानंतर आम्ही तिच्या दिवाणखान्यात बसून कॉफीच्या घुटक्यांबरोबर पूर्वस्मृतींना उजाळा देऊ लागलो. मला एकदम जाणवलं की तिच्या स्वयंपाकघरातल्या कपाटांमधून पीनटबटरचे ओघळ वाहत नाहीयेत. स्वयंपाकघराच्या जमिनीवर 'कूल एड'चं थारोळं झालेलं नाही. मी हळूच बाथरूममध्ये शिरले, तेव्हा कमोडवर मला लहान मुलाची 'पॉटी सीट'सुद्धा दिसली नाही आणि टबमध्ये खेळातलं रबरी कासव किंवा बेडूकही नव्हता. घरी येताना मला माझ्याबद्दलच थोडंसं वाईट वाटत होतं.

मी कार आत नेली, तेव्हा घरासमोर कुणीच नव्हतं. स्वयंपाकघरात खरकट्या प्लेट्स नव्हत्या आणि मुलांच्या खोल्या स्वच्छ केलेल्या दिसत होत्या. मी बाथरूमचा दरवाजा उघडला. तेथे मला आमचे दोन काळे लॅब्रडोर रिट्रीव्हर कुत्रे टबात डुंबताना दिसले. मला पाहताक्षणी ते उसळी मारून बाहेर निघाले. येताना त्यांनी साबणाच्या पाण्याचे बुडबुडे सर्वदूर पसरवले. मी आणि माझे मुलगे, त्या पाण्यात घसरून, जमिनीवर आदळलो आणि पोट धरधरून हसलो. त्यावेळेस माझी मैत्रीण मार्ज हिच्याबद्दल मला सहानुभूती वाटल्याशिवाय राहिली नाही.

जॅकी फ्लेमिंग

कधीकधी आपल्याला नेटकं, शिस्तबद्ध आयुष्य जगणाऱ्यांचा हेवा वाटतो. नांदत्या-गाजत्या घरातून लाभणाऱ्या आनंदाकडे बघायला शिका!

। एप्रिल २५ ।

आम्ही दक्षिण इटलीत सुटीवर गेलो असताना, माझ्या सात वर्षांच्या मुलाला, निकोलसला, चोरांनी गोळी घातली. तो वाचण्याची आशा नाही असं डॉक्टरांनी आम्हाला सांगितलं, तेव्हा त्याच्याशिवाय आम्ही उर्वरित आयुष्य कसं घालवणार असा मला प्रश्न पडला. मी आणि माझ्या पत्नीनं त्याच्या अवयवांचं सात अत्यवस्थ इटालियन माणसांना दान केलं. त्यातले काही जण आतापर्यंत नक्कीच हयात नसतील.

माझ्या आयुष्यातील अधिकांश काळ, एका दैनिकासाठी लेखन करण्यात मी घालवलेला असल्यामुळे मी एक गोष्ट अगदी उत्स्फूर्ततेनं केली. मी लिहिलं, आणखी लिहिलं. आणखी आणखी लिहिलं. माझ्या शब्दातून साकारलेली कहाणी जगभरातल्या लेखकांनी उचलून धरली आणि त्यांनीही स्वत:च्या संस्मरणीय अनुभवांना वाचा फोडली.

अखेरीस, निकोलसबद्दल लिहिल्या, बोलल्या गेलेल्या शब्दांनी साऱ्या जगाची यात्रा केली, तेव्हा त्यानं आमच्या अपेक्षेपलीकडचं कार्य साध्य करून घेतलं. त्याच्या लहानशा निष्पाप आयुष्यानं मानवी मनांना चैतन्याचा स्रोत पुरवला. आम्हा सर्वांना त्यानं आठवण करून दिली की आयुष्य अतिशय मौल्यवान असतं आणि ते जोशानं जगा, त्यापुढे भीरुतेनं लोळण घेऊ नका!

रेग ग्रीन

अत्यंत दुःखद घटनेतूनही काहीतरी चांगलं निष्पन्न होऊ शकतं.

। एप्रिल २६ ।

मे महिन्यातल्या एका थंडगार शनिवारी मी बेसबॉल-पार्कमधल्या थंडगार, धातूच्या बाकड्यावर बसलेली आहे. मी माझ्या हातांवर गरम श्वासाचा झोत सोडते आहे. लोकरी हातमोजे आणले असते तर बरं झालं असतं असं मला वाटतंय.

अचानक कोच मला सांगतो की तो मॅथ्यूला उजवीकडे ठेवतोय.

“त्यानं यावर्षी खूप कष्ट घेतले आहेत आणि मला वाटतंय की त्याला ही संधी मिळायलाच हवी,” तो म्हणतो.

पण जेव्हा खेळाडू मैदानावर पोहोचतात, तेव्हा त्यांच्यातला सर्वांत अनुभवी खेळाडू, एडी, मैदानात उजवीकडे उभा राहतो आणि माझा मुलगा खंदकापुढच्या कुंपणाला लटकत, उत्तेजनार्थ ओरडत राहतो!

चौथ्या इनिंगपर्यंत थंडीनं माझी बोटं आखडून गेलेली असतात आणि मॅथ्यूला खेळण्यासाठी बोलावण्यात आलेलं असतं. एक खेळी. पुढच्या पिचवर चेंडू. दुसरी खेळी. मी देवाचा धावा करत यशाची प्रार्थना करते. तिसरी खेळी. खाली मान घालून माझा मुलगा खंदकाजवळच्या त्याच्या जागेवर परत येतो.

गेम संपते. मी माझे हात-पाय ताणते. माझ्या बधिर पावलांमध्ये चेतना आणू बघते. मी मॅथ्यूची वाट पाहत असताना, कोच माझ्यापाशी येतो.

“मिसेस बॉडमर, मला तुम्हाला सांगायचंय की तुमचा मुलगा अगदी उमद्या मनाचा आहे. मी त्याला सुरुवात करायला सांगितलं तेव्हा त्यानं मला एडीला सुरुवात करू द्यायची विनंती केली. तो म्हणाला, एडीला या गोष्टीचं जास्त अप्रूप वाटतंय.”

मी प्रेक्षक म्हणून का बसते याचा मला त्या क्षणी बोध झाला. माझ्या लेकाचं एका उमद्या मनाच्या तरुणात रूपांतर होत असलेलं मला आणखी कुठे बघायला मिळणार?

जुडी बॉडमर

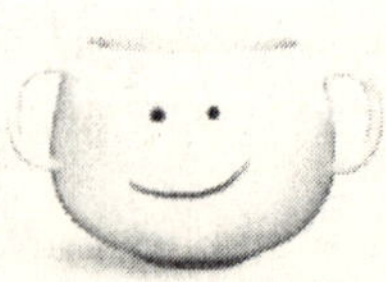

। एप्रिल २७ ।

कशावरही प्रेम करण्याची योग्य रीत म्हणजे,
ही गोष्ट हातून निसटून जाऊ शकेल हे सतत लक्षात ठेवणं!

जी.के. चेस्टर्टन

। ए प्रि ल २८ ।

आफ्रिकेत आणि आशिया खंडात, पाठीवर बॅक-पॅक घेऊन दहा महिने भ्रमंती केल्यावर मी माझ्या प्रवासाच्या अखेरच्या टप्प्यावर पोहोचले होते. मी पाट्यांकडे बघून त्यांचा अर्थ लावू पाहत होते; मला नरिता विमानतळावर नेणाऱ्या गाडीत बसायचं होतं.

मग त्या माणसांच्या घोळक्यातून एक स्त्री माझ्यापाशी आली आणि मला कुठे जायचं आहे असा तिनं इंग्रजीत मला प्रश्न केला. ती स्टेशनमास्तरबरोबर जपानी भाषेत बोलली, तिनं प्लॅटफॉर्म नंबर, तिकिटाची किंमत आणि गाडी निघण्याची वेळ यांची माहिती मिळवली. मग ती मला म्हणाली, की तिचा जन्म जपानमध्ये झाला होता; पण तिनं न्यूयॉर्कमध्ये बॅक-पॅक घेऊन एक वर्ष भ्रमंती केलेली होती आणि एकट्या स्त्रीनं प्रवास करणं म्हणजे काय याचा तिला चांगलाच अनुभव होता.

मला शुभेच्छा देऊन ती निघून गेली.

पुन्हा अवचितपणे ती माझ्या पुढ्यात अवतरली. तिच्या हातात पांढऱ्या-लाल कागदात गुंडाळलेलं एक चौकोनी खोकं होतं. “गाडीत खाण्यासाठी– बाय बाय” आणि ती निघून गेली.

मी प्लॅटफॉर्मवर गाडीची वाट पाहत उभी होते, तेव्हा माझं बॅकपॅक मला पूर्वीसारखं जड वाटलं नाही. मला अगदी हलकं हलकं वाटत होतं. माझ्या हातात वाफाळत्या अन्नाचा डबा होता, डोळ्यांपुढे घरी पोहोचत असल्याचं सुखस्वप्न होतं आणि जिची पहिली भेट अखेरचीच असणार आहे अशा जपानी स्त्रीच्या प्रेमळ औदार्याचं भाग्य मला लाभलेलं होतं!

ज्युली बुकर

बल्बोआ बेटावरच्या एका लहानशा प्रिंटिंग शॉपमध्ये मला प्रथमच कळलं की दुसऱ्या महायुद्धात स्त्री-वैमानिकांनी भाग घेतलेला होता. एक गिऱ्हाईक स्त्री-वैमानिकांच्या अंत्यविधींच्या वेळेस वाचल्या जाणाऱ्या 'celestial flight' (स्वर्गीय उड्डाण) या कवितेच्या फोटोकॉपीज काढून घेत होतं.

"त्यांनी ही कविता माझ्या मुलीच्या अंत्यविधीच्या वेळेस वाचली," मेरिलिननं मला सांगितलं. तिची मुलगी म्हणजे कॅप्टन कँडलीन क्युबेक. ती चालवत असलेलं व्हॅल्युजेट फ्लोरिडातल्या एव्हरग्लेड्समध्ये कोसळलं होतं.

या अभागी आईला कोणत्या दुःखातून जावं लागलं असेल याची मला कल्पना आली. आता त्या आईनं, साहस आणि धैर्य दाखवून, तिच्या लेकीला स्वतःच्या स्वप्नांमागे आकाशात भरारी घेण्याची परवानगी दिली होती. लेकीवाचून मागे राहिलेल्या तिचं मी कोणत्या शब्दांत सांत्वन करणार होते?

माझ्या तान्ह्या बाळाला घट्ट धरून, मी आकाशात भरारी घेताना मृत्युमुखी पडलेल्या कॅप्टन कँडीसारख्या इतर स्त्रियांना फक्त सलाम करू शकत होते आणि त्यांना उड्डाणासाठी परवानगी देणाऱ्या, साऱ्या आयांना धन्यवाद देऊ शकत होते. त्यांच्या लेकी 'तारकांकित' झाल्या नसल्या तरी त्या तारकांपर्यंत पोहोचू शकल्या.

डायाना एल. चॅपमन

। एप्रिल ३० ।

माझा मुलगा जॉर्ज आठ वर्षांचा असताना, एके दिवशी जागा झाला तेव्हा त्याच्या पायाचा पंजा वाकडा होऊन वरच्या बाजूला वळला होता. तो फक्त त्याच्या टाचेवर चालू शकत होता. आम्ही डॉक्टरांचे उंबरे झिजवत असतानाच त्याच्या पावलांचा वाकडेपणा एका पायात वरच्या बाजूला तर दुसऱ्या पायात खालच्या बाजूला पसरला. आम्हाला सांगण्यात आलं की या व्याधीचं नाव आहे, generalized torsion dystonia. याचे परिणाम सेरेब्रल पाल्सीसारखेच दिसतात.

आम्ही सर्व प्रकारची औषधं, पथ्यं आणि अनेक डॉक्टर करून पाहिले. या रोगावर इलाज शोधणं हेच माझ्या आयुष्याचं ध्येय बनलं. मला माझा मुलगा पुन्हा पूर्ववत व्हायला हवा होता.

हळूहळू जॉर्जनं ही व्याधी सहज स्वीकारलेली पाहून मी क्षमाशीलता शिकले. मग मला एका मैत्रिणीनं सामूहिक ध्यानाच्या वर्गात खेचून नेलं. मला उमगलं, की जॉर्ज हा माझा गुरू होता आणि त्यानंच मला प्रेमाची शिकवण दिलेली होती.

मला कळलं की जॉर्ज हा नेहमी जॉर्जच असणार आहे. मी मनोमन स्वीकारलं की तो मोठा झाल्यावर त्याला इतरांसारखी संधी मिळणं अशक्य आहे, पण तो माझ्या ओळखीच्या इतर कुणापेक्षाही अधिक सहनशीलता, महत्त्वाकांक्षा आणि धैर्य घेऊन मोठा होणार आहे.

आमच्या शाळेच्या वर्गाचं नुकतंच संमेलन झालेलं असताना मी इतरांना आपापल्या मुलांच्या यशाबद्दल बोलताना ऐकत होते. सरतेशेवटी माझी बोलायची पाळी आली, तेव्हा मी सर्वांपेक्षा जास्त अभिमानानं म्हटलं, ''माझा मुलगा चालू शकतो आणि तो अगदी परिपूर्ण आहे.''

शॅरन ड्रू मॉर्गन

। मे १ ।

मिसेस पिअर्सन ही काही कुणी चेटकीण नव्हती; पण ती आमच्याच गल्लीत एका जुनाट, करड्या रंगाच्या घरात राहत असे. त्या घराच्या सभोवताली झाडोरा माजला होता आणि त्याभोवतीचं कुंपण खचत चाललं होतं. दरवर्षी, माझ्या आईनं तगादा लावल्यानंतर मी आणि माझ्या बहिणी, आम्ही हातानं बनवलेल्या 'मे-डे'साठीच्या परड्यांपैकी एक परडी देण्यासाठी तिच्या घरी जात असू. अशा परड्या घेऊन इतर शेजाऱ्यांकडे गेलं की ते आमचं खूप कोडकौतुक करत असत, पण मिसेस पिअर्सन दारही उघडत नसे.

मी दहा वर्षांची झाले, त्यावर्षी आम्ही पुन्हा एकदा दबकत दबकत, तिच्या दारापाशी गेलो; अनिच्छेनंच तिच्या दारावर आम्ही थाप मारली आणि भरभर जाऊन एका झुडपाआड दडलो. तो दरवाजा हळूच उघडला गेला आणि एक लहान चणीची, शुभ्र केस असलेली स्त्री बाहेर आली. ती सर्वांत वरच्या पायरीवर बसली आणि आम्ही ठेवलेली परडी मांडीवर घेऊन ती रडू लागली. एलन, बेथ आणि मी पायऱ्या चढून तिच्याजवळ गेलो.

"तुम्हाला बरं वाटत नाहीये का?" मी आस्थेनं विचारलं.

मिसेस पिअर्सन म्हणाली, "मला एकदम गहिवरून आलं." तिनं आणि तिच्या बहिणीनं बनवलेल्या मे-डे च्या कागदी परड्या हातात घेऊन काढलेले त्यांचे फोटोही तिनं आम्हाला दाखवले.

'मे-डे' साठी हातानं कागदी परड्या बनवणं आणि त्या दारात ठेवून लायलॅकच्या झुडपामागे लपणं असे उद्योग आम्ही मोठ्या होईपर्यंत, पुढची अनेक वर्षं करीत होतो. प्रत्येक वर्षी, 'मे-डे'च्या दिवशी आम्ही मिसेस पिअर्सनच्या घरापुढच्या पायऱ्या चढून जात असू. गुलाबी आयसिंग लावून साखर भुरभुरलेल्या, फुलांच्या आकाराच्या कुकीजनी भरलेली, खास आमच्यासाठी बनवलेली छोटीशी परडी तिथं आमच्यासाठी ठेवलेली असे!

फेथ ॲन्ड्र्यूज बेडफर्ड

वागणूक प्रेमाची ठेवा.
त्यायोगे प्रेम देणारा आणि घेणारा,
दोघेही सुखी होतात.

। मे २ ।

माझी मैत्रीण पेगी आणि मी यापूर्वी अनेक वेळा पॅरिसला गेलो होतो; पण दर वेळेस आम्ही कुण्या अविवाहित मुलीची प्रौढ पाठराखीण या नात्यानंच गेलो होतो. यावेळेस आम्हाला प्रवासी बनून पॅरिस बघायची इच्छा होती. एका संध्याकाळी, फक्त स्थानिक लोकांनाच ठाऊक असलेल्या एका कॅफेमध्ये आम्ही पोहोचलो. एका तरुणीनं आम्हाला एका टेबलाच्या टोकापाशी नेलं. त्या टेबलाजवळ एक प्रौढ जोडपं आधीच बसलेलं होतं. त्या तरुण वेट्रेसनं आमच्या हातात दोन मेन्यूकार्ड्स ठेवली.

काही मिनिटं आम्ही थोडेसे फ्रेंच शब्द आठवण्याची धडपड केली. आमच्या टेबलापाशी बसलेल्या त्या जोडप्याला आमची अडचण लक्षात आली. तो प्रौढ गृहस्थ पुढे झुकला आणि त्यानं प्रत्येक पदार्थाचं, एका वेळेस एक, असं वर्णन केलं. अर्थात त्याला इंग्रजी बोलता येत नसल्यामुळं हा अनुवाद तो खाणाखुणा करून आणि विविध आवाज काढून करत होता.

आम्हाला एकमेकांच्या भाषा बोलता येत नसूनही जेवत असताना आमचं असं संभाषण जोरात चालू राहिलं. आम्हाला कळलं, की ते दोघे गेली दहा वर्षं एकमेकांवर अनुरक्त झालेले होते. ती पॅरिसमध्ये राहत होती तर तो शहराबाहेर राहत होता. ते आठवड्यातून एकदा भेटून एकत्र जेवण घेत असत.

संध्याकाळ संपत आली तेव्हा एका फुलवालीनं त्या कॅफेमध्ये प्रवेश केला. त्या प्रौढ गृहस्थानं फुलांची एक परडी विकत घेतली, त्यातून दोन गुलाब खुडले, ती परडी त्यानं त्याच्या प्रियतमेला दिली आणि आम्हा दोघींना एक-एक गुलाब दिला.

आमचं पॅरिस आम्हाला गवसलं होतं!

बेटी कॉर्बिन

। मे ३ ।

राजनैतिक बातमीदार म्हणून काम केल्यानंतर, 'मुक्त-लेखिका' म्हणून माझा व्यवसाय मी नव्यानंच सुरू केला होता. मासिकांच्या संपादकांना आवडतील असे छापण्याजोगे लेख लिहिणं हे माझं उद्दिष्ट होतं.

मग मला एका वेडानं पछाडलं. माझा लेख मला 'लॉस अँजेलिस मॅगेझीन'मध्ये छापून यायला हवा होता. मी अगदी नवशिकी असल्यामुळे मी त्यांच्या ऑफिसात शिरले आणि थेट संपादकाच्या भेटीची मागणी केली. थेट संपादकाच्याच!! काही निष्पन्न झालं नाही.

मी आठवड्यानंतर पुन्हा आले. अजूनही यश मिळत नव्हतं. मग माझं वेड आणखीनच वाढलं. माझ्या डोक्यात एक अफलातून कट शिजू लागला. मी त्या मासिकाचे वर्गणीदार होण्यासाठी माझ्या मित्रांचं मन वळवायचं ठरवलं. मग दोन दिवसांनंतर, हातात पंचवीस चेक्स आणि मी वर्तमानपत्रात लिहिलेल्या लेखांची कात्रणं घेऊन मी पुन्हा एकदा त्या मासिकाच्या ऑफिसात शिरले. या पछाडलेल्या लेखिकेबद्दल त्या संपादकाच्या मनात कुतूहल जागृत झालं आणि मला तिथलं पहिलं काम मिळालं.

अशा तऱ्हेनं माझ्या ध्यासाला फळ आलं होतं आणि माझ्या व्यवसायाच्या अगदी सुरुवातीलाच माझ्या लक्षात आलं की, कल्पकतेनं केलेली स्वत:ची जाहिरात आणि चिकाटी ही लेखनगुणांएवढीच महत्त्वाची असते!

फ्रान्सेस हॅल्पर्न

बहुतांश वेळा, निर्धार आणि चिकाटी फलदायी ठरते.

। मे ४ ।

जेव्हा तुम्ही तुमची संपत्ती देऊन टाकता, तेव्हा तुम्ही फारसं देत नसता. जेव्हा तुम्ही स्वत:लाच समर्पित करता, तेव्हा तुम्ही खऱ्याखुऱ्या अर्थानं देत असता.

खलिल जिब्रान

मी जेव्हा माध्यमिक शाळेत शिकत होते, तेव्हा माझ्या आईवडिलांच्या मालकीच्या असलेल्या जमिनीवर एक प्रचंड, पुरातन ओक वृक्ष होता. तो एका आडबाजूच्या कोपऱ्यात होता आणि मी त्यावर चढून बसू शकत असे. मी त्यावर बसून शेखमहंमूदसारख्या स्वप्नरंजनात तरी मग्न होत असे किंवा कशाचं दु:ख झालं की रडून मन तरी हलकं करत असे.

एकदा अतिशय प्रक्षुब्ध अशा मन:स्थितीत असताना, मी माझ्या दप्तरातून एक वही बाहेर काढली आणि माझ्या भावना व्यक्त करणारी कविता लिहायला सुरुवात केली.

त्या लेखनानंतर मला शांत शांत वाटलं आणि नकारात्मक विचारांच्या विळख्यातून मी बाहेर पडू शकले. दुसऱ्या दिवशी दुपारी मी थेट माझ्या त्या विशेष झाडाकडे गेले आणि एकदा सफल झालेली युक्ती पुन्हा सफल होतेय का हे पाहण्याचा मी प्रयत्न केला आणि मग एका प्रक्षुब्ध दुपारी ज्याला प्रारंभ झाला, ते माझं शब्दांवरचं प्रेम, माझा आयुष्यभराचा विसावा बनलं.

आज जेव्हा मी माझे विचार कागदावर उतरवते, मग ती एक चित्तवेधक कादंबरी असो की साधीसुधी एक बातमी असो, तेव्हा, अनुभवलेले क्षण शब्दांत बंदिस्त करताना सर्वप्रथम मला जाणवलेला थरार मी नव्यानं चाखते. तो थरार मी प्रथम अनुभवल्याला युगं लोटली असली, तरी लेखनाच्या साध्यासुध्या प्रक्रियेमुळे तो स्मरणकुपीत चिरंतन बंदिस्त ठेवला जाणार आहे.

केट एम. ब्राऊसेन

। मे ६ ।

लहान मुलांना गोष्टी जमा करून ठेवण्याचं वेडच असतं आणि त्या गोष्टी इतरांना देण्यास ती अत्यंत नाखूश असतात. त्यांना दिसतं, दिसलं की ते त्यांना हवं असतं आणि ते त्यांना फक्त स्वत:पाशीच ठेवायचं असतं.

एकदा माझी पाच वर्षांची मुलगी तिचा कॉमिक बुक्सचा साठा घेऊन आली.

"हे माझं आहे, हे माझं आहे आणि हेसुद्धा माझंच आहे... आणि..."

"मिनिटभर थांब," माझी पत्नी म्हणाली, "ते तुझं नाहीये. त्याच्यावर रिचर्डचं नाव लिहिलेलं आहे."

हा पुरावा मुलीनं अमान्य केला.

"तुला ते रिचर्डला परत द्यावंच लागेल," माझी पत्नी ठासून म्हणाली.

"नाही!"

यानंतर एका लांबलचक प्रवचनाला सुरुवात झाली. इतरांचे हक्क, प्रामाणिकपणाचे फायदे आणि जेननं ते कॉमिक रिचर्डला देऊन टाकलं नाही तर तिला होणारी शिक्षा अशा साऱ्या गोष्टींबद्दल ऊहापोह केला गेला.

"आता सांग, ते कॉमिक कोणाचं आहे?" माझ्या पत्नीनं प्रश्न केला.

"रिचर्डचं." दुर्मुखलेली जेन म्हणाली.

मग रिचर्डला मागच्या बागेतून बोलावण्यात आलं.

"हे घे तुझं कॉमिक बुक." जेन म्हणाली.

"मला नकोय ते!" त्याच्या मित्रांपाशी धावत जाताना रिचर्ड म्हणाला.

गेरी लॉटन्स

। मे ७ ।

जेव्हा ब्रिटिश पर्यटन खात्यानं मला इंग्लंडच्या दौऱ्यावर येण्याचं आमंत्रण दिलं, तेव्हा पर्यटनविषयक मासिकामध्ये काम करणाऱ्या माझ्या दोन जिवलग मैत्रिणींना मी माझ्यासमवेत यायला सांगितलं. लिंडा, लेस्ली आणि मी तिघीही शहरातच जन्मलेल्या आणि वाढलेल्या मुली आहोत. त्यामुळे आमच्या टूर गाईडनं आम्हाला मेंढ्यांना उठून उभं करण्याचं प्रशिक्षण जेव्हा दिलं, तेव्हा आम्हाला अगदी अजब वाटलं.

टूर गाईडनं आम्हाला सांगितलं, ''वर्षाच्या या सुमाराला मेंढ्यांच्या 'लोकरीची झूल' फार वजनदार होते आणि त्यांना अंगाला खाज सुटू लागते. म्हणून त्या पाठ खाजवण्यासाठी जमिनीवर लोळण घेतात आणि वजनामुळे त्यांना परत उठून पायांवर उभं राहता येत नाही. जर तुम्हाला एखादी मेंढी पाठीवर झोपून हवेत पाय सोडलेली आढळली, तर तुम्ही कुरणात जाऊन तिला पायांवर उभी करायला हवीत. तिचे सगळे अवयव जागच्या जागी येईपर्यंत आणि तिचा मेंदू कवटीत पुन्हा स्थिर होईपर्यंत तुम्ही तिच्यापाशी वाट पाहायला हवीत.''

दिवसभराच्या भटकंतीनंतर आम्ही आमच्या कॉटेजमध्ये परत येऊन शेकोटीपुढे बसलो होतो. लिंडा सोफ्यावर पसरली होती.

''लिंडा,'' लेस्लीनं विचारलं, ''तुला झोप लागलीय का?''

लिंडानं एक डोळा उघडून उत्तर दिलं, ''जा, फिलीसवर प्रयोग कर. तिची 'लोकरीची झूल' माझ्याहून वजनदार आहे.''

मी डोळे वटारून गुरगुरले, ''पुढच्या दौऱ्यासाठी तुम्हां दोघीतल्या एकीलाच मी नेईन!''

लिंडानं लेस्लीकडे पाहत म्हटलं, ''त्यासाठी मी तुला पाठीवरून तंगड्यांवर उभं करून ठेवेन!''

फिलिस डब्ल्यू. झेनो

कुठेही तुम्ही गेलात तरी सदैव तुमची विनोदबुद्धी जागी ठेवा.

पंधरा वर्षांची असताना ली कॅथरीनचं स्वप्न होतं 'मरीन बायॉलॉजिस्ट' बनण्याचं. त्याच वेळेस तिला नाकाचा कर्करोग झाला असल्याचं निदान केलं गेलं. रोगाशी झगडण्यासाठी तिच्या आईवडिलांनी तिला सर्वतोपरी मदत केली होती, तरी तिच्यावर उपचार करणाऱ्या डॉक्टरांच्या टीमच्या लवकरच लक्षात आलं की ली कॅथरीन या लढाईत पराजित होणार आहे.

"आई, मला मृत्यूपूर्वी एकाच गोष्टीची इच्छा आहे. मला डॉल्फिन्सबरोबर पोहायचंय."

रूथनं 'चिल्ड्रन्स विश फाउन्डेशन इंटरनॅशनल' (मुलांच्या अखेरच्या इच्छा पूर्ण करणारी आंतरराष्ट्रीय संस्था) यांना फोन केला आणि त्याच दिवशी ली कॅथरीनला नॉर्थ कॅरोलायनाहून फ्लॉरिडा कीज येथे नेण्याची योजना पक्की केली गेली.

तेथे जे घडलं, ते तेथे उपस्थित सर्व प्रेक्षकांसाठी एक अद्‌भुत चमत्कारच होता. दोन डॉलफिन्सना तिची नाजूक अवस्था जाणवली. त्यांनी तिच्या मानेला स्पर्श केला, तिची मृदू चुंबनं घेतली आणि त्यांनी तिला आपल्या पाठीवर उचलून घेऊन समुद्रात फिरवलं.

पोहून झाल्यावर ली कॅथरीननं तिच्या आईला सांगितलं, "आता मला मरणाची अजिबात भीती वाटत नाहीये."

डॉल्फिन्सबरोबर साधलेला संवाद हा तिला परलोकात नेणारा पूल होता. आता ती पूर्णतः शांत होती. पोहोल्यानंतर छत्तीस तासांतच ली कॅथरीन मरण पावली. त्यानंतर तिच्या आईवडिलांनी तिची अखेरची इच्छा पूर्ण केली. जे डॉल्फिन्स तिला परलोकात नेणारा 'पूल' ठरले होते, त्यांच्या निवासस्थानाजवळच त्यांनी तिची रक्षा विसर्जित केली.

क्रिस्टी चॅपेलियर अॅन्ड्र्यूज

तुमच्या आयुष्यात अनेक लोक येऊन जातील,
पण फक्त सच्चे मित्रच तुमच्या हृदयावर ठसा उमटवू शकतील.

एलिनॉर रुझवेल्ट

। मे १० ।

जेव्हा मी आणि माझ्या नवऱ्यानं अपत्य होऊ देण्याचा निर्णय घेतला तेव्हा ही 'दशवार्षिक योजना' ठरणार आहे अशी आम्हाला अजिबात कल्पना नव्हती. फर्टिलिटी ड्रग्ज (फलोत्पादक औषधं) आणि कृत्रिमरित्या घडवलेली गर्भधारणा यांना फळ आलं नाही. टेस्टट्यूबमध्ये घडवलेली गर्भधारणा केल्यानंतर त्या जुळ्याच्या वेळेस मी अकाली प्रसूत झाले. टेस्टट्यूब गर्भधारणेचे आणखी दोन प्रयत्न असफल ठरल्यावर मी काही काळ विश्रांती घ्यायचं ठरवलं.

मी आणि माझा नवरा आपापल्या व्यवसायात स्वत:ला गुंतवून ठेवू लागलो. दरम्यान आमच्या अगदी जवळच्या मित्र कुटुंबाला दुसरं अपत्य झालं. त्यांना आणखी मुलं नको असल्यामुळे, कॅथीनं माझं फलित अंडं तिच्या गर्भाशयात वाढवण्याची तयारी दर्शवली.

आणखी सहा वेळा टेस्टट्यूब गर्भधारणा अयशस्वी झाल्यानंतर आम्ही कॅथीकडे, माझी गोठवलेली फलित अंडी पाठवण्याची प्रक्रिया सुरू केली. विम्याच्या नियमांनुसार, या दहा-बारा फलित अंड्यांपैकी दोन अंड्यांचं आई बनू शकणाऱ्या स्त्रीच्या गर्भाशयात रोपण करणं आवश्यक होतं.

आम्ही कॅथीकडून बातमीच्या प्रतीक्षेत असतानाच, आम्हाला माझ्या गर्भचिकित्सेचा निकाल समजला. आम्ही केलेल्या प्रदीर्घ तपश्चर्येला फळ आलं होतं आणि अखेरीस सुंदर, गुटगुटीत अशा बेंजामिन जॉर्ज कॅमेरान्स्की III याचा जन्म झाला.

पॅट्रिशिया के. कॅमेरान्स्की

मुलं हा एक अद्‌भुत चमत्कारच असतो.
ती तुमच्या अंत:करणात कुठूनही प्रवेश करोत!

सीन एरिक फॉक्सचं वजन जन्मत: फक्त एक पौंड सात औंस होतं. त्याला मी जेव्हा पहिल्यांदा बघितलं, तेव्हा मी अगदी धास्तावून गेले होते. त्याची त्वचा लालभडक होती, डोळे मिटलेले होते आणि त्याच्या इवल्या देहात इतक्या नळ्या खुपसल्या होत्या की मी त्याला कुठेही स्पर्श करू शकले नव्हते. सारं काही ठीक आहे असं दर्शवत मी जगू पाहत होते. मनातून मात्र मला भीती वाटत होती, की त्यांचा भाऊ कदाचित कधीही घरी येऊ शकणार नाही हे मला समन्था आणि एमाला सांगायची पाळी येणार आहे! मी त्याच्या इन्क्युबेटरजवळ बसलेली असताना, प्रत्येक वेळेस त्याच्या रक्तातली प्राणवायूची पातळी खाली जाऊन मॉनिटर आवाज करू लागला की माझं हृदय धडधडू लागत असे. त्याच्यावर शस्त्रक्रिया करावी लागेल असं डॉक्टर म्हणाले, तेव्हा तर मला रडूच फुटलं; पण त्याचा ताप कितीही चढला आणि त्याला कितीही वेदना होत असल्या तरी चिमणुल्या सीननं झगडा चालूच ठेवला. डोळ्यांतले अश्रू पुसून मी स्वत:लाच समजावत असे, की मुदतीपूर्वी जन्मलेल्या, सहा आठवड्यांच्या जिवाला जर मृत्यूशी इतक्या खंदेपणानं लढत देता येत असेल, तर मी उमेद का हरावी? कसं ते मला उमगत नसलं, तरी मी सीनसारखं वागण्याची जरुरी आहे हे मला समजत होतं.

मी नव्यानं धरलेली उमेद त्याला कळली असावी अशा तऱ्हेनं, सीन आणखी जोराची लढत देऊ लागला आणि अखेरीस बारा आठवड्यांनी तो घरी येऊ शकला. प्रारंभीच्या त्या अवघड काळात त्यानं जी जिद्द दाखवली त्यामुळे मीसुद्धा प्रेरित झाले. उमेद आणि आशा याबद्दल मी या घटनेकडून खूप शिकले.

डायना गिल हिला एमी फॉक्स हिनं सांगितल्यानुसार.

। मे १२ ।

मी खूप वर्षं फिरता विक्रेता म्हणून व्यवसाय करत होतो. एका वर्षी माझ्या पाच वर्षांच्या लेकीनं, जिनीननं माझ्या हातात एक भेटवस्तू ठेवली. ते पेंढा भरलेलं पेंग्विन होतं आणि त्याच्या उजव्या पंखावर एक छोटीशी लाकडी पाटी चिकटवलेली होती. त्यावर हातांनी शब्द रंगवले होते, "माझे बाबा मला फार फार आवडतात!"

त्या दिवसानंतर ती नेहमीच मला सामान भरायला मदत करू लागली आणि ते पेंग्विन माझ्या मोज्यांबरोबर आणि दाढीच्या सामानाबरोबर न चुकता बॅगेत ठेवू लागली. त्या चिमुकल्या पेंग्विननं हजारो मैलांचा प्रवास केलेला आहे. दोघांनी वाटेत खूप मित्र जोडले आहेत.

एका रात्री, शंभर मैलांचा कारचा प्रवास केल्यानंतर मी सामान बाहेर काढलं तेव्हा मी आधीच्या हॉटेलमध्ये ते पेंग्विन विसरून आलो असल्याचं मला जाणवलं. व्याकूळ होऊन मी त्या हॉटेलला फोन केला. त्यांना माझं पेंग्विन सापडलं होतं.

जिनीन आता कॉलेजात जाऊ लागली आहे आणि मीसुद्धा आता फारसा प्रवास करत नाही. पेंग्विन त्याचा बराचसा वेळ माझ्या ड्रेसिंग टेबलवर बसून काढतं– प्रेम हा प्रवासातला सर्वोत्कृष्ट सोबती आहे याची ते आठवण करून देतं.

एडमंड डब्ल्यू. बॉइल

एका रविवारी दुपारी, माझ्या सहा वर्षांच्या लेकीनं व्हिडिओ ठेवलेल्या कपाटापाशी उभं राहून विचारलं, "मम्मी, माझ्या बार्नी व्हिडिओ कॅसेट्स कुठे गेल्या?" मी तिला आठवण करून दिली की काही महिन्यांपूर्वी तिनं त्या माझ्या स्नेह्यांना, त्यांच्या नव्यानं दत्तक घेतलेल्या मुलासाठी, उसन्या दिल्या होत्या.

त्याची आठवण झाल्यावर हिरमुसली होऊन ती कपाटापाशी पुन्हा गेली आणि दुसरी कोणती व्हिडिओ कॅसेट बघावी याचा विचार करू लागली. दोनच मिनिटांत ती नव्या जाणिवेनं भरलेले टपोरे, तपकिरी डोळे घेऊन माझ्यापाशी आली आणि मला म्हणाली, "आयुष्य मागे नेता आलं तर किती बरं होईल असं कधी कधी वाटत नाही का तुला?"

खरं आहे. काही खास क्षण, महत्त्वाचे टप्पे मला पुन्हा जगायला आवडतील, काही निर्णय मला बदलावेसे वाटतील आणि काही लज्जास्पद क्षण तर मला पुसून टाकावेसे वाटतील; पण ती अभिमान आणि आनंद देणारी लेक माझ्यापाशी असताना, आणि प्रत्येक दिवशी ती पाकळी पाकळीनं एक सुंदर तरुणी म्हणून उमलत असताना मात्र, मला आयुष्याच्या व्ही.सी.आर.वर 'पॉज' हे बटन दाबावंसं वाटेल.

बेव्हर्ली बोल्जर गॉर्डन

कधीकधी आयुष्यात मागे जाऊन,
तेच क्षण पुन्हा जगायची आपल्याला इच्छा होते;
पण भविष्य उलगडताना पाहणं त्याहूनही आनंदाचं असतं.

। मे १४ ।

आयुष्यात असेही क्षण येतात की मातृपितृत्व निभावणं म्हणजे तुम्हालाच चावणाऱ्या तोंडाला खाऊ पिऊ घालतोय असं वाटू लागतं.

पीटर डेव्हरिज

। मे १५ ।

१९९४ साली मी सुखाच्या सर्वोच्च शिखरावर होते. किरकोळ सेवा व्यवसायातलं (रिटेल सर्व्हिस इंडस्ट्रीतलं) सर्वांत मोठं कंत्राट मला नुकतंच मिळालेलं होतं! मी नुकतीच चाळिशी ओलांडली होती. मला दोन सुदृढ, आनंदी मुलगे होते आणि आमच्या स्वप्नातलं घर आम्ही विकत घेणार होतो. आणि अशावेळी मला माझ्या स्तनात गाठ सापडली.

शस्त्रक्रियेनंतर चार आठवड्यांनी मी मध्यरात्री जागी झाले आणि माझ्या डोक्यात एक कल्पना आली. कार्टून्स. मी माझ्या डेस्कजवळ पोहोचले आणि कॅन्सरशी संबंधित अशी पन्नास कार्टून्स माझ्या डोक्यात फेर धरून नाचू लागली. मी जोमानं खरडू लागले, चित्रं काढू लागले आणि लिहू लागले. दमेपर्यंत मी हे करत राहिले.

माझ्या उपचारांच्या वेळेस मी विनोदाचे क्षण शोधत राहिले, कारण माझी कार्टून्स आणि माझं पुस्तक हेच माझं उद्दिष्ट बनलं होतं. मी जेवढा जास्त जोमानं शोध घेत गेले, तितकंच मला नवनवीन दिसत गेलं आणि माझं पहिलं पुस्तक Not Now... I'm having a No Hair Day! जन्माला आलं. कॅन्सरवरच्या शस्त्रक्रियेनंतर हॉस्पिटलमध्ये बरी होत असल्यापासून बरोब्बर एका वर्षानंतर मी माझ्या प्रकाशकाच्या ऑफिसात बसून दोन पुस्तकांच्या कॉन्ट्रॅक्टवर सह्या केल्या. कॅन्सर झाल्याचं समजल्यावर विनोदाचं शस्त्र कसं वापरायचं हा या पुस्तकांचा विषय होता!

क्रिस्टीन क्लिफर्ड

योग्य मानसिकता ठेवली की आयुष्यातले काळेकुट्ट क्षणही तुम्हाला आयुष्यातल्या सर्वात संस्मरणीय कामाकडे वळवता येतात.

वर्षानुवर्षं मी माझ्या आईला बोलताना ऐकत आले होते, ''तुमचं मूल जेव्हा अडचणीत असेल, तेव्हा तोंड गप्प ठेवा आणि त्याला कवेत घ्यायला हात पसरा.'' माझी स्वत:ची मुलं मोठी होत असताना मी या सल्ल्यानुसार वागायचा प्रयत्न करत असे, पण सहा वर्षांत पाच मुलांना जन्म दिल्यामुळे मला ते नेहमीच शक्य होत असे असं मात्र नाही!

माझी मुलं पौगंडावस्थेत होती, तेव्हा आईच्या या शिकवणीनुसार वागायची मला बरेचदा संधी मिळाली, पण हे मान्य करायलाच हवं, की जेव्हा तुम्हाला त्यांचे शिक्षक किंवा मुख्याध्यापक भेटायला बोलावतात, तेव्हा ही शिकवण तुम्हाला आठवतेच असं नाही!

तरीही जेव्हा जेव्हा मी आईची शिकवण आचरणात आणली, तेव्हा तेव्हा मला कटू उपहास गिळून टाकणं, चुकीची गोष्ट गृहीत धरल्याबद्दल माफी मागणं किंवा कठोर शिक्षा केल्याबद्दल पस्तावणं या गोष्टी कराव्या लागल्या नाहीत. जेव्हा जेव्हा मी जिभेवर ताबा ठेवू शकले तेव्हा तेव्हा मुलांनी माझ्यापाशी त्यांना वाटणारी भीती, राग, अपराधीपणा आणि पश्चात्ताप यांना वाचा फोडली. मी आरोप करत नसल्यामुळे त्यांना बचावाचा पवित्राही घ्यावा लागला नाही.

माझी मोठी झालेली मुलगी काही महिन्यांपूर्वी माझ्याकडे आली. ''आई, मी एक अगदी मूर्खपणा केलाय.'' ती तिच्यापुढचा पेच उलगडून सांगत होती आणि मी जवळजवळ तासभर ऐकत होते. आम्ही दोघी उठून उभ्या राहिलो तेव्हा तिनं मला प्रेमानं मिठी मारली आणि म्हटलं, ''ममी, थँक्स, यातून बाहेर पडायला तुझी मदत होणार याची मला खात्री होती!''

मी माझं तोंड बंद ठेवते आणि त्यांना जवळ घ्यायला हात फैलावते, तेव्हा माझे सल्ले त्यांना किती मोलाचे वाटतात हे पाहिलं की मी थक्कच होते!

डायना सी. पेरोन

तुमचं मूल जेव्हा अडचणीत सापडलेलं असतं,
तेव्हा तुमचं तोंड बंद ठेवा आणि
हात फैलावून त्याला कवेत घ्या!

। मे १७ ।

मला आठवतंय, लोणच्याची एक भलीमोठी बरणी, माझ्या आई-बाबांच्या बेडरूममध्ये, ड्रेसिंगटेबलजवळ, जमिनीवर ठेवलेली असे. झोपायला जाण्यापूर्वी माझे बाबा त्यांचे खिसे रिकामे करत आणि त्यातली नाणी त्या बरणीत टाकत असत. ती बरणी भरली की बाबा ती नाणी वर्गवारी करून एकत्र करत आणि बँकेत घेऊन जात. बँकेच्या काउंटरवर ती गुंडाळलेली नाणी ठेवत असताना ते अभिमानानं हसून म्हणत असत, ''ही माझ्या मुलाच्या कॉलेजसाठी बचत आहे. त्याला माझ्यासारखं आयुष्यभर मिलमध्ये काम करावं लागणार नाही.''

वर्षांमागून वर्षं गेली. मी कॉलेज शिक्षण पूर्ण केलं आणि दुसऱ्या गावी नोकरीसाठी निघून गेलो. सुटीसाठी घरी आलेलो असताना मला दिसलं की ती बरणी आता त्या जागेवरून हलली आहे, तिचा कार्यभाग पूर्ण झाला आहे.

माझ्या विवाहानंतर मी माझ्या पत्नीला त्या लोणच्याच्या बरणीची कहाणी सांगितली. आमच्या मुलीच्या जन्मानंतरचा पहिला नाताळ आम्ही माझ्या आई-वडिलांबरोबर घालवला. जेवणानंतर माझी पत्नी, आमच्या मुलीला तिचा डायपर बदलण्यासाठी आई-बाबांच्या बेडरूममध्ये घेऊन गेली.

परत आल्यानंतर तिनं माझा हात धरला आणि ती मला पुन्हा त्या खोलीत घेऊन गेली. ती जुनी लोणच्याची बरणी तिथून कधी हललीच नसल्याप्रमाणे, तिच्या पूर्वीच्याच जागेवर स्थानापन्न झालेली होती. तिचा तळ नाण्यांनी भरून गेलेला होता.

ए. डब्ल्यू. कॉब

काळजीपूर्वक वाचवलेल्या प्रत्येक पैशाची
भविष्य घडवण्यासाठी मदत होऊ शकते.

। मे १९ ।

"तुला टाइप करताऊयेतं का? येत असेल तर 'सबर्बन टाइम्स'च्या ऑफिसात चार वाजण्यापूर्वी जा. त्यांना त्यांच्या पेपरसाठी हायस्कूल स्पोर्ट्‌सबद्दल लिहिणारं कुणीतरी हवंय." डेस प्लेन्स थिएटरच्या बाहेर उभं राहून डिक् बावर मला म्हणाला.

मी सायकलीवरून गावाच्या दुसऱ्या टोकाला पोहोचलो आणि फ्लॉइड फुल् यांच्याशी बोललो. "एक पानभर मजकूर लिही आणि मंगळवारी सकाळी, शाळेपूर्वी तो इथं आण. तुला टाइप करता येत असेल, तर आठवड्याला दहा डॉलर्स मिळतील."

मजकूर जमवणं अगदी सोपं होतं. प्रत्येकालाच स्वत:बद्दल बोलायची हौस वाटत होती. त्या दुपारीच मी दोन लेख लिहून काढले. आता काम उरलं होतं ते हा मजकूर आणि वेळापत्रक टाईप करणं.

माझ्या बाबांनी एक टाईपटायटर घरी आणला होता. मला वाटतं की तो अडगळीतून काढून देण्यासाठी तीन डॉलर्स मोजून त्यांनी तो विकत घेतला होता. मी पाचला सुरुवात केली आणि अक्षरं शोधू लागलो. त्यात 'e' हे अक्षरच नव्हतं. दुसऱ्या दिवशी पहाटे सव्वापाचला मी टायपिंग पूर्ण केलं आणि 'e' हे अक्षर हातानं लिहिलं.

त्या दिवशी दुपारी मी फ्लॉइड फुल्‌बरोबर फोनवर बोललो. "टाइपरायटरवरचं 'e' हे अक्षर दुरुस्त करून घे. 'and' हा शब्द इतके वेळा वापरू नकोस. दर मंगळवारी सकाळी तुझा चेक घेऊन जात जा."

आणि मी पत्रकार बनलो!

गॉर्डन बर्जेट

संधी शोधत राहा. धोका पत्करणाराच यश मिळवतो.

। मे २० ।

मी आमच्या दुसऱ्या अपत्याच्या वेळेस गर्भवती होते आणि माझे दिवस भरत आले होते. तेव्हा माझ्या नवऱ्याच्या कंबरेचा घेर माझ्याशी स्पर्धा करू लागला होता.

एका सकाळी आम्ही स्वयंपाकघरात आमच्या मुलीजवळ– कोर्टनीजवळ– उभे होतो. ती तेव्हा तीन वर्षांची होती. ती आमच्याकडे कुतूहलानं पाहतेय हे आम्हाला कळलं. जरी आम्ही तिला अनेकदा सांगितलं होतं, की तिला एक छोटीशी बहीण मिळणार आहे, तरी ती आम्हा दोघांकडे कुतूहलभरल्या नजरेनं पाहते आहे, हे आम्हाला जाणवलं. कशामुळे तरी ती नक्कीच गोंधळली होती. कोर्टनीनं तिच्या वडिलांकडे बघितलं आणि मग तिनं माझ्याकडे बघितलं. पुन्हा तिनं तिची दृष्टी तिच्या वडिलांकडे वळवली. मग अगदी विचारपूर्वक आणि गंभीरपणानं ती तीन वर्षांची चिमुरडी म्हणाली, ''डॅडी 'तुमचं बाळ' कधी इकडे येणार आहे?''

लॉरीन ब्रॉडबेंट

माझ्यावर कोण प्रेम करेल? आणि काहीही अघटित घडलं,
कोणतंही संकट आलं, मी कोणताही गुन्हा केला तरीही
सदैव प्रेमच करत राहील? आई, केवळ तूच असं करशील.

थॉमस कार्लाईल

जेम्स आणि पॅमेला ही माझ्या नवऱ्याचीऊमुलं आहेत, त्यांची माझी ओळख झाल्यावर लगेचच, त्याची मुलं त्याच्याकडे काही दिवस राहण्यासाठी आली. मग ती त्याच्याकडे पुन्हा उन्हाळ्याच्या सुट्टीत आली. अनेक कारणांमुळे, त्यांची आई त्यांना परत न्यायला आलीच नाही. या गोष्टीचा मला फार आनंद झाला असं मी म्हणू शकत नाही. मला स्वत:चीच मुलं नको होती, तर मग इतर कोणाची मुलं वाढवण्यात मला गम्य वाटायचं काहीच कारण नव्हतं. या मुलांनाही याबाबत फारसा उत्साह वाटत नव्हता.

कार्लनं आणि मी ख्रिसमसच्या दिवशी विवाह केला. त्यानंतर लगेचच जेम्सनं आणि मी या 'आईपणा'च्या प्रश्नाबाबत निकाल लावून टाकला. त्याचा तो चौथा वाढदिवस होता आणि बर्थ-डे पार्टीसाठी थोडी खरेदी करण्यासाठी मी मुलांना ग्रोसरी स्टोअरमध्ये घेऊन गेले होते. मिनिटागणिक जेम्स शब्दांचा पाऊस पाडत होता. त्यानं उच्चारलेल्या एका शब्दानं माझं लक्ष ताबडतोब वेधून घेतलं.

"मी तुला ममी म्हणून हाक मारली," खिदळत तो म्हणाला, "सॉरी," तोंडाला मुरड घालत जेम्स पुढे म्हणाला.

"तू सॉरी म्हणायची काहीच गरज नाही. तुला तुझी आई आहे आणि तीच तुझी ममी आहे आणि तुला मी काय असायला हवी असेन, ती मी आहे!"

जेम्स त्याच्या लाघवी पद्धतीनं मला संदेश देऊ पाहत होता, की मी दुसऱ्या कुणाची मुलं वाढवत नाहीये, मी माझी स्वत:चीच मुलं वाढवते आहे.

ट्रुडी बोलर

। मे २४ ।

जेव्हा आमच्याजवळचंच एक गाव चक्रीवादळानं उद्ध्वस्त झालं, तेव्हा अनेक कुटुंबांवर आपत्ती कोसळली. एका रविवारी मी एका लहान वयाच्या कुटुंबाचा फोटो आमच्या फ्रिजवर चिकटवला आणि त्यांच्यावर कोसळलेल्या संकटाची माझ्या सात वर्षांच्या जुळ्या मुलांना आणि तीन वर्षांच्या मेगनला माहिती दिली. मी तीन मोठी खोकी हॉलमध्ये आणली. मुलांनी आपल्या खेळण्यांपैकी नको असलेली खेळणी विपत्तीग्रस्तांना देऊन टाकावीत असं मी त्यांना सुचवलं.

"माझं हे काम झालं की त्या छोट्याशा मुलीसाठी तुझ्या खेळण्यांतलं काहीतरी शोधायला तुला मदत करीन," मी मेगनला म्हणाले.

मी तिसरं खोकं भरत असतानाच मेगन, तिला अत्यंत आवडणारी तिची चिंध्यांची बाहुली घेऊन आली. "आई, ही लुसी मला फार आवडते. कदाचित त्या दुसऱ्या लहान मुलीलासुद्धा ती खूप आवडेल." मेगन म्हणाली.

अचानक माझ्या लक्षात आलं, की नको असलेल्या गोष्टी कुणीही देऊन टाकेल. तुम्हाला अत्यंत प्रिय असलेली गोष्ट देण्यातच खरं औदार्य असतं.

मी मुलांना शिकवू पाहत होते, पण मीच त्यांच्याकडून शिकले!

एलिझाबेथ कॉब

तुम्हाला नको असलेल्या गोष्टी देणं हे काही खरं औदार्य नव्हे. तुम्हाला अत्यंत प्रिय असलेल्या गोष्टी देणं हेच खरं औदार्य!

। मे २५ ।

पंचावन्नाव्या वर्षी मला रातोरात प्रसिद्धी मिळाली. माझी पहिलीच कादंबरी 'Power of One' ही दहा लाख डॉलर्सना विकली गेली. अकरा भाषांमध्ये तिचे अनुवाद झाले. मी अकराव्या वर्षापासून दररोज लेखन करत आलो होतो. त्यामुळे खरं तर मी रातोरात प्रसिद्धी मिळवणारा लेखक नसून एक कूर्मगतीनं शिकणारा अभागी जीव होतो.

पण मी अखेरीस यशस्वी झालो, कारण मला जाणीव होती, की लेखनासाठी वेळ देणं आणि सराव करणं या गोष्टी अत्यंत महत्त्वाच्या आहेत. लेखनासाठी, शब्दांसाठी वेळ द्यावा लागतो, तरच ते तुमचे मित्र बनतात आणि आव्हानात्मक क्षणी सहकार्य देऊ लागतात. जोपर्यंत तुम्ही दिवसाकाठी निदान तीन तास किंवा आठवड्याकाठी पंधरा तास लिहीत नाही, तोवर तुम्ही शब्दांवर लेखक म्हणून प्रभावी ठरण्याइतकं प्रभुत्व मिळवू शकत नाही.

आणि तुमचं लेखन यशस्वीरित्या प्रकाशित होण्यासाठी सर्वांत महत्त्वाची गोष्ट असते, गोंद लावून चिकटल्याप्रमाणे आसनमांडी घालणं. खुर्चीला चिकटून राहा आणि लिहिणं थांबवू नका.

ब्राइस कोर्टनी

दृढनिश्चय राखून चिकाटी ठेवणं आणि कधीही उमेद न हरणं तुम्हाला यशस्वी करतं.

। मे २६ ।

नवशिकी आजी असताना, "आई, तू बाळाला दोन दिवस सांभाळशील का?" या प्रश्नाची मी अत्यंत आतुरतेनं वाट पाहत होते.

मी दिवस रिकामे ठेवले, पाहुण्यांच्या खोलीत बाळाचा पाळणा ठेवला, "आमची छोटीशी परी राहायला आली की तिला बघायला केव्हाही या," असं आमच्या मित्रमंडळींना आमंत्रणही देऊन टाकलं.

पहिलं नातवंडं हा किती आनंददायी अनुभव असतो! ज्याचं मोजमाप किंवा वर्णन करणं अशक्य आहे अशा प्रकारे तिनं आमचं आयुष्य श्रीमंत करून टाकलं होतं! आणि पोटदुखीपासून आमची कार ठोकण्यापर्यंत तिच्या बापानं केलेल्या अपराधांना आम्ही माफ करून टाकलं होतं.

दुसऱ्या रात्री माझ्या नातीनं माझी परीक्षाच घ्यायचं ठरवलं, तिनं पुकारल्यावर आजी किती त्वरेनं तिच्या पाळण्याजवळ धावत येऊ शकते याची! आजी तिचा आवाज ऐकला की विजेच्या वेगानं तिच्यापाशी पोहोचू लागली. माझ्याजवळ असताना ती अगदी मजेत होती. आईवडील दाराशी येऊन पोहोचण्यापूर्वी पाचच मिनिटं, तिनं पवित्रा बदलला. त्यामुळे त्यांनी मला झिपरे केस, पँटमधून बाहेर निघालेला शर्ट अशा अवतारात नातीला चुचकारत फेऱ्या मारताना पाहिलं. नातीनं दोन दिवसांत प्रथमच मला असं नाचवलं आहे यावर त्यांचा अजिबात विश्वास बसेना!

पण मी नातीला सांभाळायच्या पहिल्या परीक्षेत उत्तीर्ण झाले होते आणि त्यांनी तिला पुन्हा माझ्यापाशी ठेवली. सातवं नातवंडं झुलवेपर्यंत, मी नवशिकी आजी न राहता अगदी अनुभवी, व्यावसायिक आजी बनले होते.

बिली बी. चेस्नी

। मे २७ ।

विमानदलात नोकरी करणाऱ्या माझ्या मुलाला टर्कीला पाठवलं गेलं, तेव्हा माझा नातू सहा महिन्यांचाच होता. ''तुम्ही अमेरिकेला परत याल, तेव्हा तो मला ओळखणारच नाही,'' मी विमानतळावर खिन्नपणे म्हटलं. जसजसे आठवडे उलटू लागले तसतशी माझ्या नातवाशी धागा जुळवायची माझी जिद्द वाढू लागली.

मी मुलांचं गोष्टीचं पुस्तक, एक कोरी कॅसेट आणि कामचलाऊ कॅमेरा विकत आणला. मी त्या पुस्तकातील गोष्ट वाचत असताना रेकॉर्डिंग करून घेतलं. गोष्ट वाचून झाल्यावर डॅमनशी काही शब्द बोलले आणि ''आजीचा तू खूप खूप लाडका आहेस हे नेहमी लक्षात ठेव,'' या शब्दांनी समारोप केला. मी, एखादी आजी करते तशा गोष्टी, पुस्तक वाचणं वगैरे, करत असतानाचे माझे फोटो मैत्रिणींकडून काढून घेतले. हे पुडकं मी माझ्या मुला-सुनेकडे पाठवून दिलं.

दर काही महिन्यांनी डॅमनला आजीकडून एका नव्या कथेचं पुडकं पोहोचत असे. तीन वर्षांनी एअरपोर्टवर डॅमननंच मला सर्वांत आधी ओळखलं. माझ्या सुनेचा हात सोडून तो माझ्याकडे धावत आला, ''ही आजी आहे! तू माझी आजी आहेस!''

तो शब्द कितीही वेळा ऐकला तरी मला कधीही कंटाळा येणार नाही.

रुथ आयर्स

। मे २८ ।

फिजीमधल्या दूरच्या ताव्हूनी बेटावर मी अनेकदा गेलो. माझ्या एका फेरीत, माझी तिथल्या जो नावाच्या माणसाशी ओळख झाली. जो 'ब्यूरे' नावाच्या पारंपरिक शाकारलेल्या झोपड्या बांधत असे. तो अगदी सावकाश हालचाल करत असे, त्यावरून त्याचं वय झालं आहे हे समजणं चुकीचं ठरलं असतं, कारण ताव्हूनी बेटावर अगदी तरणीताठी माणसंही बरेचदा अगदी सावकाश चालत असत.

"चांगली ब्यूरे बांधताना खूप वेळ विसावा घ्यावा लागतो," जो म्हणाला, या विश्रांतीच्या वेळेस, जो मला बरेचदा दुसऱ्या देशांबद्दल प्रश्न विचारत असे.

एका दुपारी जो ला दिवसा चंद्र दिसला आणि त्यानं माहीतगाराप्रमाणे प्रश्न केला, "अमेरिकन्स चंद्रावर पोहोचलेत हे तुला माहीत आहे का? चंद्र, इथून खूप दूर आहे, नाही? तिथे पोहोचायला खूपच वेळ लागला असणार."

ही घटना अगदी नुकतीच घडली असावी अशा पद्धतीनं तो बोलत होता. म्हणून मला त्याला सांगणं भाग पडलं, की माणूस प्रथम चंद्रावर पोहोचला, त्याला जवळजवळ तीस वर्षं होत आली आहेत आणि त्यानंतरही अनेक वेळा माणसं तेथे जाऊन आली आहेत.

जो नं माझ्याकडे वळून बघत, स्मित करत अगदी प्रांजलपणे म्हटलं, "चंद्रावर बघण्यासारखं फारसं काहीच नसणार, कारण मी त्याबद्दल गेल्याच आठवड्यात ऐकलं!"

रॉब बंडी

तुम्हाला जी गोष्ट महत्त्वाची वाटते,
त्याकडे दुसऱ्याच्या नजरेने बघा.
कोणत्या गोष्टीला अग्रक्रम द्यायचा हे ठरवताना
त्याची मदत होऊ शकेल.

। मे २९ ।

आयुष्यात कशाचीच भीती बाळगू नका; प्रत्येक गोष्ट समजून घ्या.

मादाम क्युरा

। मे ३० ।

१३ सप्टेंबर २००२ रोजी आम्ही ब्रॅडली बीच, न्यूजर्सी येथील, पहिल्या महायुद्धाच्या स्मारकापुढे उभे होतो. ११ सप्टेंबर २००१ च्या घटनेत जे मृत्युमुखी पडले आणि जे त्यातून वाचले अशांना स्मृतिवंदना देण्यासाठी आम्ही जमलो होतो. आम्ही मेणबत्त्या पेटवल्या आणि एकत्र अश्रू ढाळले आणि त्यादिवशी आम्ही जे अनुभवलं त्याच्या कहाण्या एकमेकांना सांगितल्या.

स्मृतिवंदना संपल्यावर मुलं बागेबाहेरच्या कोपऱ्याशी थांबली. अचानक मेन स्ट्रीटवर, पुढे मागे जाणाऱ्या गाड्यांचे कर्णे वाजताना आम्हाला ऐकू येऊ लागले. जणू काही काहीतरी साजरं केलं जात असावं असा तो आवाज वाटत होता.

आजच्यासारख्या दिवशी कोणालातरी आनंदाचा जल्लोष करावासा वाटतोय, ही गोष्ट अनाकलनीय होती. मग आम्ही मुलांचा जप ऐकला, "अमेरिकेवर प्रेम करत असाल तर हॉर्न वाजवा!" ती पुन्हा पुन्हा ओरडत होती आणि प्रत्येक जण त्यांनी सांगितल्याप्रमाणे करत होतं. गाड्यांच्या हॉर्न्सच्या आवाजानं रात्रीच्या वेळेस आसमंत दुमदुमत होता. मुलं त्यांच्यापुढे हातात राष्ट्रध्वज घेऊन ओरडत, उड्या मारत होती आणि लोक हॉर्न्स वाजवताना त्यांच्याकडे बघून हात हलवत होते!

त्या रात्री मुलांनीच आमचं नेतृत्व केलं आणि त्यांनी आमच्या हृदयाच्या जखमांवर फुंकर घातली.

"अमेरिकेवर प्रेम करत असाल तर हॉर्न वाजवा"– आम्ही गर्जना केली.

आम्हाला खात्री होती की अमेरिका आमचे शब्द ऐकते आहे.

हॅरिएट मे सेव्हिट्झ

मी जर्नलिझम– पत्रकारिता– हा माझा मुख्य विषय म्हणून निवडल्यावर माझ्या कॉलेजातल्या प्राध्यापकांनी मला सावध केलं. मला ते झेपेल की नाही याबद्दल ते साशंक होते. मी इंग्रजी विषयाच्या चाचणी परीक्षेत नापास झालो होतो आणि इंग्रजीत 'ढ' असलेल्या विद्यार्थ्यांच्या वर्गात माझं नाव घालण्यात आलं होतं. त्यामुळे माझी बाजू आणखीच लंगडी झाली होती. मी स्वत:शीच निश्चय केला की, मी तिप्पट मेहनत करून प्राध्यापकांची भविष्यवाणी खोटी करीन. मी पत्रकारिता हा विषय घेऊन पदवी मिळवल्यानंतर एका लहानशा वृत्तपत्रासाठी काम करू लागलो आणि मग मला सक्तीच्या लष्करी सेवेत रुजू व्हावं लागलं. लष्करात सक्तीचा काळ नोकरी करून झाल्यावर मी कुटुंबाचा चरितार्थ चालवण्यासाठी आवश्यक ती नोकरी धरली, पण कादंबरीकार बनण्याची जिद्द मला स्वस्थ बसू देत नव्हती.

मी अनुभव गाठीशी बांधण्यासाठी पाश्चिमात्य कादंबऱ्यांचं वाचन आणि विश्लेषण करू लागलो. हळूहळू कथावस्तू म्हणजे काय, पात्रांचे परस्परांशी कसे संवाद होतात, कथा ही घटनांवर आधारित आहे की पात्रांवर आधारित आहे याबद्दल मला समजू लागलं. ज्या दिवशी माझं पहिलं पुस्तक विकलं गेलं, तो दिवस मी कधीही विसरणार नाही. लवकरच मी एक पुस्तक-मालिका प्रसिद्ध केली.

आतापर्यंत माझी दोनशे शहाऐंशी पुस्तकं प्रसिद्ध झाली आहेत. मी ललित आणि वैचारिक (Fiction & nonfiction) अशी दोन्ही प्रकारची पुस्तकं लिहिली आहेत. जर त्या प्राध्यापकांनी मला ते झेपणार नाही असा शेरा मारला नसता, तर मी लेखक होण्याची जिद्द ठेवली नसती!

चेट कनिंगहॅम

तुम्हाला अमुक गोष्ट जमणार नाही असं तुम्हाला कोणी सांगितलं, तर त्यापासून ही भविष्यवाणी खोटी ठरवायची तुम्ही प्रेरणा मिळवता.

। जून १ ।

त्या डिनर प्लेटच्या मागच्या बाजूला, मध्यभागी एक उंचवटा असल्यामुळे ती गरागरा फिरते हे आमच्या लक्षात येईपर्यंत आम्ही तिचं खोकं आणि बिल दिल्याची पावती, दोन्हीही फेकून दिलं होतं. जरी ती आठांपैकी एक डिनरप्लेट होती, तरी ती खूपदा टेबलावर अवतीर्ण होत असे. ती गरागरा फिरणारी प्लेट आपल्या वाट्याला येऊ नये म्हणून आम्ही विविध क्लृप्त्या लढवू लागलो होतो.

मग एका रात्री माझ्या नवऱ्यानं, ज्या अभाग्याच्या वाट्याला ती प्लेट येईल, त्याला काहीतरी बक्षीस देण्याची शक्कल लढवली. "आजपासून ज्याच्या वाट्याला ही गरगर फिरणारी प्लेट येईल, त्याला जास्तीची चुंबनं मिळतील," त्यानं जाहीर केलं. मग तो आमच्या मुलीकडे वळला आणि त्यानं तिच्या दोन्ही गालांवर चुंबनांचा वर्षाव केला. मग त्यानं माझ्या मुलालाही त्याचंच अनुकरण करायला सांगितलं. आपण कुणीतरी विशेष व्यक्ती आहोत असं लेकीला वाटू लागलं आणि तेव्हापासून त्या गरगर फिरणाऱ्या प्लेटबद्दलची आमची भावना आमूलाग्र बदलून गेली.

मुलं अजूनही त्या प्लेटची जागा बदलण्याचा प्रयत्न करतात, पण आता तो वेगळ्या हेतूनं करतात आणि घरातल्या कुणाचा दिवस जर विशेषत: वाईट गेला असेल, तर ती प्लेट मुद्दाम त्याच्या किंवा तिच्या पुढ्यात ठेवली जाते. त्या व्यक्तीवर चुंबनांचा वर्षाव झाला, की वातावरण हलकं होतं आणि त्यानंतर आम्ही जेवायला सुरुवात करतो.

लोरी ब्रॉडफूट

। जून २ ।

थकवा येण्याची अनेक कारणं असू शकतात आणि त्यातली बरीचशी दिवस गेल्यापासून सुरू होतात आणि मुलं मोठी होईपर्यंत चालूच राहतात. त्याहूनही वाईट गोष्ट म्हणजे आपली मुलं मोठी झाल्यानंतरही ती आपल्याला थकवतच राहतात. आपण आपल्या निवृत्तीच्या पैशातून विकत घेतलेल्या निर्जन बेटावरच्या आपल्या बोटीतून आपल्याला ती हुडकून काढतात. आपण कुठे जात आहोत याबद्दल काहीही सांगितलं नसलं, तरी ती आपला शोध लावतात. तिथे ती येतात आणि मुलाबाळांसकट येतात.

बऱ्याचशा आयांना नोकरी मिळवता येते, घर बऱ्यापैकी नीटनेटकं ठेवता येतं, मुलांच्या मुख्य गरजा भागवता येतात, अर्ध्या तासात मुलांसाठी सीझर ऑगस्टसचा पोशाख बनवता येतो आणि तरीही मैत्रिणींशी संवाद साधता येतो; आणि त्यामुळे त्या खूश असतात.

मुलाच्या जॅमनं माखलेल्या गालांची पापी घेता येणं, आजारी पडलेला असताना त्यानं आपल्यासाठी पुकारा करणं, ‘तो फारच चांगला मुलगा आहे’ अशी त्याची स्तुती त्याच्या शिक्षिकेकडून ऐकणं या साऱ्यांमुळे या थकव्याची भरपाई होते हे आयांना ठाऊक असतं. साऱ्या विवंचनांमध्ये आपल्या लेकराला आपला आधार वाटणं, त्यानं अंधारात कुजबुजत प्रश्न विचारणं, “मी तुझ्याजवळ झोपू का?” यासाठी आपण मोजलेली अत्यल्प किंमत म्हणजे मुलांमुळे आपल्याला येणारा शीण!!

स्टेसी ॲन रिचमंड

। जून ४ ।

“मम्मी बघ, टूथ-फेअरीनं माझ्यासाठी पंचवीस सेंट्स ठेवले आहेत.” आम्ही थोडावेळ गप्पागोष्टी केल्या. त्यानंतर तो म्हणाला, “खरंच ‘टूथ-फेअरी’ असते की तूच माझ्या उशीखाली नाणं ठेवून माझा पडलेला दुधाचा दात घेऊन जातेस?”

दात पडतो, तेव्हा तो उशीखाली ठेवायचा आणि तो घेऊन जाऊन त्याजागी परी (टूथ-फेअरी) एक नाणं ठेवून जाते अशी अमेरिकेत लहान मुलांची समजूत करून दिली जाते.

“तुला कशावर विश्वास ठेवावासा वाटतोय, सायमन?” मी विचारांसाठी अवधी मिळावा म्हणून प्रतिप्रश्न केला.

“मला काहीच फरक पडत नाही,” तो ठामपणे म्हणाला. “खरोखरच ‘टूथ फेअरी’ येत असेल, तर छानच आहे. आणि तू ते करत असलीस तरीही मला ते आवडेलच.”

मी निष्कर्ष काढला, की मी खरं ते सांगितलं तर त्याची निराशा होणार नाही. म्हणून मीच ते काम करत असल्याची मी कबुली दिली. मग मी त्याला सावधगिरीची सूचना दिली, की हे सत्य त्यानं त्याच्या धाकट्या भावाला न सांगितलेलं बरं! मी समजावून सांगितलं, “प्रत्येक मुलाला या समजुतीची जादू अनुभवता यायला हवी. त्याच्या मनाची तयारी झालेली दिसली, की त्याला सत्य सांगायला हरकत नाही. मी काय सांगू पाहतेय ते तुला कळतंय ना?”

“हो!” तो मान डोलवत म्हणाला, “पण आणखी एकच प्रश्न विचारतो. बाबांना खरं काय ते ठाऊक आहे?”

इलेन डेकर

आयुष्यातलं गुपित मुलापुढे उकलून दाखवण्यापूर्वी योग्य क्षणाची वाट पाहा.

तीन देखण्या, हुशार आणि गुणी मुलांची मी नशीबवान माता होते. ती आता तीस, एकोणतीस आणि अठ्ठावीस वर्षांची आहेत; पण एके काळी ती सात, सहा आणि पाच वर्षांची होती.

माझी सर्वांत धाकटी मुलगी एके दिवशी बालवाडीतून घरी आली आणि तिनं मला विचारलं, ''आई, तुला किती मुलं हवी होती?''

मिनिटभर विचार करून, तिच्याकडे पाहत मी म्हटलं, ''दोन.'' तिनं त्यावर क्षणभर विचार केला आणि मग विचारलं, ''मी आणि माझ्याखेरीज कोण?''

कॅथरीन ए. बारहायट

लहान मूल स्वतःला इतकं महत्त्वाचं समजतं
की त्याला तोड नाही!

आयुष्य ही हळूहळू विझत चाललेली ज्वाला असते,
पण दर वेळेस एक बालक जन्म घेतं,
तेव्हा ती प्रज्वलित होऊन धगधगू लागते.

जॉर्ज बर्नार्ड शॉ

जेव्हा ॲलननं, माझ्या नवऱ्यानं, फोन करून मला बातमी दिली की सरतेशेवटी दत्तक घेण्यासाठी बाळ मिळू शकेल अशी शक्यता आहे, तेव्हा आम्ही अजिबात वेळ न दवडता अर्ज भरले. बाळाच्या जन्मदात्या आईला आश्वस्त केलं, की आम्ही या बाळाचं मातृ-पितृत्व छान प्रकारे निभवू. अनेक आठवडे उलटले तरी आम्हाला उत्तर आलं नाही. मग महिने उलटले. नेमकी कुठे माशी शिंकली असावी असा मला प्रश्न पडला. डिसेंबर महिन्यात, हे काम पाहणाऱ्या वकिलानं आम्हाला अचानक फोन केला, ''ती मुलगी आता आपल्या गावात परत आली आहे आणि तिनं (मूल दत्तक देण्यासाठी) तुमची आणि ॲलनची निवड केली आहे.'' मग आम्ही त्या घटनेची वाट पाहू लागलो.

हळूहळू माझी मानसिकता एखाद्या खऱ्याखुऱ्या आईसारखी होऊ लागली. खऱ्या आईकडे आम्ही तिच्या कुटुंबाच्या प्रकृतीच्या इतिहासाबद्दल माहिती विचारली. त्यामुळे आमच्यात खूप पत्रव्यवहार झाला आणि हळूहळू प्रकृतीखेरीज इतर गोष्टींवरही आमच्या गप्पा होऊ लागल्या आणि गंमत म्हणजे ही सर्वस्वी अनोळखी स्त्री मला मैत्रिणीसारखी वाटू लागली.

आमच्या तान्ह्या मुलीचा आम्हाला स्वाभाविकपणेच लळा लागला, पण सर्वस्वी अनोळखी स्त्रीबद्दलही मला जिव्हाळा वाटेल, असं मला वाटलं नव्हतं. हॉस्पिटलकडून आलेल्या भेटवस्तूंच्या बॅगमध्ये मला माझ्या या नव्या मैत्रिणीनं लिहिलेलं अखेरचं पत्र सापडलं. तिनं स्नेहभरानं पत्र लिहून शेवटी लिहिलं होतं, ''मी तिला जन्म दिला, आता तुम्ही तिला प्रेम द्या.''

डेब्रा आयर्स ब्राउन

। जून ९ ।

“मम्मी, तू लेखिका केव्हा बनणार?” माझ्या सहा वर्षांच्या मुलानं मला विचारलं.

“अरे बापरे, जेफ्री, लेखिका होण्यासाठी मला काय करावं लागेल?”

“माझ्यासाठी आणि माझ्या मित्रांसाठी एक पुस्तक लिही. करशील ना तेवढं, ममी?”

मी पुस्तकं लिहितेय आणि आम्ही ते शाळेच्या लायब्ररीत ठेवणार आहोत असं शाळेत आपण सर्वांना सांगितल्याचं दुसऱ्या दिवशी जेफनं जाहीर केलं. एकाएकी मला साक्षात्कार झाला की आता हे काम केल्यावाचून गत्यंतर नाही. म्हणून मी ते पुस्तक लिहिलं. ते सुधारून पुन्हा लिहिलं. आणखी एकदा पुनर्लेखन केलं.

अखेरीस, चार वर्षांनंतर, अनेकदा सुधारित स्वरूपात लिहिल्यानंतर आणि अनेकदा ते प्रकाशकांनी परत पाठवल्यानंतर मी लिहिलेलं लहान मुलांसाठीचं पुस्तक एकदाचं प्रसिद्ध झालं. जेफ आता सहाव्या इयत्तेत गेला होता, तरीही पुस्तकाच्या अर्पणपत्रिकेत मी लिहिलं होतं, ‘हे पुस्तक प्रसिद्ध होणार यावर अखंड विश्वास ठेवणाऱ्या जेफ फील्ड्सला अर्पण.’

आणि जेफनं या पुस्तकाची मागणी केल्याला पाच वर्षं उलटल्यावर आम्ही शाळेच्या लायब्ररीत त्याचा औपचारिक प्रकाशन समारंभ केला.

टेरी फील्ड्स

कोणतीही योजना आखणं हे सोपं काम असतं.
ती चिकाटीनं पूर्णत्वाला नेणं
हे जिकिरीचं वेळखाऊ काम असतं.

। जून १० ।

केव्हिन घराच्या एका टोकापासून दुसऱ्या टोकापर्यंत धावत, आरोळी ठोकत आला. त्याच्या हातात टेलिफोन होता. "आई, सँटाचा फोन आहे! त्यानं आपल्या घरी फोन केलाय."

मी फोन हातात घेऊन म्हटलं, "हॅलो?"

माझ्या मैत्रिणीचं, सॅन्ड्राचं हसणं मला ऐकू आलं. ती म्हणाली, "मी फक्त म्हणाले, 'हाय केव्हिन, मी सॅन्ड्रा आहे!' "

मी काहीतरी बोलणार तेवढ्यात मला केव्हिनचे उत्साहानं चकाकणारे डोळे दिसले. मी हसून फोनवर म्हटलं, "हो सँटा, केव्हिन आणि सीन ही खरोखरच शहाणी मुलं आहेत. तुम्ही फोन केलात हे किती छान झालं. तुमचे मनःपूर्वक आभार!"

फोनच्या दुसऱ्या टोकाला अगदी शांतता होती. मी क्षणभर थांबून पुढे म्हटलं, "सँटा, आमच्यातर्फे तुम्हालाही नाताळच्या शुभेच्छा!" आणि मी हळूच फोन ठेवून दिला.

किटी एलिस

फुरसतीचे क्षण शोधून
मुलांची स्वप्नं जिवंत ठेवायचा प्रयत्न करा.

। जून ११ ।

एकदा अमेरिकन लोकांनी मला विनंती केली होती, की मृत्यूनंतर कशाप्रकारे माझी स्मृती राखली जावी याबाबतच्या माझ्या इच्छेबद्दल मी लिहावं. मला महत्त्व एकाच गोष्टीचं वाटतं, की माझं लेखन लोकांना आनंद मिळवून देतं. त्यामागचं कारण आहे की ज्या नायिका शेक्सपिअरनं 'रोमिओ आणि ज्यूलिएट'मध्ये प्रथम रेखाटल्या होत्या आणि ज्यांची पुनरावृत्ती साऱ्या अभिजात लेखकांनी केली होती, त्यांच्याप्रमाणेच माझ्याही नायिका गोड, प्रेमळ आणि निर्मळ मनाच्या स्त्रिया असतात.

त्या नायिकाच माणसाच्या ठायी जे प्रेम निर्माण करतात, ते मानसिक आणि शारीरिक या दोन्ही स्तरांवरचं असतं आणि ती विवाहबद्ध होणारी नायिकाच नैतिकता, करुणा, सहानुभूती आणि प्रेम यांचं प्रतीक असते.

डेम बार्बरा कार्टलंड

गेल्या डिसेंबरमध्ये जस्टिन नेबे यानं त्याचं हायस्कूलचं शिक्षण पूर्ण केलं. फेब्रुवारीत तो बूट-कँपला हजर राहिला. मे महिन्यात तो बूट-कँपमधून यशस्वीरित्या उत्तीर्ण झाला. हायस्कूलच्या पदवीदान समारंभात त्याच्या यू.एस. मरीन्सच्या गणवेशातच तो उपस्थित राहिला.

बूट-कँप (ट्रेनिंग कँप), यू.एस. मरीन्स हा अमेरिकी लष्कराच्या सात विभागांतला एक विभाग आहे. नौदलाच्या साहाय्याने समुद्रातून शत्रुदेशावर जोरदार हल्ला करण्यासाठी याचा वापर केला जातो.

जस्टिन नेबे हा त्याच्या कुटुंबीयांपैकी यू.एस. मरीन्समधे जाणारा पहिलाच मुलगा आहे आणि त्याबद्दल त्याला अभिमान वाटतो. जस्टिनबद्दल त्याच्या आईवडिलांना अभिमान वाटतो, पण आता त्यांना त्याच्या सुरक्षिततेचीही काळजी वाटते असं ते म्हणतात.

यू.एस. मरीन्सचा गणवेश चढवल्यावर जस्टिनची चाल वेगळीच झाली आहे. तो निघून गेला की त्याची आणि कुटुंबीयांची पुन्हा केव्हा भेट होणार ते दोघांनाही ठाऊक नसतं. जस्टिन त्याच्या वडिलांचा आणि बहिणीचा आधीच निरोप घेतो. सारे कुटुंबीय मग रांग लावतात आणि त्याची आई, आजी आणि मित्र त्याच्या भरलेल्या बॅग्ज पुढच्या सोप्यात आणून ठेवतात.

तो त्याच्या आईला आणि आजीला मिठी मारतो. श्रीमती नेबे त्याला घट्ट धरून ठेवतात. त्यांच्या गालांवरून आसवं ओघळत असतात.

"तू तुझं पाकीट घेतलंस? सारे पैसे घेतलेस?"

जस्टिन शेवटी त्याच्या मित्राच्या ट्रकमध्ये शिरतो आणि खिडकीतून वाकून पाहत म्हणतो, "बाय बाय. लव्ह यू गाईज!" आणि ट्रक रोंरावत पुढे निघून जातो.

कॅरन ए. थॉमस

। जून १३ ।

मी हातातल्या चपट्या पट्टीकडे अविश्वासानं बघितलं. त्यावर दोन सरळ गुलाबी रेषा उमटल्या होत्या. मी धास्तावून गेले. गर्भवती आहे की नाही हे ठरवणारी ही पट्टी. दिवस गेले असले तर त्यावर गुलाबी रेषा उमटते.

मी तिशीची आहे पण माझी कांती सोळाच्या मुलीसारखी आहे. मला सतत मळमळत असतं आणि माझा मूत्राशय चिंचोक्याएवढा आक्रसला आहे. माझा नवरा म्हणतो की फक्त मीच या गर्भारपणामुळं भेदरून गेलेली आहे!

अजून जन्मालाही न आलेल्या या इवल्या बाळाबद्दल मी जी काळजी करतेय तिला तोड नाही, हे मला मान्य करायलाच हवं.

मी जेव्हा आमच्या बाळाचा सोनोग्राम पहिल्या प्रथम बघितला, तेव्हा मला पहिली पावलं उचलणारी, शाळेत चालत निघालेली, तिचं ड्रायव्हिंग लायसेन्स घेणारी, कॉलेजला जाणारी, लग्नाला उभी राहिलेली, स्वत:ची मुलं होऊ घातलेली अशी माझ्या मुलीची होणारी विविध स्थित्यंतरं दिसू लागली. मला काळजीही वाटू लागली की जगातल्या साऱ्या वाईटापासून मी तिचं रक्षण कसं करणार आणि जगातल्या चांगल्याचा तिला अनुभव कसा मिळवून देणार!

त्या क्षणीच मला जाणीव झाली, की जगात खूप भीतिदायक गोष्टी आहेत; पण तुम्हाला खरं सांगू? त्यासाठी आता मी अगदी सज्ज आहे!!

क्रिस्टेन कुक

। जून १४ ।

जर कुणी स्वतःच्या स्वप्नांच्या दिशेनं आत्मविश्वासानं पावलं टाकली आणि कल्पनेतलं आयुष्य जगायचा प्रयत्न केला, तर अपेक्षेपेक्षा फार लवकर तो यश खेचून आणू शकेल.

हेन्री डेव्हिड थोरा

। जून १५ ।

ॲनेटला दिवस गेल्याचं अगदी उघड दिसत होतं आणि माझा गुडघा दुखावलेला होता, तरीही आम्ही दोघींनी मुलांसकट प्रवासाला निघायचं ठरवलं. आम्ही विचारपूर्वक सामान घेऊन ते व्हॅनमध्ये ठेवलं. सात वर्षांखालच्या पाच मुलांना घेऊन केलेला हा प्रवास म्हणजे एक धाडसच ठरणार होतं.

थोड्याच वेळात मुलांची चुळबूळ सुरू झाली. ॲनेट तिच्या शिक्षकी थाटात म्हणाली, "ए पोरांनो! तिथे पोहोचण्यात तर अर्धी मजा आहे!"

डोंगरावर असलेल्या माझ्या आईवडिलांच्या घराच्या पायरीवर आम्ही उभे होतो.

"किल्ली कोणाजवळ आहे?" एका मुलानं गर्जना केली. अरे देवा! किल्ली तर मी माझ्या स्वयंपाकघराच्या टेबलावरच विसरून आले होते. या प्रसंगाला खिलाडू वृत्तीनं सामोरं जात ॲनेट, मुलं आणि मी घरात शिरायचा दुसरा मार्ग शोधू लागलो. एक खिडकी नीट बंद नव्हती. त्यातून आत शिरकाव करून घेण्यासाठी मी ॲनेटला उंच उचललं. तिचे पाय आत अंतर्धान पावत असलेले पाहून मुलांपैकी एकानं आरोळी ठोकली, "आई, लक्षात ठेव! तिथे पोहोचण्यात तर अर्धी मजा आहे!"

जॅनेट लिन मिचेल

। जून १७ ।

अचानक एके दिवशी, वीज चमकून लख्खकन उजेड पडावा, तसा मला स्पष्टपणे बोध झाला की माझ्या आयुष्यात कसलीतरी मोठीच उणीव आहे. मी दोन मुलांना लहानाचं मोठं केलं होतं, अनेक नोकऱ्या बदलत सेक्रेटरी (स्टेनोटायपिस्ट व पी.ए.) या पायरीवरून व्हाइस-प्रेसिडेंट या पदापर्यंत पोहोचले होते, पण माझे सध्याचे उद्योगच आणखी मोठ्या प्रमाणावर करत राहणं व आतापेक्षा आणखी पैसा कमावणं यामुळे ही पोकळी भरून येणार नव्हती.

'रिटायर इन मेक्सिको' (निवृत्तीनंतरचं आयुष्य मेक्सिकोत घालवा) या कॉन्फरन्सनं मला आकृष्ट करून घेतलं आणि ग्वाडालाहारा येथे जाणाऱ्या माझ्या विमानात, मी एका असाधारण अशा मेक्सिकन स्त्रीजवळ बसले. आम्ही थोडा वेळ गप्पागोष्टी केल्यावर, आयोनानं तिच्या पिशवीतून मखमली कापडात गुंडाळलेलं एक बाड बाहेर काढलं.

"तुला टॅरो (Tarot) बद्दल ठाऊक आहे का?" तिनं मला विचारलं. जरी अद्भुत चमत्कारांवर माझा फारसा विश्वास नव्हता, तरी मी तिला माझ्यासाठी भविष्य वाचन करू दिलं.

मी मागे रेलून माझे डोळे मिटून घेतले. मग अनाहूतपणे एक आवाज मला सांगू लागला, "ऐक!"

आमच्या या भेटीनंतर काहीच दिवसांत मी माझे कामकाजाचे कागद आणि सुरक्षित आयुष्य बाजूला सारलं आणि त्या गूढ टॅरोकार्ड्सचा सल्ला शिरोधार्य धरून, एका सुरेखशा, दगड-विटांनी आखलेले रस्ते असलेल्या मेक्सिकोतल्या खेड्यात स्थलांतर केलं. मला अंत:प्रेरणा देणारा तो अनाहूत आवाज होता माझ्या ठायी दडलेल्या एका कलावंताचा. त्याच्याच प्रेरणेनं मी एक पुस्तक प्रकाशित करू शकले. त्या आवाजामुळेच मी मला महत्त्वाच्या वाटणाऱ्या गोष्टींचे अग्रक्रम बदलले, समाजासाठी कार्य केलं आणि माझ्या ठायीच्या आध्यात्मिकतेचा शोध लावला– आणि माझ्या आयुष्यात कसली उणीव होती त्याचाही बोध घेतला. उणीव होती संपूर्णत्वाची.

कॅरन ब्लू

जर तुम्हाला आयुष्यात कसली तरी उणीव भासत असेल, तर तुमचा आतला आवाज सांगेल, त्याप्रमाणे वागा.

। जून १८ ।

मी सोळा वर्षांची असताना माझ्या आईनं 'खुनाचं रहस्य आणि प्रणय' या विषयावरील तिची कादंबरी लिहायला सुरुवात केली. दुर्दैवानं ते हस्तलिखित प्रकाश काकडे देण्यापूर्वीच ती आजारी पडली आणि निवर्तली. ती कादंबरी तिनं मृत्युपत्राद्वारे मला दिली आणि मी ती माझ्या कपाटात ठेवून दिली. तिथे ती सात वर्षं पडून राहिली.

माझ्या मुलाचा जन्म झाल्यावर मी त्या कादंबरीकडे वळले. मला त्यातून माझा भूतकाळ, वर्तमानकाळ आणि भविष्यकाळ यांना जोडणारा दुवा सापडला आणि मी माझ्या आईच्या आठवणीनं तळमळू लागले.

या क्षेत्रातल्या प्रत्येकानं ती कादंबरी प्रकाशकाकडे सोपवण्यापासून मला परावृत्त करण्याचा प्रयत्न केला. कारण : आई आता दुसरी कादंबरी लिहू शकणार नव्हती. पण मी त्या कादंबरीची झेरॉक्स प्रत काढली आणि ती प्रकाशकाकडे पाठवायचं ठरवलं.

एका धांदलीच्या दिवशी दरवाज्याची घंटा वाजली. 'डबल डे' प्रकाशनाला ते पुस्तक हवं होतं. मग त्या प्रकाशकाला मला सांगावं लागलं की, दुसरं पुस्तक मिळणं शक्य नाहीये. ''तरीही मला हे पुस्तक हवंय.'' तिचं उत्तर आलं आणि 'लिव्हिंग इमेज' ही कादंबरी प्रकाशित झाली. आणि ज्या आईनं मला जन्म आणि प्रेम हे दोन्हीही दिलं होतं, त्या आईला अमरत्वाचा स्पर्श लाभला.

पॅट गॅलंट

अर्धवट राहिलेली कामं नेहमी पूर्णत्वाला न्या.

माझ्या हायस्कूलमधल्या होम-इकॉनॉमिक्सच्या शिक्षिकेनं आम्हाला जेव्हा सांगितलं की शाळेत आम्ही 'माय-लेकींचा' औपचारिक चहापान समारंभ आयोजित करणार आहोत, तेव्हा मला मनोमन वाटलं होतं की माझ्या आईला ही संधी लाभणं ही अशक्यप्राय गोष्टच असणार आहे.

हृदयविकाराच्या धक्क्यानंतर अंथरुणाला खिळलेल्या आजीकडे कोणी बघितलं असतं? माझ्या तीन लहान बहिणी शाळेतून घरी आल्यावर त्यांना कोणी दरवाजा उघडला असता? आमच्याकडे कार नव्हती आणि टॅक्सी आम्हाला परवडण्याजोगी नव्हती, असं असताना ती इथे कशी काय पोहोचू शकली असती?

मी सुशोभित केलेल्या जिममध्ये शिरले आणि समोर तिला बघितलं अन् थक्कच झाले! तिनं चहापान समारंभासाठी अगदी योग्यसा, छोट्या पांढऱ्या फुलांची नक्षी असलेला, लाल रंगाचा पोशाख केलेला होता.

मला तिचा इतका अभिमान वाटला! मी तिला चहा नेऊन दिला आणि तिची इतरांशी ओळख करून दिली. तिच्या डोळ्यांतल्या प्रेमाच्या भावांनी मला सांगितलं की तिची इथली उपस्थिती मला किती महत्त्वाची वाटत होती हे तिला पूर्णपणे ठाऊक होतं.

मी स्वत:ला आणि मुलांना दिलेल्या वचनांपैकी एक होतं की, मी सदैव त्यांच्या हाकेला धावून जाईन. हे वचन निभावणं कधीकधी कठीण जातं, पण माझ्यापुढे आईचं हे उदाहरण आहे. त्यामुळे लंगड्या सबबींना थारा मिळत नाही. आई त्या दिवशी चहापान समारंभासाठी हजर राहिली होती याची मी स्वत:ला नुसती आठवण करून दिली, तरी पुरतं!

मर्जी एम. कोबर्न

। जून २० ।

माझ्या सावत्र मुलांनी त्यांच्या वडिलांजवळ आणि माझ्याजवळ राहायची इच्छा दर्शवलेली नव्हती. त्यांच्या खऱ्या आईची त्यांना किती उणीव भासत असेल हे मी समजू शकत होते; पण कधीकधी मला ती जवळ असणं नकोसं वाटे आणि या भावनेबद्दल माझी मला शरम वाटत असे. आमच्या नव्या नात्याच्या सीमारेषा जाणून घेण्याची आम्हाला जरूर होती. माझ्या स्वत:च्या मुलीमुळेच मी माझ्या नव्या भूमिकेत अखेरीस रुळू शकले.

तिला अवचितच एक भाऊ आणि बहीण लाभले होते. सावत्र भाऊ आणि सावत्र बहीण नव्हे– तर खरेखुरे भाऊ-बहीण! या नात्याकडे बघण्याचा अन्य कोणता मार्ग तरी होता का?

लवकरच नेहमीचा दिनक्रम सुरू झाला. आमच्या आठवणींनी आमचे फोटो अल्बम सजू लागले. मी माझ्या मुलींना दारोदारी नेऊन 'गर्ल स्काउट कुकीज'ची विक्री केली. हॅलोविनच्या सणाच्या दिवशी मी त्यांच्याबरोबर सोसाट्याच्या वाऱ्यात घरोघरी फिरले.

जेव्हा तुम्ही रोजचं आयुष्य जगू लागता, मळके कपडे धुता आणि खरचटलेल्या ढोपरांना मलम लावता तेव्हा सावत्र आणि सख्खी आई यात काहीच फरक शिल्लक राहत नाही. महत्त्वाची गोष्ट असते, काळजी घेणारी एक आई उपस्थित असणं!

जेन्नी एमाउस

। जून २१ ।

सुसंधी... बरेचदा दुर्दैव किंवा तात्पुरता पराजय
या रूपात समोर येते!

नेपोलिअन हिल

। जून २२ ।

माझं लिखाण प्रकाशकांकडे विकायची माझी खूप दिवसांची इच्छा होती, पण मी त्या दृष्टीनं प्रयत्न करायलासुद्धा तयार नव्हतो. भीती आणि आशंका वाटेत आडव्या येत होत्या. मी ॲथलेटिक-कोच म्हणून काम सुरू करून सातवं वर्ष चालू असताना मी शेवटी धीर एकवटून 'मासिकांसाठी लेख लिहून विकण्याचे प्रशिक्षण देणाऱ्या' क्लासला जाऊ लागलो.

काही आठवड्यांतच मला एका प्रश्नावर पत्र लिहून ते वर्गापुढे वाचून दाखवायला सांगण्यात आलं. जेव्हा आमचे शिक्षक म्हणाले, "छान आहे! पाठवून दे मासिकाकडे!" तेव्हा मला आश्चर्याचा धक्काच बसला.

मला मासिकाकडून एक लेख लिहून देण्याची मागणी आली, तेव्हा मला पुढचा धक्का बसला. मी लढाई अखेरीस जिंकली होती. माझं लिखाण प्रसिद्ध झालं होतं.

मी चौदा लेख लिहून प्रसिद्ध केले, तेव्हा मी आभाळात तरंगत होतो; पण मग अवचितच एक लेख साभार परत आला. आणखीही लेख परत आले आणि माझा आत्मविश्वास डळमळीत होऊ लागला. मी लेखन थांबवलंच! नकाराच्या धास्तीपोटी मी दहा वर्षं लेखन केलं नाही आणि त्याऐवजी मी एक उत्कृष्ट शिक्षक बनलो.

मग मी पुन्हा लेखन करायचं ठरवलं आणि ते ताबडतोब स्वीकारलंही जाऊ लागलं.

मी माझ्या भीतीवर मात करून पुन्हा लिहू लागलो, त्याचा मला आनंद वाटतोय. नाहीतर माझं आयुष्य अगदी अळणी होऊन गेलं असतं. लेखन करता करता मी वाटेत थोडा आत्मविश्वासही कमावू शकलो!

बड् गार्डनर

तुम्हाला वाटणाऱ्या धास्तीशी दोन हात करून
तिच्यावर तुम्ही मात केली नाहीत,
तर तुमचं आयुष्य अगदी सपक होऊन जाईल!

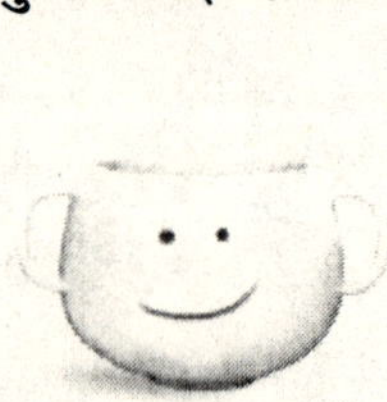

हॉस्पिटलमध्ये ठेवण्याचा एक शेवटचा प्रयोग केल्यानंतर, मला आणि माझ्या नवऱ्याला आमच्या लेकीच्या भविष्याबद्दल योजनापूर्वक निर्णय घेणं भागच होतं. आम्ही तिला घरी आणू शकत नव्हतो.

"तुमची मुलगी नैराश्यानं ग्रासलेली आहे आणि आत्मघाताकडे तिचा कल आहे. आयडॅहो राज्याच्या उत्तरेकडील, तिच्यासाठी अगदी योग्य वातावरण असलेली एक जागा मी सुचवू का?" तिच्या मानसरोगतज्ज्ञानं आम्हाला विचारलं.

पाच महिने मी आणि माझ्या नवऱ्यानं लाराकडून एक शब्दही ऐकला नाही. मग तिला पाठवलेल्या नव्या कपड्यांबद्दल आभार मानणारं एक पत्र तिच्याकडून आलं. हळूहळू संवाद सुधारला आणि आम्ही तिला भेटायला प्रथमच गेलो. आमच्या प्रत्येक भेटीच्या वेळेस, आम्हाला अधिकाधिक सुधारणा दिसत होती.

अडीच वर्षं बघता बघता उडून गेली. लारा एखाद्या गुलाबपुष्पासारखी उमलून विकसित झाली होती. मी आणि माझा नवरा पुन्हा मनानं एकरूप झालो आणि आमचा मुलगाही आनंदी आणि आत्मविश्वासू दिसू लागला. मला वाटतं दैवानं, हेतुपुरस्सर आम्हाला या यातनांमधून नेलं, कारण अशा यातना भोगल्यानंतरच अशा आनंदाचा खराखुरा उपभोग घेता येतो.

यथावकाश लारानं युनिव्हर्सिटी ऑफ कॅलिफोर्निया अर्व्हिन येथून पदवी मिळवली आणि सॅन फ्रॅन्सिस्को ऑपेरा कंपनीतील वयानं सर्वांत लहान असलेली सभासद म्हणून तिची निवड झाली.

जे लोक मुलांच्या विवंचनांशी झुंजत असतात, त्यांनी कधीही प्रयत्न थांबवू नयेत. काळोख्या बोगद्याच्या दुसऱ्या टोकाला प्रकाश आपलं स्वागत करायला सज्ज असतो. आम्ही हे विश्वासानं सांगू शकतो, कारण आम्ही त्या काळोखातून प्रवास करून पैलतीर गाठला आहे!

बॉबी बिसेरियर

जेव्हा आशेचा किरणही दिसत नसतो, तेव्हा हिंमत हारू नका.
काळोख्या बोगद्याच्या दुसऱ्या टोकाला
प्रकाश तुमच्या स्वागताला उभा असतो!

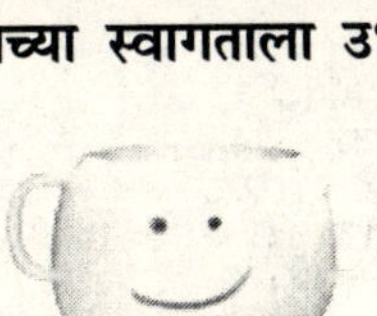

। जू न २४ ।

मी आणि माझा पती सहा वर्षं एकत्र आहोत. आम्हा दोघांच्या डोळ्यांदेखतच त्याची लहान मुलं पौगंडावस्थेत पोहोचली. जेव्हा मुलं पाच तासांच्या अंतरावर राहू लागली, तेव्हा आम्ही ताबडतोब ई-मेल आणि चॅटची सुविधा प्रस्थापित केली.

एका रात्री माझा नवरा डुलकी घेत होता आणि मी मला आलेल्या ई-मेल बघत होते. त्यावेळेस माझ्या सर्वांत मोठ्या सावत्र मुलीचा, मार्गोचा, इन्स्टंट मेसेज मला कम्प्युटरच्या पडद्यावर दिसला. मागे आम्ही करत असू त्याचप्रमाणे आम्ही पटापट अनेक मेसेजेसची देवाणघेवाण केली आणि ताज्या बातम्या एकमेकींना सांगितल्या. त्या रात्री आमच्या कम्प्युटरवर मी आहे की तिचे वडील आहेत याची तिनं चौकशी केली नाही आणि मीदेखील कोण निरोप पाठवतंय याचा खुलासा केला नाही. थोड्या वेळानंतर मी म्हटलं, की उशीर झालाय आणि मी झोपायला गेलेलं बरं. तिचं उत्तर आलं, ''ठीक आहे पुन्हा बोलू. लव्ह यू!''

ती तिच्या वडिलांशीच कम्प्युटरवर चॅटिंग करतेय असं तिला वाटत असावं या कल्पनेने मी खिन्न झाले. मी उत्तरादाखल फक्त लिहिलं, ''लव्ह यू टू! छान झोप घे!''

त्यानंतर मार्गोचा अखेरचा मेसेज आला. ''माझ्या वतीनं बाबांनाही 'गुड नाइट' सांग!''

जुडी ई. कार्टर

१९६६ साली, घरी असणाऱ्या गृहिणींमध्ये टपरवेअर पार्ट्या फारच लोकप्रियता मिळवून होत्या. या पार्ट्यांमुळे आम्हाला घराबाहेर पडून, पाचाहून जास्त वयाच्या लोकांशी हास्यविनोदात एक संध्याकाळ आनंदात घालवण्याची संधी मिळत असे. एकदा, दोन घरं टाकून राहणारी माझी मैत्रीण 'के', मागच्या कुंपणाशी उभी राहून मला हाक मारत म्हणाली, की तिच्याकडे काही पेस्ट्रीज शिल्लक राहिल्या आहेत. आणखी काही शेजारणींना एकत्र जमवून कॉफीबरोबर त्यांचा फन्ना उडवण्याची कल्पना आम्हा सर्वांना मोठी अनोखी वाटली.

यावेळेस आम्ही ठरवलं की मुलांना दुपारी न झोपवता, त्यांनाही बरोबर न्यायचं आणि आम्ही गप्पागोष्टी करत असताना त्यांना एकमेकांशी खेळू द्यायचं. ती दुपार इतकी आनंदात गेली की आम्ही सर्वांनीच हा प्रयोग चालू ठेवायचं ठरवलं.

आम्ही आणखी तीन वर्षं, दर शुक्रवारी दुपारी भेटत गेलो. बरोबर आम्ही मुलांनाही नेत गेलो. जिच्या घरी आम्ही एकत्र जमत असू, त्या घरातल्या जेवणघरातल्या गालिच्यावर मुलं खेळणी पसरून ठेवत आणि अन्नाची सांडलवंड करून ठेवत. त्या पसाऱ्याचं कुणीही मनावर घेत नसे. आम्ही जगातल्या एकट्याच लेकुरवाळ्या कैदी नव्हतो, याची आम्हाला दिलासादायक जाणीव होऊ लागली होती. आठवड्यागणिक माझं मनोबल वाढून माझं वैवाहिक जीवन अधिक सुखाचं होत गेलं, कारण माझ्या वैतागाला वाचा फोडायला आणि नव्यानं उमेद घ्यायला मला एक सुरक्षित जागा सापडली होती.

टपरवेअरमुळे इतक्या गोष्टी साध्य होतील, याची कोणी कल्पना केली होती?

कॅरल ब्रागन्ट

एकत्र जमून वार्तालाप करणाऱ्या गृहिणींना उमगतं की त्या जगात एकट्याच नाहीत.

। जून २६ ।

ते शब्द ऐकून मी घाबरूनच गेले– ‘ब्लाइंड डेट’– सर्वस्वी अनोळखी माणसाबरोबर एक संध्याकाळ घालवणं! पण माझी विश्वासाची, जिवलग मैत्रीणच मला सांगत होती, की तिनं माझ्यासाठी ‘ब्लाइंड डेट’ शोधली आहे. आम्ही हायस्कूलमध्ये ज्यूनिअरच्या वर्षात होतो. आम्ही पहिलीपासून अगदी सख्ख्या मैत्रिणी होतो आणि कळस म्हणजे आम्ही डिस्नेलँडला जाणार होतो– म्हणजे एका अनोळखी माणसाबरोबर मला अनेक तास एकत्र घालवावे लागणार होते!

मी तिच्याशी खूप भांडले. मी माझ्या आईशी याबाबत बोलायचं ठरवलं. ती माझी बाजू उचलून धरून मला पाठिंबा देईल असा मला विश्वास वाटत होता.

माझी आई म्हणाली, “तू फक्त डिस्नेलँडला जाते आहेस. तुला कोणी त्याच्याशी लग्न करायला सांगत नाहीये!”

अफलातून भविष्यवाणी! चारच वर्षांनी, मी त्याच मुलाशी विवाह केला! आणि आता तीस वर्षं उलटल्यानंतर माझी ‘ब्लाइंड डेट’, आमचे तीन मुलगे आणि मी अजूनही आईच्या त्या शब्दांबद्दल तिची खिल्ली उडवतो आणि सू अजूनही माझी जिवलग मैत्रीण आहे. त्या प्रसंगातून हे निष्पन्न होईल हे कुणाला ठाऊक होतं? सू, तुझे आभार मानावे तेवढे कमीच आहेत!

बार्बरा लोमोनॅको

जेव्हा सायबेरियातील तुरुंगातून मार्टिन वॉल याची मुक्तता झाली, तेव्हा त्याचे कुटुंबीय मरण पावल्याची बातमी त्याला दिली गेली. त्याची प्रकृती हळूहळू सुधारू लागली आणि त्याची शक्ती वाढू लागली, पण त्याचं मन मात्र निष्प्राण झालेलं होतं.

मग एका सकाळी त्याला ग्रेटा भेटली. आयुष्यात त्याला पुन्हा रस वाटू लागला आणि लवकरच ते विवाहबद्ध झाले. ग्रेटाला मातृत्वाची आस लागलेली होती, पण तिला कधीच दिवस गेले नाहीत.

तिच्या सुटीच्या दिवशी ग्रेटा थेट अनाथाश्रमाकडे निघाली. तिला तेथून मूल दत्तक घ्यायचं होतं. एका लहानशा मुलीनं तिच्याकडे पाहून लाजरं स्मित केलं आणि ग्रेटानं तिला प्रश्न विचारला, ''तुला माझ्याबरोबर खऱ्याखुऱ्या घरी यायला आवडेल का?''

''होऽऽ!'' त्या मुलीनं उत्तर दिलं, ''पण मला माझ्या ममाबरोबरच राहायला हवं.''

ग्रेटानं मार्टिनचं मन वळवलं. अखेर अनाथाश्रमाला भेट द्यायला तो राजी झाला. टपोरे डोळे असलेल्या, लहानशा मुलीचा हात धरून उभ्या असलेल्या अशक्त, बारीकशा मुलानं मार्टिनचं मन लगेचच आकृष्ट करून घेतलं.

''आपण या दोघांना घेऊन जाऊ,'' तो म्हणाला.

ग्रेटा जेव्हा डेस्कजवळ आली, तेव्हा तिला मार्टिन गोंधळून गेलेला दिसला.

''ग्रेटा, ही नावं वाच!'' तो म्हणाला.

त्याच्या हातातून ग्रेटानं कागद घेतला आणि ती वाचू लागली, ''जेकल आणि सॉनिया वॉल, आई ॲना (बार्टेल) वॉल, पिता मार्टिन वॉल.''

''ग्रेटा, अगं हा माझा लाडका मुलगा जेकब आहे आणि ही माझी मुलगी आहे. तिच्या जन्माबद्दल मला कळलेलंच नव्हतं! हा खरोखरच एक चमत्कार आहे!''

एलिझाबेथ एन्स

चमत्कारांवर विश्वास ठेवा.

जर वाटेत अडथळे ओलांडावे लागले नाहीत तर
ध्येयप्राप्तीच्या आनंदाला गालबोट लागेल.
जर वाटेत काळ्याकुट्ट दऱ्या ओलांडाव्या लागल्या नसतील,
तर पर्वतमाथ्यावर पोहोचल्यावर कसला थरार अनुभवाला येणार?

हेलन केलर

तो नोव्हेंबर महिना होता आणि पुन्हा एकवार विद्यार्थी म्हणून मी बिजिंगला गेलो होतो. इतर पंचवीस चिनी विद्यार्थ्यांबरोबर मी किगाँग नावाची उपचार पद्धती असलेली पुरातन चिनी विद्या शिकण्यासाठी तिथं गेलेलो होतो. आमच्यात तेवढाच समान धागा होता, एरवी आमची संस्कृती, पिढी किंवा भाषा यांच्यात काहीही साधर्म्य नव्हतं.

त्यातल्या एका विद्यार्थ्याबद्दल मला विशेष जिव्हाळा वाटू लागला होता; पण आमचं संभाषण मात्र शब्दांशिवाय चालत असे.

किगाँगचा अभ्यास करताना, बुद्धीपलीकडच्या विश्वात संचार करायला आम्ही थोडेबहुत शिकत होतो; पण तरीही शब्दांनीच संवाद साधण्याच्या सवयीच्या कचाट्यातून आमची सुटका होत नव्हती.

मी माझ्या हॉस्टेलवर परत गेलो की चिनी मुळाक्षरं शिकू बघत असे. मला जर गरजेची मुळाक्षरं काढता आली असती, तर मी माझ्या मित्राला एक चिठ्ठी लिहू शकलो असतो.

मी चार मुळाक्षरांची चित्रलिपी काढायच्या उद्योगाला लागलो. त्यांचा अनुवाद होत होता. ''मी आनंदी तुझा मित्र.''

त्या संध्याकाळी मी ती चिठ्ठी उलगडून दाखवली आणि त्यानं ती घेऊन आपल्या खिशात ठेवली. दोनच पावलात तो माझ्याकडे वळला आणि त्यानं मला एक कागद दिला. तो ओरिगामी पद्धतीनं हंसाच्या आकारात दुमडलेला होता. चार शब्द ओळखू आले, ''मी आनंदी तुझा मित्र.''

गॅरी गॅरिपोली

रॉनीला नीट बोलता येत नव्हतं, त्याला पुढच्या वर्गात जाण्याजोगं वाचता किंवा लिहिताही येत नव्हतं. त्याला आधीच एकदा त्याच वर्गात पुन्हा बसवलं गेलेलं होतं. आणि त्यामुळे तो आठ वर्षांचा असूनही अजून पहिलीतच होता. त्याच्या घरातही बेबनावाचंच वातावरण होतं.

मी वर्गातल्या सर्व विद्यार्थ्यांकडे, व्यक्तिश: लक्ष पुरवत असे. वर्ष संपता संपता मला असं आढळलं की रॉनीमध्ये प्रगती झाली होती, पण पुढच्या वर्गात जाता येण्यासाठी ती पुरेशी नव्हती; पण त्याला एकट्यालाच याची अजिबात कल्पना नव्हती.

शाळेचं वर्ष संपण्यापूर्वी काही आठवडे मी एक बक्षीस-समारंभ आयोजित केला. मी रॉनीला 'वाचनात सर्वाधिक प्रगती करणारा' म्हणून प्रमाणपत्र दिलं आणि त्याला एक पुस्तक बक्षीस म्हणून दिलं. ग्रोसरी स्टोअरमधून बाहेर पडताना ठेवलेली एकोणपन्नास सेंटची 'लिटल् गोल्डन बुक्स' मालिकेतली पुस्तकं असतात, त्यातलं ते एक होतं. त्याच्या स्वत:च्या मालकीचं असं ते पहिलंच पुस्तक होतं असं मला समजलं.

मी रॉनीला ते पुस्तक वाचून दाखवायला सांगितलं आणि त्यानं ते वाचून दाखवलं. माझ्या अपेक्षेपेक्षाही जास्त भाव दर्शवत, स्पष्टपणे आणि सहजपणे त्यानं त्याचं वाचन केलं. वाचून झाल्यावर त्यानं ते पुस्तक मिटलं, त्याचं मुखपृष्ठ प्रेमानं कुरवाळलं आणि मोठ्या समाधानानं म्हटलं, ''छानच आहे हे पुस्तक.''

तत्क्षणीच मला उमगलं, की त्या लेखकानं जे केलं होतं, तेच करायचा मी प्रयत्न करेन– पुरेशी आस्था दाखवून मुलाच्या आयुष्याला कलाटणी देईल, अशी कथा लिहीन.

जुडिथ ए. चान्स

उन्हाळ्यातली दमट, गरम हवा आपल्याला खर्चात पाडणारी ठरते. म्हणून आमच्या घरातला एक नियम होता : पाणी वाया घालवू नका. जवळजवळ मध्यरात्र झालेली असताना मला किचनचा नळ निदान पाच मिनिटं वाहत असलेला ऐकू आला. मी अंथरुणावरून उडी मारून उठले, माझं डोकं दाराबाहेर काढलं आणि ओरडले, ''पाण्यापायी भिकेला लावतोयस की काय आम्हाला?''

मग मला स्वयंपाकघरातून आणखी एक आवाज ऐकू आला– माझ्या दहा वर्षांच्या मुलाच्या हुंदक्यांचा! आणि नंतर मला जे दिसलं त्यानं मलाच रडू फुटलं.

जे स्वयंपाकघर, झोपायला जाण्यापूर्वी आवरायचा मी आळस केलेला होता, ते लखलखीत दिसत होतं. क्रिस्टोफर स्वत:हून हे काम करेल याची अजिबात अपेक्षा नसल्यामुळे मी थक्कच झाले आणि माझा मलाच अतिशय संताप आला. मी हळुवारपणे त्याला मिठीत घेतलं.

''रागवू नकोस राजा. ओरडण्यापूर्वी तू काय करतो आहेस हे मी पाहायला हवं होतं.'' मग अंत:प्रेरणेपुढे मान तुकवत मी म्हटलं, ''जा, तुझा बेदिंग सूट चढव.'' दोनच मिनिटांत आम्ही घराबाहेर उभे राहून, जोरात फिरणाऱ्या पाण्याच्या स्प्रिंकलर्सखाली भिजत उभे होतो.

मग पाण्याचं बिल आलं– ते मी मुकाट्यानं भरून टाकलं. मला एका साध्याशा सत्याची जाणीव झाली होती. चूक करणं मानवी असतं, पण तुमच्या लेकरानं तुम्हाला क्षमा करणं हे ईश्वरी असतं!

सूझन एच. हब्ज

घाईघाईनं निष्कर्ष काढू नका.

। जुलै २ ।

१९३० च्या दशकात चित्रपट, रंगभूमीच्या कलावंतांमध्ये मुलं दत्तक घेणं रूढ झालेलं होतं. ग्रेसीला मुलं हवी होती आणि मला ग्रेसी सुखी राहायला हवी होती. आम्ही इलिनॉय राज्यातल्या एका कॅथॉलिक अनाथाश्रमाशी संपर्क साधला. काही महिन्यांनी त्यांनी आम्हाला सांगितलं, की आम्ही ताबडतोब एव्हन्स्टनला आलो तर आम्हाला मूल दत्तक मिळू शकेल.

मोठ्ठाले निळे डोळे असलेली, अगदी छोटीशी मुलगी ग्रेसीनं निवडली; पण इवलासा जीव केवढी जागा व्यापतो हे पाहून मी थक्कच झालो. आमचं स्वयंपाकघर ही मध्यवर्ती जागा झाली. माझी पूर्वीची स्टडी-रूम ही बाळाची नर्सरी-रूम झाली. सँडीनं आम्हाला इतका आनंद मिळवून दिला की तिच्यासाठी एक भाऊ आणावा असं आम्ही ठरवलं.

ग्रेसीनं रॉनी याची निवड केली कारण त्याला तिची सर्वांत जास्त गरज होती. तो म्हणजे सुरकुतलेलं एक बछडंच होतं आणि त्याच्यापुढे विन्स्टन चर्चिलसुद्धा देखणे वाटले असते.

रॉनीचं पहिलं वर्ष खडतर गेलं. अनेक दिवस त्याचं वजन वाढत नव्हतं आणि त्याची त्वचा इतकी नाजूक होती, की आम्ही त्याला फक्त तेलानं आंघोळ घालू शकत असू आणि त्याला कापसात गुंडाळून ठेवत असू; पण रॉनी मोठा हुशार मुलगा होता आणि कसं वाढायचं हे त्याला एकदा समजल्यावर तो सहा फूट दोन इंच उंच होईपर्यंत थांबलाच नाही. तो आता चर्चिलपेक्षा खूपच देखणा दिसतो.

ग्रेसीची निवड योग्यच होती.

जॉर्ज बर्नस

। जुलै ३ ।

मी माझ्या टीन-एज मुलांकडे नजर टाकली आणि मला रडावंसं वाटू लागलं. त्यानं बॅगी पँट्स घातल्या होत्या, केस नारंगी रंगानं रंगवले होते आणि कानात डूल घातले होते. तिनं नाकात सुंकलं घातलं होतं, नकली गोंदवलं होतं आणि तिची नखं तीन इंच लांबीची होती. तो 'पास ओव्हर'चा विधी होता आणि आम्ही नातेवाइकांकडे जेवायला आणि समारंभ साजरा करायला चाललो होतो.

लोकांच्या कुत्सित कटाक्षांची मी अपेक्षा केली होती. तसं घडलं नाही. लोक कुजबुजतील असं मला वाटलं होतं. तसंही झालं नाही. माझी मुलं टेबलाभोवती बसली, त्यांनी विधींमध्ये भाग घेतला, गाणी म्हटली.

मला एकदम जाणीव झाली की इतर कुणाला काय वाटेल याची मी चिंता करण्याची गरजच नाही, कारण मला माझी मुलं फार लोभस वाटत होती. त्यांच्या समोरच्या बाजूला, टेबलापाशी बसलेली असताना, मला जाणवलं की त्यांचे केस, बॅगी कपडे, गोंदवणं हे सारं ते त्या क्षणी कोण आहेत याचं निदर्शक होतं. ते यथाकाल बदलणार होतं; पण त्यांनी गाण्यांमध्ये सहभाग घेणं, आमच्या सणांच्या विधींमध्ये सामील होणं आणि कुटुंबीयांबद्दल जिव्हाळा ठेवणं या गोष्टी त्यांच्यापाशी चिरंतन राहणार होत्या.

हे त्यांना नंतर सांगायचं असं मी ठरवलं– ती किती गुणी बाळं आहेत आणि मला त्यांचा किती अभिमान वाटतोय.

शॅरी कोहेन

(Pass-over हा ज्यू लोकांचा एक सण आहे. इजिप्तमधल्या गुलामीतून हिब्रू लोक मुक्त झाले त्याचा हा स्मृतिदिन आहे.)

। जुलै ४ ।

नव्या वर्षाची पहाट उजाडल्यावर लगेचच, माझा F-16 विमानाचा पायलट असलेला नवरा आणि त्याचे सहकारी आपापल्या विमानात चढले आणि सागरापार गेले. आम्ही बायका एकत्र झालो. आम्ही एकमेकींबरोबर हसत असू आणि रडत असू. नवरे दूर गेलेले असतानाच घरात ओढवणाऱ्या महासंकटांबद्दल आम्ही एकमेकींची कीव करत असू. आम्ही आम्हाला वाटणाऱ्या भीतीबद्दल फारसं बोलत नसू. ती गृहीतच होती. आम्ही जो धीर धरला होता, त्याबद्दल मी देवाची आभारी होते.

हाक आली की सैनिकानं धावून जायचं असतं, कधीकधी तर प्रेमाची माणसं सोडून चांगला लढा द्यायला तो आतुर असल्यासारखाच वाटे. रणधीराची पत्नी होणं सोपं नाही.

सैनिकाला लढाईवर बोलावलं जातं आणि बायकोनं ते समजून घ्यायचं असतं. समजुतीनं वागणाऱ्या रणधीरांच्या स्त्रियाही त्यांना शोभेशा रणरागिणीच म्हणायला हव्यात!

डेनिस जे. हनेल

मी केवळ पाच वर्षांची होते, तेव्हाच मला अंत:प्रेरणेनं जाणवलं होतं की, सर्वांना प्रिय वाटणारं हे समोरचं इवलंसं गाठोडं माझं आयुष्य पूर्णपणे बदलून टाकणार आहे. माझी बेडरूम आमची बेडरूम झाली. माझ्या साऱ्या गोष्टी 'बहिणीशी वाटून घे' या सदरात मोडू लागल्या.

आम्ही मोठ्या झालो, तेव्हा क्वचित होणाऱ्या कुरबुरीइतकीच ही स्पर्धा सीमित राहिली आणि आम्ही अगदी चांगल्या मैत्रिणी झालो. मग मात्र शेवटचा सामना आला– आणि तो माझ्या नवऱ्याबाबत होता! त्याच्याकडे मी दुर्लक्ष करू शकले नाही. तिचा दुसरा घटस्फोट झाल्यानंतर माझी बहीण आमच्याकडे राहू लागली आणि सहाच महिन्यात तिनं माझा नवरा, माझं घर आणि माझं जग काबीज केलं.

मी माझं आयुष्य जगत राहिले. माझी मुलं मी मोठी केली आणि पंचेचाळिसाव्या वर्षी कॉलेजमधून पदवीही मिळवली. ती आणखी एकदा घटस्फोट घेत असताना, तिनं मला फोन करून मदतीची याचना करेपर्यंत मला दोन कटू सत्यांना सामोरं जावं लागलं नव्हतं.

१) माझ्या बहिणीमुळे माझा घटस्फोट झालेला नव्हता.

२) मला तिच्या दगलबाजीचा सूड घ्यायचा होता.

मी एकदा प्रांजलपणे भूतकालाचा आढावा घेऊन, मला स्वत:ला क्षमा करू शकल्यावर, माझी फसवणूक झाल्याची भावना नष्ट झाली. राग आणि द्वेष हे पर्याय मी नाकारले आणि मी मुक्त झाल्याचा आनंद मला अधिक महत्त्वाचा वाटू लागला.

डायान बर्क

राग आणि द्वेष बाळगणं तुमच्या मनावर अवलंबून असतं.
या भावना अव्हेरल्या तर तुम्ही मुक्त होता!

। जुलै ६ ।

लक्षात ठेवा; तुम्ही उच्च ध्येयं बाळगली असतील,
तुमची नीतिमूल्यं उच्च असतील, स्वप्नं उदात्त असतील;
पण तुम्ही प्रयत्न केले नाहीत
तर त्या कशालाही फळ येणार नाही.

निडो क्यूबेन

। जुलै ७ ।

आजच्यासारखा दिवस उजाडला, की मला प्रश्न पडतो की मी शिक्षिका म्हणून का काम करतेय! मी सर्वतोपरी प्रयत्न करूनही माझ्या पाचवीच्या वर्गाला सर्वनामांचं गूढ उकललंच नाही. दुपारच्या जेवणाच्या वेळेस एक मूल आजारी पडलं आणि ते आईची वाट पाहत असताना मला तिचं दप्तर आवरून द्यावं लागलं. मग मधल्या सुट्टीत मुलांचा बखेडा माजला.

रस्त्यावर वाहनांची गर्दी सुरू होण्यापूर्वी मला माझ्या वर्गाबाहेर पडताच येत नाही. दूरचा ट्रॅफिक लाइट हिरवा होण्याची वाट पाहत रांगेत माझी गाडी खोळंबलेली असताना मी आजच्या दिवसाचा आढावा घेते आणि दिवसभर अनुभवलेला ताण आठवून पाहते. मी अजूनही का शिकवते आहे हे त्यावेळी मला उमगतं. मुलांमुळे! आयुष्यभराच्या शांत संध्याकाळपेक्षा आणि पैशांनी फुगलेल्या खिशांपेक्षा मला मुलं जास्त मोलाची वाटतात. गडबड, सर्वनामं, सुट्ट्या आणि गृहपाठांनी भरलेलं जग हेच माझं जग आहे. माझा वर्ग आणि मुलांसमवेत अनुभवायला मिळणारं शोध, प्रेम आणि आस्थेनं भरलेलं जगच खरं जग आहे आणि अशा जगात राहता येणं हे माझं भाग्य आहे!

ट्रॅफिक-लाइट हिरवा होतो. मी माझ्या घराजवळच्या गर्द झाडीच्या रस्त्याला लागते. माझ्या मैत्रिणीला फोन करून आज संध्याकाळी भेटणं अशक्य असल्याचं तिला सांगायला लागणार आहे. ती समजून घेईल. तीही एक शिक्षिका आहे!

क्रिस हॅम रॉस

। जुलै ८ ।

आयुष्यातले सर्वांत मोलाचे क्षण निसटते असतात,योजनेशिवायच आकारतात आणि बहुधा अवचितपणेच अनुभवाला येतात, हे आपल्याला कोणीच सांगत नाही.

थोड्याच दिवसांपूर्वी माझी मुलगी रात्री झोपी जाण्यापूर्वी मी तिला एक गोष्ट वाचून दाखवत होते. ती माझ्याकडे टक लावून बघतेय हे मला जाणवलं. ती कसला विचार करतेय हे मी तिला विचारलं.

''ममी, तुझ्या सुंदर चेहऱ्यावरून नजर हटवायचं माझं मनच होत नाहीये,'' ती म्हणाली.

मी अगदी विरघळूनच गेले.

त्यानंतर थोड्याच दिवसांत, मी माझ्या मुलाला एका उंची दुकानात घेऊन गेले. तिथे एका अभिजात प्रेमगीताच्या मधुर स्वरांनी आम्हाला सूट घालून पिआनो वाजवणाऱ्या कलावंताकडे खेचून नेलं. आम्ही बसून ते संगीत ऐकत असताना सॅम माझ्याजवळ उभा राहिला आणि आपल्या चिमुकल्या हातांमध्ये माझा चेहरा धरून म्हणाला, ''माझ्याबरोबर नृत्य कर. ''

खरेदीला आलेले लोक उघडपणे गालातल्या गालात हसत होते, स्मित करत होते आणि आम्ही तेथे नृत्याचा पदन्यास करत असताना आमच्याकडे बोटं दाखवत होते; पण माझ्या गोड मुलाबरोबर पदन्यास करत असल्याच्या आनंदापुढे या चेष्टेची मला मातब्बरी वाटत नव्हती. त्या बदल्यात मला कुणी विश्वही बहाल केलं असतं तरी मला ते नगण्य वाटलं असतं!

जीन हार्पर

आयुष्यातले सर्वाधिक आनंदाचे क्षण क्षणिक असतात आणि अवचितपणे येतात.

। जुलै ९ ।

माझ्या वडिलांना स्मृतिभ्रंश झाल्यामुळे त्यांना नर्सिंगहोममध्ये राहावं लागत होतं. ते अधिक आजारी झाल्यावर, त्यांना हॉस्पिटलमध्ये हलवावं लागलं आणि मी त्यांच्यासोबत तेथे राहिले. ते भ्रमात असत आणि क्वचितच बोलत असत; पण माझी टकळी मात्र अव्याहतपणे चालत असे.

एकदा बोलण्यासारखं माझ्यापाशी काहीही शिल्लक नव्हतं. म्हणून मी गायचं ठरवलं. दुर्दैवानं आवाज मी वडिलांचाच उचलला होता. आम्हा दोघांपैकी कुणीच सुरात गाऊ शकत नसे. मी गाणं गुणगुणत म्हणू लागले, ''मला तुम्ही फार फार आवडता, मीसुद्धा तुमची आवडती आहे. आपलं मोठं कुटुंब प्रेमानं किती बांधलेलं आहे!''

माझ्या बाबांनी त्यांचे डोळे उघडले, ते कुशीवर वळले आणि त्यांनी माझ्याकडे बघितलं. अनेक दिवसांत ते प्रथमच बोलले, ''माझीदेखील तू लाडकीच आहेस, सोने; पण ते तू गाऊन सांगण्याची गरज नाही!'' ते म्हणाले.

नॅन्सी बी. गिब्ज

। जुलै १० ।

माझ्या आईला स्मृतिभ्रंश– अल्झायमर– झाल्याचं निदान केलं गेलं. तेव्हा मला अजिबात आश्चर्य वाटलं नाही. वर्षागणिक तिचे आशावादी डोळे निस्तेज होत चाललेले होते आणि तिचा बुद्धीचा तल्लखपणा नाहीसा होत चालला होता. हळूहळू लूट करत गेलेल्या अल्झायमर नामक चोरानं तिला अशा अवस्थेला आणलं होतं, की तिला स्वत:चा भूतकाळही आठवत नव्हता. तिची जी वर्षं सोन्यासारखी जायला हवी होती त्या काळात, ती राहत आहे ती जागा तिचं घर आहे, हेसुद्धा तिला समजत नव्हतं आणि तिला इतकं भरकटल्यासारखं का वाटतंय याचंही तिला आकलन होत नव्हतं.

एका सकाळी तिचा हात हातात घेऊन आम्ही दोघी तिच्या ग्रुप हाऊसमधून (सामुदायिक घर) बाहेर पडून गावात पाय मोकळे करायला निघालो होतो. एकाएकी माझा बूट पदपथावरच्या खोल भेगेत अडकला आणि मी अडखळून पुढे फेकली गेले. माझ्या आईनं ताबडतोब मला धरून उभं केलं.

"तुला लागलं नाही ना?" तिनं काळजीनं विचारलं. मला चिरपरिचित असलेली माझी वृद्ध आई माझ्याकडे बघून प्रेमळपणानं हसत होती. ती अजिबात गोंधळलेली दिसत नव्हती.

माझा मुका घेताना ती म्हणाली, "तू माझी इतकी लाडकी आहेस, तुला काहीही इजा होऊ नये असं मला वाटतं."

मी जरी अनेकदा माझ्या आईला भेटायला जात असते, तरी दर वेळेस मला वाटत राहतं की मी पुन्हा ठेच लागून पडावं आणि तिनं पुन्हा मला मायेनं सावरून धरून प्रेमाची फुंकर घालावी!

सँड्रा रॉकमन

प्रेम कधीही विस्मृतीत जात नसतं.

गेल्या वर्षी माया के.जी.च्या वर्गात होती. एकदा ती उत्साहानं ओसंडतच घरी आली. ''ममा, ओळख पाहू काय झालं ते! माझ्या वर्गात एक नवी मुलगी आली आहे. तिला इंग्लिश बोलता येत नाही आणि मी तिची नवी 'खास मैत्रीण' आहे. मीच आज तसं ठरवलं!''

हॅलोविन पार्टीच्या वेळेस मी स्टेफनीला पहिल्यांदा बघितलं. ती भेदरलेली आणि अंतर्मुख झालेली आहे हे स्पष्टपणे कळत होतं. इतर मुलं खेळ खेळत असताना, ती एकदाही न हसता नुसती बसून राहिली होती.

दिवसामागून दिवस गेले. रोज माया शाळेतून आली की तिचा दिवस कसा गेला, स्टेफनी नवं काय शिकली याबद्दल तिची चिवचिव चालत असे. मी कामात व्यग्र असे आणि माझ्या लेकीच्या बोलण्याकडे मी लक्षच देत नसे. मी मायाच्या वर्गाला 'खुणेची भाषा' शिकवण्यासाठी गेले आणि मला स्टेफनी दिसली, तोपर्यंत मायाच्या बडबडीकडे दुर्लक्ष करून मी काय गमावलं आहे हे मला उमगलंच नाही.

स्टेफनीत पडलेला आमूलाग्र बदल पाहून मी थक्कच झाले! तिला अजूनही इंग्लिश फारसं बोलता येत नव्हतं, पण ती आता सहभागी होऊ बघत होती. तिचा मायाशी चालणारा बराचसा संवाद बोटांनी निर्देश करून, मदत करून आणि खाणाखुणा करून चालत होता.

त्या रात्री मी मायाला जवळ घेऊन सांगितलं, की मला तिचा फारफार अभिमान वाटतोय. मी तिला विचारलं, की एकही शब्द न बोलता ही अपूर्व मैत्री तिला कशी जोडता आली. तिनं माझ्याकडे बघून म्हटलं, ''मी हसून पाहिलं!''

फार-फानके

कुणाशीही संवाद साधायला स्मित पुरेसं असतं.

। जुलै १४ ।

आयुष्याचा उद्देश असतो ते भरभरून जगणं, अनुभवाचा शक्य तेवढा आस्वाद घेणं आणि नवे आणि अधिक समृद्ध करणारे अनुभव चाखण्याचे उत्साहानं आणि निःशंकपणे प्रयत्न करणं.

एलिनॉर रुझवेल्ट

आई-वडील आणि शिक्षक या नात्यानं आपण अनेकदा आपल्या मुलांना सांगू पाहतो, की फक्त उच्च प्रतीचं यशच आपल्याला अपेक्षित आहे. तिसरीत असलेला, माझ्या वर्गातला सर्वांत लहान मुलगा डॉनी हा लाजराबुजरा, घाबरट पण परिपूर्णतेचा भोक्ता होता. नीट जमणार नाही या भीतीमुळे तो वर्गातल्या खेळात भाग घेत नसे, प्रश्नांची क्वचितच उत्तरं देत असे आणि गृहपाठ करताना तो विफलतेनं नखं कुरतडू लागत असे. चूक करण्याची धास्ती बाळगणाऱ्या या लहानग्याला पाहून माझी मदतनीस शिक्षिका मेरीॲनसुद्धा चक्रावून गेली होती.

मग एकदा तिनं आमच्या डेस्कमधला पेन्सिलींनी भरलेला डबा घेतला.

"हा डबा बघितलास, डॉनी? पेन्सिलींमागे लावलेली रबरं कशी झिजून गेली आहेत ते बघितलंस? का झिजली आहेत ते सांगू? कारण मिसेस लिंडस्ट्रॉम आणि मीसुद्धा चुका करतो! पण त्या चुका आम्ही खोडून टाकतो आणि पुन्हा प्रयत्न करतो. तूपण तसंच करायला शिकायला हवंस."

ती उठून उभी राहिली. "मी यातली एक पेन्सिल तुला देते. ती बघितली, की तुला आठवेल की चुका करायला काही हरकत नाही. फक्त तुम्ही त्या खोडून पुन्हा प्रयत्न करायला हवा!"

ॲलेथा जेन लिंडस्ट्रॉम

माझी मैत्रीण डेबी हिच्याऊदोन मुली हायस्कूलमध्ये असताना तिला टॉमीच्या वेळेस दिवस गेले. दिवसागणिक टॉमीचा जन्म हे मोठ्ठंच वरदान असल्याचं जाणवू लागलं.

एकदा, टॉमी पाच वर्षांचा असताना, डेबी आणि टॉमी कारनं मॉलकडे चालले होते. मुलं जसं करतात, तसंच टॉमीनं अनपेक्षितपणे विचारलं, ''आई, माझा जन्म झाला, तेव्हा तू किती वर्षांची होतीस?''

''मी छत्तीस वर्षांची होते, का रे टॉमी?'' डेबीनं विचारलं.

टॉमी म्हणाला, ''कित्ती कित्ती दुर्दैवाची गोष्ट आहे बघ! इतकी सारी वर्षं आपण एकमेकांना ओळखतच नव्हतो!''

ॲलिस कॉलिन्स

। जुलै १८ ।

माझा सर्वांत मोठा मुलगा घर सोडून दूर गेला, त्यापूर्वीचे चोवीस तास फार झर्रकन उडाले. एअरपोर्टवरून आम्ही घरी येत होतो तेव्हा फार चुकल्यासारखं वाटत होतं. चौघांच्या कुटुंबातील एक व्यक्ती दूर निघून गेल्यावर, चार पायांचं टेबल एक पाय गमावून तीन पायांवरच डुगडुगत उभं राहिल्यासारखी आमची अवस्था झालेली होती. त्याच्यावाचून कंठावा लागलेला पहिला दिवस संपला, तेव्हा मी त्याच्या खोलीत गेले आणि त्याचं बालपण इतक्या लवकर संपल्याबद्दल वाईट वाटून मी आसवं गाळली. रडूनही मला जेव्हा हलकं वाटलं नाही, तेव्हा माझ्या लक्षात आलं, की त्याच्यावाचून जगणं स्वीकारण्यासाठी मला वेगळ्या कोणत्यातरी गोष्टीची आवश्यकता आहे.

माझ्या एका मैत्रिणीनं मला सांगितलेली गोष्ट मला आठवली. तिला जेव्हा वैधव्य आलं, तेव्हा ज्यू धर्मीयांचे अंत्यविधींचे नियम पाळल्यावर तिला शांतता लाभली होती. दुसऱ्या दिवशी सकाळपासून मी आठवडाभराच्या एका शोक पाळण्याच्या विधीची सुरुवात केली. मी जुने घरी काढलेले व्हिडिओ बघितले, जुने फोटो-अल्बम पाहिले, मुलाला आवडणारी पुस्तकं वाचून काढली. शोक पाळण्याची पारंपरिक ज्यू-प्रथा वर्षभराची असते. मला काही आठवड्यांतच मुलाच्या अनुपस्थितीचं दुःख पचवता आलं. मी माझ्या मुलाच्या दूर जाण्याचं दुःख करत बसण्याऐवजी, तो आता मोठा, जाणता झाल्याबद्दल आनंद मानू लागले.

आमची पारंपरिक प्रथा पाळून मी माझं मानसिक संतुलन परत मिळवू शकले. नव्या युगातल्या पालकांच्या समस्यांची उकल जुन्या प्रथा पाळून होऊ शकते हा अनुभव मी गाठीला बांधला. प्रत्येक समस्येवर तोडगा शोधताना पालकांना 'अथ' पासून सुरुवात करायची गरज नाही हे मला उमगलं.

एलीन एल. गॉसेल

समस्येवर तोडगा शोधताना,
जुन्या प्रथा कधी कधी खूप उपयोगी ठरतात.

। जुलै १९ ।

ती या जगात आणि माझ्या कुशीत अलगद प्रवेश करते. ती म्हणजे अमोल ठेवाच आहे. तिच्या एका कटाक्षाने आमचं आयुष्य आरपार बदलून गेलं पलंगावर ती तिचे डॅडी आणि मी यांच्या मधोमध झोपते. तिचं आमच्याशी काय साम्य आणि तिचे स्वत:चे असे काय गुणविशेष हे आम्ही शोधू पाहतो. आम्ही काही बोलत नसलो तरी आमच्या ध्यानीमनी सतत तिचेच विचार, तिच्याबद्दलच्या आमच्या आशा-आकांक्षाच असतात. ती काय बनेल, ती किती गुणांनी बहरेल आणि ती जगावर आपला ठसा कसा उमटवेल हेच आमच्या मनात सदैव असतं.

दिवस उडतात. वर्षं उलटतात आणि तिला पाकळी-पाकळीनं उमलताना पाहून आम्ही चकित होतो. ती आम्हाला पुन्हा खेळायला शिकवते, विसावा घ्यायला आणि नव्यानं जगाकडे बघायला शिकवते. आम्हाला माहीत असलेल्या आणि आम्ही बघितलेल्या गोष्टींचाच आम्ही नव्यानं आस्वाद घ्यायला शिकतो.

काळाला पंख फुटतील. अचानक ती मोठी होईल. एक तरुणी बनेल आणि जगात भरारी घ्यायला सिद्ध होईल. तिच्या स्वप्नपूर्तीसाठी निघून जाईल. तिला दूर जाऊ देणं यातनामय असेल; पण तरीही आत कुठेतरी आम्हाला ठाऊक आहे की आम्ही तिला कायमचं बांधून ठेवू शकत नाही.

जीनेट लिसेफस्की

बहिणीच्या मृत्यूपूर्वी काही दिवस आधी तिच्याशी दुरावा घडल्याबद्दल नुकतंच एका मैत्रिणीनं मला मोठ्या दु:खानं सांगितलं. माझ्या एका आवडत्या चुलत बहिणीने मला सांगितलं, की तिच्या आवडत्या बहिणीशी तिचे संबंध इतके तणावपूर्ण झाले होते की ते कधीही पूर्ववत होणार नाहीत अशी तिला भीती वाटत होती. या घटना फक्त कुटुंबीयांइतक्याच सीमित नाहीत. मैत्री आणि इतर जिव्हाळ्याची नाती अगदी क्षुल्लक किंवा गंभीर कारणांनी दररोज नासत असतात.

जर मला पुन्हा नव्यानं तो कालखंड जगता आला तर मी काय करीन असं जर मला कुणी विचारलं तर त्याला माझं उत्तर असेल : मी माझे मित्र आणि आप्त यांच्यावर इतकी निखळ माया करीन, की त्यांनाही मला तसाच प्रतिसाद द्यावासा वाटेल. मी कोणताही पूर्वग्रह ठेवणार नाही. परतफेडीची अपेक्षा ठेवणार नाही. राग ठेवणार नाही. भावंडांमधला मत्सर दूर ठेवेन. कशाचीही आडकाठी होऊ देणार नाही. मी हे सारं सांगतेय कारण तिच्याशी पुन्हा नातं जोडता येण्यापूर्वीच माझी बहीण निवर्तली. मी फार विलंब लावला होता.

मी प्रत्येकाला हाच सल्ला देईन, "तुमच्यात कोणतेही मतभेद असोत. तुम्हाला जिव्हाळ्यानं बांधून ठेवणारा तो बंध शोधा. कितीही कष्ट पडले तरी प्रेमाचे झरे सापडेपर्यंत खणत राहा. तुम्हाला एकेकाळी वाटणारी निष्ठा, जिव्हाळा परत मिळवा आणि अनुभवा."

एलेन क्लिफ्ट

आयुष्यात सर्वांत महत्त्वाची गोष्ट असते तुमच्या स्नेह्यांना आणि आप्तांना इतका जिव्हाळा देणं की काहीही झालं तरी त्यांना तुमच्याबद्दल तोच जिव्हाळा वाटलाच पाहिजे!

। जुलै २१ ।

“मिस्टर डेग्नर, मला आणि माझ्या कुटुंबीयांना भेटल्याचं तुम्हाला बहुधा आठवत नसेल. आम्ही मायामीला जायला निघालो होतो आणि फ्लाइटमध्ये जागाच नव्हती. तुम्ही विचारलंत, या फ्लाईटची तिकिटं देऊन टाकून त्याऐवजी नंतरच्या फ्लाईटची तिकिटं फुकट मिळवण्यासाठी कुणी पुढे यायला तयार आहे का? आम्ही तुम्हाला आमची तिकिटं दिली, परंतु नंतर तुम्ही परत येऊन म्हणालात, की तुम्हाला आमच्या तिकिटांची गरज पडणार नाही आणि तुम्ही आम्हाला त्याच तिकिटावर प्रथमवर्गानं प्रवास करू दिलात,” तो म्हणाला.

ही घटना मला आठवत नव्हती. तो पुढे म्हणाला, “मायामीचा आमचा तो प्रवास फार आनंदात पार पडला. पण या आनंदाचं विशेष मोल आम्हाला नंतर पटलं. आम्ही सुटीवरून घरी परत आल्यावर नेथन त्याच्या सायकलवरून फिरत होता. एका ड्रायव्हरला तो दिसलाच नाही आणि आम्ही चौघांनी एकत्र केलेला तो शेवटचाच प्रवास ठरला. ती फ्लाइट आमच्या कायम लक्षात राहील. आम्ही इतके आनंदात होतो आणि नेथनने त्या प्रवासात खूप मजा केली. तुम्ही दिलेलं बक्षीस आम्हाला केवढं मोलाचं वाटतंय, एवढंच मला सांगायचं होतं!”

काही महिन्यांनी, नेथनचे वडील मला विमानतळावर भेटायला आले आणि त्यांनी मला त्यांच्या मुलाचा एक फोटो दिला. तुम्ही दिलेल्या इवल्याशा स्नेहाचा कुणावर तरी अनपेक्षितपणे प्रचंड ठसा उमटू शकतो याची सदैव आठवण राहावी, म्हणून मी तो फोटो जपून ठेवला आहे.

जेफ डेग्नर

कोणतीही स्नेहाची कृती नगण्य नसते.

। जुलै २३ ।

जरी दैवाचे वारे तात्पुरते विरुद्ध दिशेनं वाहत असले,
तरी लक्षात ठेवा की त्यांना वेठीला धरून
तुम्ही कल्पकतेनं तुमच्या लक्ष्याकडे प्रवास करू शकता.

नेपोलिअन हिल

। जुलै २४ ।

आमची तान्ही मुलगी एरिआना दुडुदुडु धावायला लागेपर्यंत तिला पडून अनेकवार टेंगळं आली आणि खूपदा तिचे गुडघे खरचटले. अशा वेळेस मी माझे हात पसरून तिला म्हणत असे, ''माझ्यापाशी ये.'' ती रांगत माझ्या मांडीवर येऊन बसली की मी म्हणत असे, ''तू माझी शोनी आहेस? माझी गोडू गोडू एरिआना राणी आहेस?'' ती तिची मान डोलवत असे आणि मी समारोपाचं वाक्य म्हणत असे, ''काहीही झालं, तरी तू माझी नेहमी नेहमी लाडकी असणार आहेस!''

काही आठवड्यांपूर्वी मी मनस्तापानं उन्मळून पडले होते आणि माझ्या खोलीत जाऊन मी अश्रूंना मुक्त वाट करून दिली होती.

एरिआना लगेचच माझ्याजवळ आली आणि म्हणाली, ''माझ्यापाशी ये.'' ती मला चिकटून झोपली आणि म्हणाली, ''तू माझी शोनी ममी आहेस? माझी गोडू गोडू ममीराणी?'' मी माझी मान डोलावल्यावर आणि तिच्याकडे पाहून स्मित केल्यावर ती म्हणाली, ''काहीही झालं, तरी तू माझी नेहमी लाडकी असणार आहेस!'' तिनं खिदळून मला मिठी मारली आणि मी ताजीतवानी होऊन पुढचं नवं आव्हान स्वीकारायला सज्ज झाले.

जीनेट लिसेफस्की

। जुलै २५ ।

पटांगणात चालताना माझ्या लक्षात आलं की त्या अनाथाश्रमाला पुन्हा अवकळा आली आहे. मी आणि माझी पत्नी तिच्या मैत्रिणीला भेटायला आलो होतो. आम्ही आश्रमातल्या एखाद्या मुलाचं पालकत्व स्वीकारावं अशी तिची इच्छा होती.

त्या चौदा वर्षांच्या मुलानं स्वागत करताना हस्तांदोलन केलं. ते करताना, पुडिंगनं भरलेल्या रबरी हातमोजांप्रमाणे, त्याच्या हाताचा स्पर्श लुळा वाटला.

"आमच्या आश्रमाला भेट दिल्याबद्दल मी तुमचा आभारी आहे." तो म्हणाला.

मी तिथल्या बाथरूममध्ये गेलो. मिनिटभर मी आरशात माझ्या चेहऱ्यावरच्या प्रत्येक सुरकुतीकडे आणि ढिल्या पडलेल्या कातडीकडे निरखून पाहिलं. तरीही पंचेचाळीस वर्षांपूर्वी अनाथाश्रमात राहत असलेल्या लहानग्या मुलाचा चेहराच त्या सुरकुत्यांमागून माझ्या दृष्टीला पडत होता.

मी माझा उजवा पंजा डाव्या पंजावर ठेवून हलवला. छोट्या बिलनं केलेल्या हस्तांदोलनाहून ही पकड थोडी दृढ असली, तरी त्या स्पर्शातून आपण स्नेहपात्र आहोत हा विश्वास झिरपत नव्हता.

माझे ओठ दातांखाली धरून मी आरशातल्या माझ्याच डोळ्यांमध्ये खोलवर पाहिलं आणि स्वत:लाच म्हटलं, "चला, त्या मुलाला माणसात आणू या!"

आपण जेव्हा एखाद्या मुलाचं आयुष्य वाचवत असतो, तेव्हा नि:संशयपणे आपण स्वत:लाही वाचवत असतो!

रॉजर डीन किझर, सीनिअर

। जुलै २६ ।

दक्षिण तुर्कस्तानातल्या एका रखरखीत उष्ण शेतात पेम्बे आणि मी पहिल्यांदा भेटलो. मी फिरायला निघाले होते आणि ती तिच्या चरणाऱ्या बकऱ्या सांभाळत होती. ती तुर्की भाषेत बोलत माझ्याजवळ आली आणि मी उत्तर देत नाही असं पाहून चिडली. माझा हात हातात धरून तिनं मला शेतातून पलीकडे एका छोट्याशा करड्या रंगाच्या खोपटाकडे नेलं.

सामानानं ठासून भरलेलं स्वयंपाकघर आणि हॉलमधून आम्ही तिच्या घरात शिरलो. पेम्बेनं माझे खांदे खाली दाबले आणि मी खाली बसावं असं सुचवलं. मग ती तुर्की भाषेत माझ्यावर शब्दांचा भडिमार करू लागली. तिच्या जोशाची लागण होऊन मीसुद्धा तिचेच शब्द नक्कल करून, पुन्हा बोलू लागले.

दोन तासांनी हातात हात गुंफून आम्ही तिच्या घरातून बाहेर पडलो आणि तिचं शेत आणि आमचा कंपू जिथे राहत होता तो बंगला, यांच्या मधोमध असलेलं कुंपण ओलांडून त्यांच्या भाषेत म्हणतात तसं 'गुली गुली' असं अगदी शांत आवाजात म्हणून हात हलवले.

आता जेव्हा भूकंपाच्या आपत्तीमुळे लोक मृत्युमुखी पडल्याची बातमी मी वाचते, तेव्हा तुर्कस्तान ही खूप दूरची नकाशातली कोणतीतरी जागा आहे असं मला वाटत नाही. जर्दाळू, बकरीच्या दुधाचं चीज, गवताची सोनेरी कुरणं, नाचणारी मुलं आणि ठिगळं लावलेले नेसूचे कपडे घातलेल्या शहाण्या स्त्रियांचा तो देश आहे हे मला आता ठाऊक आहे.

हाइडी एहरेनरिच्

गेली अनेक वर्षं आम्ही खूप प्रवास केलेला आहे आणि त्यामुळे वेगवेगळ्या ठिकाणी वास्तव्य केलं आहे. अनेक लोकांनी आमच्या मनावर कायमचा ठसा उमटवला आहे.

माझा नवरा काही दिवसांसाठी आफ्रिकेत कामासाठी गेलेला असताना मी माझ्या दोन मुलींना त्यांच्या आजी-आजोबांकडे काही दिवस राहण्यासाठी घेऊन निघाले होते. तासभर गाडी चालवल्यानंतर मी ती हायवेवरून बाजूला, एका पेट्रोलपंपावर नेली. थोड्या वेळानं मी पुन्हा थांबले आणि पाकीट काढण्यासाठी मी खिशात हात घातला. पाकीट गायब झालेलं होतं. माझं पाकीट सापडेल आणि ते माझ्याकडे परत येईल याची मला अजिबात शक्यता वाटली नव्हती, कारण त्यात मी माझा सध्याचा पत्ता किंवा फोन नंबर ठेवलेला नव्हता.

पण दुसऱ्या दिवशी एका मुलीनं ब्लॉकबस्टर व्हिडिओमधून फोन केला. ''कुणाला तरी तुमचं पाकीट सापडलंय आणि ते आमच्या दुकानात तुमची वाट बघताहेत,'' ती म्हणाली.

एक जोडपं आणि त्या स्त्रीची आई एक दिवसाच्या सहलीसाठी गेलेले होते. त्या स्त्रीची आई धूम्रपान करत असे आणि ते करताना तिचे कपडे पेटले. आग विझवण्यासाठी तिनं कार थांबवली आणि कपड्यांवरील राख झटकत असताना तिला माझं पाकीट दिसलं.

हे कुटुंब वाट वाकडी करून ब्लॉकबस्टर व्हिडिओ स्टोअरपाशी पोहोचलं. त्यांना आशा वाटत होती की या दुकानातून त्यांना माझा ठाव-ठिकाणा सापडेल.

लिसा कॉब

काही लोक इतरांना मदत करण्यासाठी खूप प्रयत्न करतात.

। जुलै २८ ।

मी लहान असताना पडले आणि मला लागलं की माझी आई माझा हात तिच्या हातात घेत असे आणि म्हणत असे, "तुला लागलं की माझा हात घट्ट धरून दाब आणि मग माझं तुझ्यावर किती प्रेम आहे हे मी तुला सांगेन." कधीकधी तिच्याकडून लाड करून घेण्यासाठी मी लागल्याचं ढोंगही करत असे. मी जशी मोठी झाले, तसा या प्रथेत थोडा बदल होत गेला; पण ती नेहमीच माझ्या वेदना कमी करून मला आनंद मिळवून देण्याचे मार्ग शोधत असे.

एकदा, मी पस्तिशीच्या पुढच्या वयाची असताना, माझ्या वडिलांनी मला माझ्या ऑफिसात फोन केला, "मेरी, तुझ्या आईला बरं नाहीये," ते म्हणाले.

मी त्यांच्या घरी पोहोचले, तेव्हा माझी आई डोळे मिटून अंथरुणावर आडवी पडलेली होती. तिचे हात तिच्या पोटावर होते. "आई, मी आलेय." मी म्हटलं.

"मेरी, मला इतक्या वेदना होताहेत! मी मरेन का गं?"

मी क्षणभर थांबून शब्दांची जुळवाजुळव करू लागले. मी तिचा हात हातात धरला आणि माझ्या तोंडून शब्द निघून गेले, "तुला वेदना झाल्या, की माझा हात घट्ट धरून दाब आणि मी तुला सांगेन की तू माझी लाडकी आहेस."

तिनं माझा हात घट्ट धरून दाबला.

"आई, तू माझी फार लाडकी आहेस."

येत्या दोन वर्षांत मी आणि माझ्या आईनं अनेकदा या शब्दांची आणि कृतीची पुनरावृत्ती केली. ती कॅन्सरनं मृत्युमुखी पडेपर्यंत अनेकदा स्पर्शानं आणि शब्दांनी एकमेकींचं दुःख हलकं केलं.

मेरी मार्कडान्टे

मेरी जेन, माझी जिवलग सखी आणि भाषणातली माझी चोवीस वर्षांची सहकारी गेली सात वर्षं मोठ्या आतड्याच्या कर्करोगाशी झुंज देत होती. मी हॉस्पाइस सेंटरच्या (बरे होणार नाहीत, अशा रुग्णांच्या यातना कमी करण्याचे उपचार देणारं केंद्र.) समोरच्या खोलीतून आत जात असताना मला काउंटरवर ठेवलेला 'लेमन मेरिंग पाय्' हा छानसा पदार्थ दिसला. मी तो उचलून मेरी जेनसाठी घेऊन आले.

मी तिला केवळ लिंबाचा स्वाद जाणवण्यापुरताच पाय भरवला आणि तोसुद्धा तिला जास्त झाला. "छानच लागला गं!" ती म्हणाली.

"तो छान लागला हे कळण्याएवढा तरी तो तुझ्या पोटात गेला का?" मी तिला प्रश्न केला.

"मी विचार करतेय," ती म्हणाली, "त्या घटनेपर्यंत नेणारे आणि त्या घटनेनंतरचे क्षणच महत्त्वाचे असतात आणि आपण त्या क्षणांचा किती आनंद लुटू शकतो, हे निर्णायक असतं. दोन घटनांमधली जी रिकामी जागा असते, त्यावर लक्ष केंद्रित करायला आपण शिकलं पाहिजे."

ती पुढे म्हणाली, "गोल करण्यापूर्वी तुमच्या टीमला खेळताना पाहण्यातच खरी मौज असते. तुम्ही चमचाभर पाय उचलून ओठांपाशी नेता, तेव्हा त्यातल्या लिंबाच्या वासानं तुमच्या मनात तुमच्या घराची जी आठवण जागी होते, तीच महत्त्वाची आहे." तिनं माझा हात घट्ट दाबला आणि म्हटलं, "दोन घटनांमधल्या रिकाम्या जागेतच आयुष्याची मौज दडलेली आहे... आणि तू आणि माझी काळजी घेणाऱ्या इतरांनी या रिकाम्या जागांवरच लक्ष केंद्रित केलं पाहिजे."

पामेला जे. गार्डन

दोन घटनांमधल्या क्षणांवर लक्ष केंद्रित करा
कारण आयुष्यातला आनंद तिथंच दडलेला असतो.

। जुलै ३० ।

शाळेत जाताना पहिल्या दिवशी ब्रेंडन खूप रडला. त्याला शाळा आवडत नव्हती असं नव्हे तर ब्रेंडनला माझ्यापासून दूर राहायला आवडत नसे. तो बालवाडीत असताना आम्ही खूप मौज केली; पण आता पहिलीत गेल्यावर तो पाच तास काळजी करत बसे, की मी माझा वेळ कसा घालवला असेन. त्यानं मला एकदा सांगितलं होतं, की मी दृष्टीआड जाईपर्यंत तो माझ्याकडे बघत राहत असे. म्हणून त्याला शाळेत सोडलं, की मी नेहमी भरभर चालत परत जात असे आणि चुकूनही मागे वळून पाहत नसे.

पण एकदा का ते ठाऊक नाही, मी मागे वळून बघितलं. त्याच्या आजूबाजूला सारे जण खेळण्यात मग्न होते आणि तो मात्र डोळ्यात प्राण आणून मला दूर जाताना बघत उभा होता.

माझं मन पंधरा वर्षं पुढे धावलं. तो त्याचं सामान भरताना, 'रडू आवर मॉम. मी काही देशाबाहेर निघालेलो नाही,' असं म्हणत असल्याचा मला भास झाला.

मी माझ्या ब्रेंडनकडे नजर टाकली आणि मनात म्हटलं, "तू मला नेहमी सहा वर्षांचाच वाटत राहणार आहेस. मोठा व्हायचा प्रयत्न तर करून बघ! तुझा खरपूस समाचार घेते की नाही ते पाहा!!" उसनं हसू आणत मी त्याला फ्लाईंग किस दिला. मागे वळले आणि दूर निघून गेले.

डायान टुलसन

तुमच्या महत्त्वाकांक्षांची खिल्ली उडवणाऱ्या लोकांपासून दूरच राहा. क्षुद्र लोक नेहमीच तसं वागतात. जे लोक खरोखरच थोर मनाचे असतात, ते तुम्हाला उमेद मिळवून देतात की तुम्हीही महान बनू शकाल.

मार्क ट्वेन

। ऑ ग स्ट १ ।

तिच्या आजवर विविध प्रकारच्या केशरचना केल्या गेल्या आहेत. कधी तिचे केस स्टील कर्लर्समध्ये गुंडाळून ठेवले गेलेत, कधी ते कृत्रिम तऱ्हेनं कुरळे केले गेलेत, कधी ते 'पेजबॉय' तऱ्हेने कापले गेलेत तर कधी त्या केसांची मधमाश्यांच्या पोळ्यासारखी रचनाही केली गेलीय.

गोवर, कांजिण्या, गालगुंड, न्यूमोनिया, ताप, जखमेला घातले गेलेले टाके, मोडलेली हाताची हाडं आणि प्रेमभंग अशा विविध व्याधी झालेल्या मुलांची शुश्रूषा करून तिनं नर्सिंगची डिग्री मिळेल एवढा अनुभव गाठीला बांधला आहे.

तिनं आयुष्यातले अश्रू आणि हास्य या दोहोंचा आस्वाद घेतला आहे. सहचराचं उत्कट प्रेम तिच्या हृदयानं अनुभवलं आहे, मुलांनी तिला अतीव सुखही दिलेलं आहे, त्यांनी केलेल्या चुकांमुळे तिचं काळीज विदीर्णही झालेलं आहे, जिव्हाळ्याच्या स्नेहामुळं तिचं मन तृप्त झालं आहे, तिनं विवाह साजरे होताना पाहिले आहेत, नातवंडांच्या जन्माच्या आनंदानं वेडावून जाणं म्हणजे काय हे तिनं अनुभवलं आहे आणि पतवंडं पाहत ती कृतार्थ झाली आहे.

जेव्हा एखादी आई पंचाहत्तर मेणबत्त्या फुंकर घालून विझवते, तेव्हा तिच्या आजूबाजूला प्रेमानं उभी राहिलेली माणसं खरोखरच भाग्यवान असतात.

ॲलिस कॉलिन्सच्या वतीनं जेराल्डिन डॉइलनं दिलं.

। ऑगस्ट २ ।

मी एकुलतं एक अपत्य असल्यामुळे माझा जीव भावंडांसाठी आसुसलेला होता. माझी पहिली बहीण आणि मैत्रीण होती काल्पनिक 'पंकी' नावाची मुलगी. पिवळ्या रंगाची स्कूलबस माझ्यासाठी थांबेपर्यंत या काल्पनिक बहिणीची आणि माझी अतूट जोडी होती.

शाळेत मी लटकायच्या उंच पट्ट्यांवरून हात सुटून खाली पडले आणि सूझीनं माझ्या अंगावरची माती झटकून मला मलमपट्टीसाठी शाळेतल्या नर्सकडे नेलं. हायस्कूलमध्ये गेल्यावर माझ्या मैत्रिणींचं वर्तुळ आणखी मोठं झालं. आम्ही एकमेकींच्या लिपस्टिक वापरत असू आणि तेव्हा सर्वांना सर्वाधिक मोहित करणाऱ्या मुलाबद्दल गुजगोष्टी करत असू. आम्ही प्रेमात पडल्याचा आनंद एकत्रित साजरा करत असू आणि कुणाचा प्रेमभंग झाला तर आम्ही साऱ्या जणी रडत असू.

कॉलेजात मला लाभलेल्या बहिणी वेगवेगळ्या गावांहून आलेल्या होत्या आणि त्यामुळे मला वेगळ्या जगाची झलक दिसली. पदवी मिळवल्यानंतर आम्ही आपापल्या विश्वात परत आलो.

माझ्याहून ज्येष्ठ वयाच्या बहिणीही मला लाभलेल्या आहेत. मी पत्नीची, आईची आणि शिक्षिकेची भूमिका निभावत असताना, माझ्या अडचणी जाणून घेऊन त्यांनी मला शहाणपणाच्या चार गोष्टी शिकवल्या आहेत. त्रास देणारे नोकरीतले वरिष्ठ पदावरचे लोक आणि व्यावसायिक यश याबद्दल आम्ही एकमेकींशी मोकळेपणानं बोलतो. जेव्हा आमचे वृद्ध आई-वडील आम्हाला पोरकं करून निघून गेले, तेव्हा या मैत्रिणींच्या सांत्वनाच्या मिठीमुळे आम्हाला शब्दांपलीकडचा दिलासा मिळाला.

पावलोपावली मला अगणित बहिणी लाभल्या. त्यांच्या स्नेहाच्या झुळझुळत्या प्रवाहानं माझं आयुष्य टवटवीत, समृद्ध ठेवलं आहे आणि आणखी एका नव्या बहिणीच्या लाभाची मी आतुरतेनं वाट पाहते आहे.

ली शॅफर ॲटोना

। ऑ ग स्ट ३ ।

त्या वर्षी ऑलिंपिक्सचे सामने होणार होते आणि मी ॲटलांटामध्ये पाचवीच्या वर्गाच्या शिक्षिकेची नोकरी स्वीकारली होती. हे विद्यार्थी विविध प्रकारच्या पार्श्वभूमीचे होते आणि ते एकमेकांबद्दल सहिष्णु होते. ऑलिंपिक्सच्या सामन्यांमध्ये भाग घेणाऱ्या वेगवेगळ्या देशांबद्दल आम्ही माहिती करून घेऊ लागलो. टीममधल्या प्रत्येक माणसाचं किती महत्त्व असतं यावरही आम्ही चर्चा करत असू.

वसंतऋतू येता येता मी 'ध्येयं आणि स्वप्नं' नावाचं प्रॉजेक्ट सुरू केलं. यात प्रत्येक वर्गानं एक ध्येय पुढे ठेवायचं होतं आणि वर्गातल्या सर्व विद्यार्थ्यांनी ते तडीला नेण्यासाठी प्रयत्न करायचा होता.

पाचवीच्या वर्गानं ३.१ मैलांच्या रेसमध्ये धावायचं ठरवलं होतं. कॅन्सरसाठी निधी जमा करण्याच्या हेतूनं शाळेनं या रेसचं संयोजन केलेलं होतं. त्याबद्दल सर्वांनाच खूप उत्साह वाटत होता. अपवाद होता फक्त ल्यूकचा. तो वर्गातला सर्वांत लठ्ठ मुलगा होता. तो जाणून होता की पहिलं येणं महत्त्वाचं नाही, पण तरीही सर्वांत शेवटचं येणं हे त्याला अपमानास्पद वाटत होतं.

रेसच्या दिवशी मी मुलांच्या पालकांसमवेत धावपट्टीच्या समाप्तीच्या ठिकाणी उभी राहून तेथे पोहोचणाऱ्या विद्यार्थ्यांचं अभिनंदन करत होते; पण ल्यूक, इतर विद्यार्थी किंवा त्यांचे पालक यांचा कुठे पत्ताच नव्हता. मग अखेरच्या वळणापाशी मला आरडाओरडा ऐकू आला.

अचानक ल्यूक मला दिसला. त्याच्या आजूबाजूला पाचवीतले सव्वीस विद्यार्थी होते. ते त्याला पुढे धावण्यासाठी ओरडून प्रोत्साहन देत होते. त्यांनी समाप्तीची रेषा एकत्र ओलांडली. ते आनंदानं आरोळ्या ठोकत होते आणि ल्यूक त्यांचा पुढारी होता!

जोडी ओ'मिआरा

मी आणि माझी आई, माझी आजी आणि माझ्या काका-काकूंजवळ राहत होतो. तो मंदीच्या वर्षातला नाताळ होता. नोकऱ्या मिळायला त्रास पडत असे आणि पैसे पुरत नसत. ख्रिसमस ट्रीखाली माझ्या नावाची भेटवस्तूंची पुडकी इतकी कमी असावीत यात काहीच आश्चर्य नव्हतं, पण तरीही माझी थोडी निराशा झाली आणि त्याबद्दल मला थोडं अपराधीही वाटलं. मला एक नवं पुस्तक मिळेल याची मला कल्पना होती, पण नाताळच्या वेळेस होणारे इतर लाड मात्र यावेळेस होणं अशक्य होतं; पण माझ्या आजीनं मात्र माझ्या नावाचं एक मोठ्ठं खोकं ठेवलं आणि मी ते सर्वांत शेवटी उघडलं.

त्यात पायमोजे होते! ते पायमोज्यांनीच भरलेलं होतं. माझी आजी प्रेमानं हसत होती. 'ही आपल्या दोघीतलीच गम्मत आहे' असं सांगणारं ते हास्य होतं.

मी खोक्याकडे बघितलं. त्यात एकाखाली एक पायमोज्यांच्या थप्प्या लावलेल्या होत्या.

"जोन, हा नाताळ तुला आनंदाचा जावो!" माझी आजी म्हणाली, "तुला आता दररोज वेगळे पायमोजे निवडता येतील. केवढी ही चैन!" ती प्रेमानं म्हणाली.

तो ख्रिसमस मी कधीही विसरणार नाही. लहान-लहान गोष्टींमध्येही किती आनंद दडलेला असतो आणि प्रेम आपल्याला किती श्रीमंत बनवतं हे मला आजीनं दिलेल्या भेटवस्तूंमुळे शिकायला मिळालं.

जोन किनेली

लहानसहान गोष्टीही आनंददायक आणि महत्त्वाच्या असतात,
आणि प्रेम आपल्याला समृद्ध करतं.

माझी नव्वद वर्षांची आई, बर्ट, ही अल्झायमर या तीव्र विस्मृतीच्या आजाराच्या अवस्थेला पोहोचलेली आहे, ती नर्सिंगहोममध्ये आहे. एकेकाळी गमत्या स्वभावाची, हजरजबाबी असलेली ही स्त्री आता क्वचितच बोलते आणि आम्ही बहुधा स्पर्शाच्या भाषेतच बोलतो.

एकदा नर्सिंगहोममधली आया माझ्या आईपाशी गेली. माझ्या आईला जमिनीवर पडलेली पाहून तिला धक्काच बसला. आईला लागलेलं दिसत नव्हतं. ती अजूनही निद्रिस्त होती आणि घोरत होती. त्या आयानं परिचारिकेला हाक मारली. ती तेथे ताबडतोब आली आणि म्हणाली, ''हे कसं झालं? बर्ट तर हलतच नाही. ती कूसही बदलत नाही.''

आया म्हणाली, ''पलंगाच्या बाजूच्या दांड्या आपण वर खेचून ठेवायला हव्यात.''

माझ्या आईचा जबाब आला, ''त्याला आता थोडा उशीर झालाय, असं नाही का वाटत तुम्हाला?''

एस्थर कोपलंड

१९४२ साली बुडलेल्या एच. एम. एस. इक्झीटर बोटीतून आपला नवरा विल्यम, वाचला असेल या आशेवर मार्था लिंडसेनं तेरा महिने प्रतीक्षा केली. मग तिला रेड-क्रॉसमधून निरोप आला की विल्यम लिंडसे हा युद्धकैदी झाला आहे.

महिन्याला त्याला फक्त पंचवीस शब्दांचं पत्र, एका साध्या पांढऱ्या पोस्टकार्डवर तिनं लिहावं असं तिला सांगण्यात आलं. हे पत्र तिनं त्यांच्याकडे, जिनीव्हाला पाठवायचं होतं. तब्बल अडीच वर्षांनी, पोस्टमननं तिला एक लहानसं चिटोरं आणून दिलं. तिनं त्यावरचं विल्यमचं हस्ताक्षर ओळखलं, ''मार्था, माझी सुटका झाली आहे, मी घरी येतोय.''

१९४५ सालच्या ऑक्टोबर महिन्यात, विल्यम लिंडसे त्याच्या कुटुंबीयांपाशी परत आला. मार्थाला ऐकून अतिशय वाईट वाटलं की तिनं पाठवलेल्या पत्रांपैकी, एकही पत्र त्याला कँपमध्ये मिळालेलं नव्हतं.

विल्यम घरी आल्यावर थोड्याच दिवसांत एक तरुण खलाशी दाराशी आला ''माझं नाव आहे विल्यम लिंडसे, मी युद्धकैदी होतो.'' त्यानं हळूच त्याच्या खिशात हात घातला आणि रिबिनीत बांधलेली छोटीशी, पांढरी पोस्टकार्ड्स त्यानं तिच्याजवळ दिली.

''मला दर महिन्याला एक पोस्टकार्ड मिळत गेलं. त्या आशेच्या किरणानंच मला जगायची उमेद दिली. मी मनापासून तुमचे आभार मानतो.''

शेली मॅक्एवन

। ऑ ग स्ट ७ ।

माझ्या नऊ वर्षांच्या मुलानं त्याच्या बेबी-सिटरला तिच्या मित्राचं चुंबन घेताना पाहिलं आणि 'चुंबन आणि प्रेम यात काय इतकंसं विशेष आहे' असा त्याला प्रश्न पडला.

पहिलं चुंबन आणि पहिलं प्रेम म्हणजे काय हे समजण्यासाठी त्याचा अनुभवच घेतला पाहिजे, असं मी माझ्या मुलाला सांगायचं ठरवलं. फ्लूसारखीच त्यांची लक्षणं असतात असं मी त्याला सांगितलं.

हे स्पष्टीकरण ऐकून त्याचं समाधान झालं आणि या संभाषणाचा मला पूर्णपणे विसरही पडला होता; पण काल, आता चौदा वर्षांचा झालेला माझा मुलगा घरी आला तेव्हा त्याचे डोळे चकाकत होते आणि त्याच्या चेहऱ्यावर गूढ स्मित विलसत होतं. त्याची प्रकृती ठीक तर आहे ना असा मी त्याला प्रश्न केला. तो माझ्या अंगावरून झरझर फ्रिजकडे गेला तेव्हा तो मला म्हणाला, ''मला कबूल करणं जड जातंय, पण ममा, तुझं म्हणणंच बरोबर होतं. त्याची फ्लूसारखीच लक्षणं असतात; पण काळजी करू नकोस. हा ताप चोवीस तासांहून जास्त टिकणार नाही. उद्यापर्यंत मला अगदी बरं वाटेल.''

तो इतक्या खात्रीपूर्वक हे कसं म्हणू शकतो असा मी त्याला प्रश्न विचारला.

''उत्तर अगदी सोपं आहे, ती इतकी काही तुझ्यासारखी नाही की प्रेमज्वरानं फणफणायला व्हावं!''

आइलीन गोल्ट्झ

। ऑ ग स्ट ८ ।

स्त्री ही एखाद्या 'टी-बॅग' सारखी असते.
कढत पाण्यात उतरेपर्यंत ती किती कणखर आहे
याची तुम्हाला कल्पनाही येऊ शकत नाही.

एलिनॉर रुझवेल्ट

। ऑ ग स्ट ९ ।

हायस्कूलच्या परीक्षेनंतर युरोपला जायचा माझ्या मुलाला-रायनला, ध्यास लागलेला होता. आम्ही एकत्र अनेक देश बघितले होते आणि कुठे काय आहे याची त्याला चांगली कल्पना होती; पण यावेळेस त्याला एकट्यानं प्रवास करायचा होता. मी त्याला तेथून फोन करता यावा म्हणून कॉलिंग कार्ड दिलं होतं, तरीही मी सतत त्याची काळजी करत होते.

दिवस गेले, आठवडे उलटले आणि माझ्या मुलाचे फोन वारंवार येऊ लागले. लवकरच तो एक दिवसाआड फोन करू लागला आणि त्याच्या स्वरातला बदल मला कोड्यात टाकू लागला.

अर्थातच तो घरी येतोय हे त्यानं सांगितल्यावर मला आनंद तर झालाच, पण फारसं आश्चर्य वाटलं नाही.

एअरपोर्टवर रायनच प्रथम बोलला. "मम्मा, मला स्वत:बद्दल आणि काय महत्त्वाचं याबद्दल इतकं उमगलं आहे म्हणून सांगू! तुम्ही जगात कुठेही गेलात आणि कितीही विविध गोष्टी बघितल्यात, तरी त्या सांगण्याजोगं तुमचं खास माणूस असल्याशिवाय त्याची खरी मजा चाखता येत नाही!"

मी एका लहान मुलाला निरोप दिला होता, पण घरी एक परिपक्व असा तरुण माणूस परत आला होता आणि तो माझा लेक होता, याचा मला विलक्षण अभिमान वाटला.

पेनी फेडोरनेको

तुम्ही आपला अनुभव कुणाला तरी सांगितलात
की त्याची लज्जत वाढते!

। ऑ ग स्ट १० ।

जवळजवळ पाच वर्षांपूर्वी, ऐंशीव्या वाढदिवसाच्या दिवशीच माझी आई माझ्या दिवाणखान्यात निवर्तली. तिची प्रकृती छान होती आणि ती अगदी तंदुरुस्त दिसत होती, पण वाढदिवस साजरा होत असतानाच तिनं डोळे मिटले आणि अखेरचा श्वास घेतला.

ती माझं सर्वस्व होती. ती जिद्दी आणि गमत्या स्वभावाची होती. ती जाण्यापूर्वीच्या काही महिन्यांत ती माझ्यापाशी जे जे बोलली, ते मला हळूहळू आठवू लागलं. एका रात्री ती म्हणाली होती, "टेरी, तू इतकी दयाळू स्वभावाची आहेस, तुला इतरांची इतकी कणव येते, तू लोकांना इतकं प्रेम देतेस. तुझ्या अंगी उत्साहीपणाचा गुण आहे..."

मी तिला तेथेच थोपवलं आणि म्हटलं, "आई, जिचं वर्णन करते आहेस, ती मी नव्हे, तर ती तूच स्वतः आहेस!" पण तिला हे अजिबात पटलं नव्हतं.

ती गेल्यापासून मी दररोज तिचं मोठं मनगटी घड्याळ वापरते. मी नेहमी तिच्याबद्दल सांगत असते. आजकाल लोक मला वारंवार सांगू लागले आहेत, की मी अगदी माझ्या आईसारखंच बोलते.

आणि मला असं जाणवतं, की मला लहानाचं मोठं करणारी माझी आई जवळच कुठे तरी आहे. माझ्या मुलांपैकी कोणाच्या तरी डोळ्यांत उमटणारी खोडसाळ चमक मला तिची आठवण करून देते. आरशातल्या माझ्या स्वतःच्या प्रतिबिंबातसुद्धा मला तिचाच भास होतो.

टेरी मॅरोटा

आपण वयानं जसजसे मोठे होतो, तसतसं
आपलं आपल्या आईशी खूप साम्य आहे असं वाटू लागतं.

। ऑ ग स्ट ११ ।

मी सोळा वर्षांची असताना मला माझ्या आजीपाशी राहण्यासाठी धाडलं गेलं. मी अत्यंत अस्वस्थ मन:स्थितीत होते आणि शाळा सोडून द्यावी, असं मला वाटत होतं. माझी समजूत होती, की माझ्या आईवडिलांपेक्षा माझ्या आजीकडे मला कमी पिरपिर ऐकावी लागेल.

आजीनं मला एकटीला शांतपणे राहू द्यावं यापलीकडे माझी माझ्या आजीकडून कोणतीही अपेक्षा नव्हती; पण ती इतक्या सुखासुखी हार मानायला तयार नव्हती. मी ब्रेड बनवायला शिकलंच पाहिजे असा तिनं हेका धरला, तेव्हा मला त्याचं आश्चर्य वाटायचं काहीच कारण नव्हतं. मला कणीक तिंबणं अजिबात जमत नव्हतं, पण पीठ आंबवण्यासाठी ठेवलं जाईपर्यंत, तिनं मला स्वयंपाकघराबाहेर पडू दिलं नाही. त्यानंतर मी प्रथमच तिच्याशी गप्पा मारायला सुरुवात केली.

एकदा मी तिला म्हणाले, ''मी हायस्कूल न्यूजपेपरची संपादिका होते.''

माझ्या डोळ्यांत खोलवर पाहत ती म्हणाली, ''मला तू इतकी आवडतेस! मला तुझा खूप खूप अभिमानही वाटतो.''

'मला तू आवडतेस' या शब्दांनी हजार शब्दांचं काम केलं. मला माहीत होतं, की तिचं प्रेम निरपेक्ष होतं, पण तिचा स्नेह आणि तिला माझ्याबद्दल वाटणारा अभिमान या गोष्टी मिळवणं सोपं नव्हतं. या असाधारण स्त्रीकडून या दोन्ही गोष्टी मला लाभल्यावर मी विचार करू लागले, की माझ्यात खरोखरच असं आवडण्याजोगं, खास काही आहे का? त्या दिवशी मी तिच्याप्रमाणे जगण्याचा निश्चय केला. चैतन्यानं आणि जोमानं!

लिनेट कर्टिस

। ऑगस्ट १३ ।

दिवसभर माझ्या नवऱ्याची सेवा-शुश्रूषा करून मी अगदी शिणून गेले होते आणि त्यानं जेव्हा मी दिलेली औषधाची गोळी बाहेर थुंकून दिली तेव्हा मी चिडले आणि रागावून म्हणाले, "असं का केलंत तुम्ही?"

"पण तू तर मला तसंच करायला सांगितलं होतंस, नाही का?" त्यानं शांतपणानं विचारलं.

मला रडू फुटलं. डॉक्टरांनी मला सावध केलं होतं, की तो शब्दांचे अर्थ उलटे लावू लागेल. मी जे म्हटलं आहे अशी त्याची समजूत झाली, त्याप्रमाणेच तो वागलेला असताना मी त्याच्यावर इतकी कशी बरं चिडले?

मला रडताना पाहून त्यानं माझ्या दिशेनं हात फैलावून म्हटलं, "रडू नकोस, माझ्याजवळ ये." त्याच्या व्हीलचेअरजवळ जाऊन मी त्याच्या मांडीवर डोकं टेकलं. त्यानं माझ्या खांद्यावर थोपटलं.

'ती गोळी गिळून टाक' हे माझं म्हणणं त्याला कळलेलं नव्हतं, तरी मला झालेलं दुःख आणि वेदना त्याला समजली होती आणि माझ्याबद्दलच्या प्रेमामुळे त्यानं मला जवळ घेऊन थोपटलं होतं.

त्यानं स्पष्ट बोलून दाखवावं तसं त्या छोट्याशा बोलक्या कृतीनं माझ्या ध्यानात आणून दिलं, की जिथे प्रेम असतं तिथे भाषेचा अडसर कधीही आड येत नसतो!

डोरोथी स्नायडर

। ऑ ग स्ट १४ ।

माझी मुख्याध्यापिकेची खोली हेल्थ क्लिनिकला लागूनच होती. म्हणून मी तिथं अनेकदा मदत करायला आणि मुलांना जवळ घ्यायला जात असे. एकदा मला काखेत एक गाठ दिसली. माझ्या कॅन्सरबद्दल विद्यार्थ्यांना सांगावं की नाही, असा मला विचार पडला. जरी मी स्वतःच त्यांना ही बातमी द्यायचं ठरवलं असलं, तरी प्रत्यक्ष शब्द उच्चारणं सोपं नव्हतं. मुलं गंभीरपणे जिमच्या बाहेर जात होती, तेव्हा एक छोटीशी मुलगी मनापासून म्हणाली, "डॉ. पेरी, काळजी करू नका. तुम्ही नक्की परत याल, कारण तुमची काळजी घेणं ही आता आमची जबाबदारी आहे."

मी माझ्या पहिल्या केमोथेरेपीसाठी जात होते, तेव्हा या मुलांनी 'मळमळण्यावरच्या इलाजांवर' स्वत: लिहिलेलं एक विनोदी पुस्तक मला दिलं. मी पुढच्या केमोथेरेपीला गेले, तेव्हा प्रत्येक वर्गानं 'लवकर बऱ्या व्हा' अशी गाणी म्हटली आणि त्यांची व्हिडिओ टेप त्यांनी माझ्याजवळ दिली. मी तिसऱ्या केमोसाठी गेले, तेव्हा मुलांनी यावेळेस मला काय दिलं आहे हे बघायला नर्सेस उत्सुकतेनं वाट पाहत होत्या.

बोन-मॅरो-ट्रान्सप्लांटसाठी मला एकांतवासात राहावं लागलं, तेव्हाही पत्रं आणि फोटोंचा ओघ अव्याहतपणे सुरूच होता. आस्था व्यक्त करणाऱ्या त्यांच्या या छोट्या कृत्यांनी मला बरं होण्याच्या प्रक्रियेत खूपच मदत केली.

मी बरी होऊन कामावर परत आले, तेव्हा माझी ती छोटुली मैत्रीण मला म्हणाली, "बघा, मी तुम्हाला सांगितलं होतं की नाही, की आम्ही तुमची काळजी घेऊ म्हणून?"

सुझॅन एम. पेरी

। ऑगस्ट १५ ।

मळलेल्या पाऊलवाटेनं जाऊ नका.
त्याऐवजी जिथे पाऊलवाट नाही तेथे जा
आणि इतरांसाठी पाऊलवाट तयार करा!

राल्फ वाल्डो इमर्सन

। ऑ ग स्ट १६ ।

मी एकटीच पालकत्व निभावत असल्यामुळे (सिंगल मदर) माझ्यातल्या त्रुटींबद्दल अवास्तव काळजी करत असे. माझी कॉलेजची पदवी मिळवायला मला किती संध्याकाळी पुस्तकात डोकं खुपसून घालवाव्या लागतील. माझ्या पगारात मला कोणत्या गोष्टी विकत घेणं परवडत नव्हतं वगैरे वगैरे!

एकदा डेनी, माझा मुलगा, कॉलेजमधून घरी आलेला होता. मी ब्रेकफास्ट बनवण्यासाठी किचनमध्ये गेले. बाहेर आले तर मला एका फ्लॉवरपॉटमध्ये डझनभर लाल गुलाब आणि बाजूला एक पत्र दिसलं. त्यात लिहिलं होतं,

'तिनं तिच्या धाईगर्दीच्या नोकरीतून एक दिवस रजा घेतली आणि तिच्या लहानग्याला त्याचा 'हिरो' प्रत्यक्ष पाहता यावा म्हणून त्याला स्टेडियमवर नेलं. तिथे नुसतं पोहोचायलाच साडेतीन तास लागले. तिथे पोहोचल्यावर तिनं तिच्या कष्टाच्या कमाईचे पैसे खर्चून, तिच्या बाळाचा हिरो 'डायव्हिंग कॅच' घेत असल्याचं चित्र असलेला महागडा टी शर्ट, तिच्या बाळासाठी विकत घेतला. गेम संपल्यावर तिच्या बाळाला त्याच्या हिरोची स्वाक्षरी घ्यायची होती, म्हणून पहाटे लवकरचा गजर होत असूनही ती तिच्या बाळाजवळ रात्री एक वाजेपर्यंत त्या स्टेडियमवर थांबली. मला ते उमगायला वेळ लागला, पण अखेरीस मला उमगलं आहे, की माझा खरा हिरो कोण आहे!'

डेनी मॅक्रॉमिक आणि लीसा मॅक्रॉमिक

। ऑगस्ट १७ ।

माझ्या मुलाचा पायजमा त्याच्या ड्रॉवरमध्ये ठेवण्याचं काम अनेक दिवस केल्यावर मी त्याला एक दिवस म्हटलं, ''तू तुझा स्वत:चा पायजमा घडी करून ठेवायला हवास. मी काही तुझी गुलाम नव्हे!''

त्याने विचारलं, ''गुलाम म्हणजे काय?''

मी उत्तर दिलं, ''गुलाम म्हणजे असा माणूस जो काम करतो, पण त्याबद्दल त्याला पैसे मिळत नाहीत.''

त्या सकाळी मी भरपूर काम केलं. फक्त शॉवर घेतानाच मला काय तो विसावा मिळाला. त्यातही अर्ध्या शॉवरनंतर माझ्या दोन्ही मुलांनी बाथरूमच्या दारावर थाप मारून त्यात व्यत्यय आणला.

माझ्या मुलीला दुपारी झोपवून, हळूच आवाज न करता तिच्या खोलीतून मी बाहेर पडत होते, तेव्हा मी वळून बघितलं. तिथे, हॉलमधे माझा मुलगा हातात नाणी घेऊन उभा होता.

''ही घे,'' ती नाणी माझ्या हातात देत तो म्हणाला, ''आता तू गुलाम नाहीस.''

मी त्याबद्दल मिनिटभर विचार केला आणि ठरवलं की त्याच्या म्हणण्यात तथ्य आहे! एकूण तेरा सेंट्स देऊन त्यानं मला मुक्त केलं होतं.

क्रिस्टी ए. हॅन्सेन

। ऑगस्ट १८ ।

मला समुद्राचं अतिशय वेड असूनही मी माझं बरंचसं आयुष्य मला अत्यंत प्रिय असलेल्या समुद्रापासून दूरच काढलं. एकटीनं चार मुलांना वाढवताना मला दोरी तुटलेल्या पतंगासारखं वाटत होतं.

माझ्या बेचाळिसाव्या वाढदिवसाची माझ्या बहिणीनं मला एक अनोखी भेट दिली. टोफिनोजवळ, पश्चिम किनाऱ्यावर ग्रे व्हेल्स स्थलांतर करतात ते पाहण्याची संधी!

हा अनुभव अगदी अपूर्व होता आणि त्याची मजा चाखल्यानंतर मी माझं समुद्रकिनारी राहण्याचं स्वप्न मनात जागवत पुन्हा माझ्या रटाळ नोकरीवर रुजू झाले आणि मला फार निराश वाटू लागलं; परंतु मी मला व्हेल्स बघायला नेणाऱ्या स्त्रीला एक पत्र लिहिलं. त्यात मी म्हटलं, आपलं स्वप्न जगण्याचं भाग्य लाभलेली ती, खरोखरच सुदैवी आहे!

मला नुकतीच बढती मिळून माझी घरखर्चाबद्दलची विवंचना थोडी कमी झालेली असतानाच मला टोफिनोहून एक पत्र आलं.

आपण थोडासा वेळ काढून आपला अंतरीचा आवाज ऐकायची तसदी घेतली, तर तो आपल्याला नक्कीच मार्गदर्शन करतो हे मला उमगलं. त्यासाठी प्रचंड धैर्य मला गोळा करावं लागलं, पण मी माझ्या अंतरीच्या आवाजाची सूचना मानली आणि माझी स्वप्नं सत्यात उतरवली.

शेरी बेकर

आपलं मन सांगेल त्याप्रमाणे वागा.

। ऑ ग स्ट १९ ।

माझं पहिलं मूल जन्माला येण्यापूर्वी तीन महिने मी बाळासाठी लागणाऱ्या गोष्टींची जमवाजमव करायला सुरुवात केली. माझे स्वत:चे काही कपडे होते, माझ्या वडिलांचे काही कपडे माझ्या आजीनं जपून ठेवलेले होते आणि काही कपडे अनेक वर्षांपूर्वी माझ्या आईनं आणि आजीनं क्रोशानं विणले होते.

माझ्या बोटात फारशी कला नाही पण तरीही मला हातानं उशा आणि रजया आणि पाळण्याभोवतीची झालर बनवायची इच्छा होती. मग मी खरेदीसाठी निघाले.

वर्तवलेल्या जन्मतारखेला जन्म घेणाऱ्या सीझरप्रमाणे तीसुद्धा दिलेल्या तारखेलाच जन्माला आली. तिला माझ्या हातात ठेवलं गेलं, तेव्हा तिच्या चेहऱ्याकडे पाहून मी म्हटलं, ''हाय!'' (कशी आहेस?)

तिला घरी आणायची वेळ झाली तेव्हा आम्ही तिला डॅडींचा नाजूकसा ड्रेस चढवला, छोटीशी छान टोपी घातली आणि क्रोशानं विणलेले नाजूक बूट घातले.

आम्ही ज्या स्नेह्याशी या बाळाबद्दल सर्वांत आधी बोललो, त्यांनी विचारलं की ती कोणासारखी दिसते आणि माझ्या तोंडून निघून गेलं, ''ती आमच्यासारखी दिसते!'' त्या क्षणापूर्वी मी यावर विचारही केलेला नव्हता; पण दहा महिन्यांनी आणखी कुणीतरी, खरं म्हणजे आमच्या दत्तक घेण्याच्या कागदपत्रांवर सही-शिक्का देणारा न्यायाधीशच म्हणाला की ती खरंच आमच्यासारखी दिसते.

कॉलिन ज्युडी फॅरिस

। ऑ ग स्ट २० ।

काराच्या सव्विसाव्या वाढदिवसाच्या दिवशी आम्ही दोघी ब्रेस्ट कॅन्सरसाठी निधी जमवणाऱ्या Cure (क्युअर) नावाच्या रेसमध्ये धावलो. मी आणि कारानं हातात दोरी धरून जवळजवळ राहून, धावण्याचा सराव केलेला होता कारण गर्दी पाहून माझी गाळण उडत असे.

"ऑन युवर मार्क! गेट सेट! गो!" आरोळी आली. अखेरीस आम्ही हळूहळू पुढे जाऊ लागलो. लवकरच आम्हाला मौज वाटू लागली. आम्हाला स्वत:चा अभिमानही वाटला, कारण आम्ही केवळ चालणाऱ्यांनाच मागे टाकलं नाही, तर आम्ही धावणाऱ्यांशीही स्पर्धा केली. माझी मैत्रीण ईव्ह, बाजूला उभी राहून आम्हाला उत्तेजन देताना मला दिसली.

अखेरची रेषा ओलांडून आम्ही पळणं थांबवून चालू लागलो. आम्ही गवतावर बसलो असताना या स्पर्धेत शेवटपर्यंत टिकाव धरणाऱ्यांच्या गोष्टी ऐकू लागलो. हा आमच्यासाठी अत्यंत हृदयस्पर्शी अनुभव होता. आम्ही तो केवळ आई-मुलगी या नात्यानंच एकत्रितपणे घेतलेला नव्हता, पण दोन स्त्रिया या नात्यानंही आम्ही त्याचा एकत्रितपणे आस्वाद घेतलेला होता.

दोरी आम्हा दोघींच्या मधोमध गवतावर पडलेली होती. पण त्या दोरीचा प्रतीकात्मक अर्थ मला नेहमी जोम आणि धैर्य पुरवत राहील. त्याचा अर्थ आहे 'बांधिलकी!' एका मुलीची तिच्या आईशी, एका स्त्रीची दुसऱ्या स्त्रीशी!

मेरी हायलंड

। ऑ ग स्ट २१ ।

मी तरुण होते, तेव्हा 'शुश्रूषा करणारी दाई' हा शब्द माझ्या शब्दकोशातच नव्हता. मोठी होऊन स्वतंत्र होणं एवढंच माझं उद्दिष्ट होतं. मग कॉलेजात असताना मला तू भेटलास. एका बागेत आपला सुंदरसा विवाह-सोहळा पार पडला. आपण आणा-शपथा घेतल्या. आपल्या पहिल्या अपत्याचा जन्म झाला, तेव्हा आपण हरखून गेलो.

आपण तरुण, भाबडे नवपरिणीत होतो, तेव्हा 'मज्जातंतूवरचं संरक्षक मायलिन आवरण जाणं' हे शब्द ऐकून आणि मला बहुधा मल्टिपल स्क्लेरॉसिस ही व्याधी झाली असावी हे निदान ऐकून मला धक्काच बसला. माझी पहिली प्रतिक्रिया होती, की मी माझ्या आईच्या घरी जावं आणि तुला तुझ्या आईकडे पाठवून द्यावं आणि आपण कधी विवाह केला होता हेच विसरून जावं. पण आपल्या विवाहावरची तुझी निष्ठा अढळ होती आणि तू म्हणालास, की आपण धीरानं मार्ग काढून आपला विवाह यशस्वी करू!

माझी देखभाल करणं हा आता तुझा दिनक्रम बनला आहे आणि तू हे सारं विनातक्रार, आनंदानं आणि जीव ओतून करत असतोस. मला गेली एकवीस वर्षं मल्टिपल स्क्लेरॉसिस ही व्याधी आहे आणि शब्दांत व्यक्त करता येणार नाही, इतकं मला तुझं कौतुक वाटतंय!

हॉली बेकर

। ऑगस्ट २२ ।

मरिस्सा जेव्हा सहा महिन्यांची होती, तेव्हा ती सतत वर कुतूहलाची नजर फिरवताना दिसत असे. झाडांवर सळसळणाऱ्या पानांची जादू आणि जेट विमानाच्या शेपटीचा विस्मयकारक आकार मला तिच्यामुळेच जाणवला. आठ महिन्यांची झाल्यावर ती सतत जमिनीवरच्या गोष्टींकडे दृष्टी लावून बसलेली असे.

मग ती अकरा महिन्यांची झाली आणि तिनं 'वॉव!' असा आश्चर्योद्गार काढायला सुरुवात केली. तिला कोणतीही नवी आणि अद्‌भुत गोष्ट दिसली की ती हा शब्द उच्चारू लागली. ज्या गोष्टी तिला अत्यंत विस्मयकारक वाटत, त्या पाहून ती हटकून 'वॉव!' म्हणत असे आणि पराकोटीचा विस्मय वाटला की तिचे ओठ 'वॉव' अशी हालचाल करत, पण शब्दांचा आवाज फुटत नसे!

'आय लव्ह यू' या शब्दांचा अर्थ व्यक्त करण्याच्या विविध रीती तिनं मला शिकवल्या. एकदा तिला एका मासिकाच्या मुखपृष्ठावर एका सुरेख मॉडेलचा फोटो दिसला आणि तिनं मला प्रश्न विचारला, "आई, ती तू आहेस का?" आता ती तीन वर्षांची झालेली आहे. एकदाच ती स्वयंपाकघरात आली आणि मी सफाई करत असताना तिनं मला मदत देऊ केली. यानंतर लगेचच तिनं माझ्या हातावर तिचा पंजा टेकवला आणि ती म्हणाली, "आई, तू छोटी असतीस तर आपण मैत्रिणी झालो असतो."

असे क्षण येतात, तेव्हा माझ्या तोंडून दोनच शब्द उमटतात, "ओ वॉव!"

जॅनेट एस. मायर

। ऑगस्ट २३ ।

सारा कॉलेजला निघून गेली, त्यापूर्वीच्या उन्हाळ्याच्या सुट्टीभर आम्हा दोघींची वादावादी होत होती. पॅटला, माझ्या मैत्रिणीला, तिची मुलगी दूर जाण्यापूर्वीच्या दिवसांची आठवण झाली.

"आम्ही उन्हाळाभर एकमेकींशी भांडत होतो. मला वाटतं, एकमेकींना सोडून राहण्याचा विचार पचनी पाडण्यासाठी, तसं आमच्याकडून नकळत घडत असावं. जेव्हा तुम्ही सतत वादविवाद करत असता, तेव्हा एकमेकींपासून दूर जाताना तुम्हाला तितकंसं वाईट वाटत नाही."

ती ज्या दिवशी हलली, त्या दिवशी आम्ही तिचं सामान तिच्या हॉस्टेलच्या खोलीत लावून द्यायला तिला मदत केली. दुपारी एकत्र जेवण घेतल्यानंतर, गाडीत शिरताना आम्ही तिला मिठी मारून निरोप दिला आणि चक् व मी घरी परत आलो.

दोन दिवसांनी तिच्या बेडरूमवरून जात असताना मला एकाएकी जाणवलं की ती तर दूर निघून गेली आहे आणि आता काहीच पूर्वीसारखं असणार नाही! मला तिच्याशी फोनवरून बोलावंसं वाटत होतं, पण चक् मला म्हणाला की तिला स्थिरावायला थोडा अवधी दिलेला बरा!

आमचं रात्रीचं जेवण झालं आणि फोन खणखणला. "आई, तू मला थोड्या गोष्टी पाठवशील का?" सारा विचारत होती.

तिला तिचं टेडी बेअर, तिच्या वडिलांचा आणि माझा फोटो आणि तिच्या धाकट्या भावाचा फोटो हवा होता. तिला कॉलेज खूप आवडलं होतं, पण तिला आमची आठवणही खूप येत होती. तिनं मग मला सांगायला सुरुवात केली, तिचा दिवस कसा जातो, तिचे विषय आणि शिक्षक तिला कसे वाटतात, तिच्या नव्या मैत्रिणी, तिला आवडणारे मुलगे, ती ज्यांना आवडते ते मुलगे...

बेथ कोपलँड व्हर्गो

। ऑगस्ट २४ ।

**कोणतीही गोष्ट नीट शिकणं आवश्यक आहे.
कारण जरी ती तुम्हाला येतेय असं वाटत असलं, तरी
तुम्ही ती करून बघेपर्यंत तुम्हाला त्याची खात्री बाळगता येत नाही.**

ॲरिस्टॉटल

माझ्या मित्राचा भाऊ, क्लिफ, हा अतिशय गंभीर प्रकृतीचा सज्जन माणूस आहे म्हणून विमानतळावरच्या चेक-इन काउंटरजवळची त्याची वर्तणूक अगदी अनपेक्षित होती.

तो आणि त्याची पत्नी, त्यांचं सामान कन्व्हेअर-बेल्टवर ठेवत असताना तिची पर्स चुकून त्या फिरत्या पट्ट्यावर पडली. तिनं ती खेचायचा प्रयत्न केला, पण ती हाती लागली नाही. त्यामुळे त्याची पत्नी त्या कन्व्हेअर-बेल्टवर चढली आणि पर्सच्या मागे धावली.

ती सामानाबरोबर दृष्टिआड होण्यापूर्वी क्लिफ जोरजोरात हातवारे करून ओरडू लागला, ''घाबरू नकोस. यावेळेस आपण तिकिटं विकत घेतली आहेत!''

जिम फेल्डमन

गंभीर परिस्थितीत घडलेल्या अनपेक्षित वर्तनामुळे विनोद निर्माण होतो.

। ऑगस्ट २६ ।

माझा नवरा व्हिएटनामच्या तिसऱ्या दौऱ्यावर जाऊन काही काळ उलटला होता आणि लवकरच मी आमच्या चौथ्या अपत्याला जन्म देणार होते. मला माझ्या नवऱ्याची आठवण येत होती. मी थकून गेले होते आणि गर्भभारानं टपोरलेल्या पोटामुळे माझी पाठही दुखत होती. माझ्या एरवी सडपातळ असणाऱ्या शरीरावर जास्तीचं चाळीस पौंडाचं वजन चढल्यामुळे मला लठ्ठ आणि कुरूप असल्यासारखं वाटत होतं. मनाला आलेली मरगळ मला अजिबात दूर करता येत नव्हती.

पुढच्या दरवाज्यापाशी कोणीतरी आल्यामुळे माझी विचारशृंखला तुटली. फुलवाला हातात भलामोठा फुलांचा गुच्छ घेऊन उभा होता.

मला प्रथम वाटलं, की तो चुकीच्या दारापाशी आलेला आहे; पण त्या गुच्छावर माझ्या नावाचं कार्ड होतं. ते वाचून मला लांब-रुंद हसू फुटलं. त्या दिवसापासून, मला जेव्हा जेव्हा उदास वाटतं तेव्हा मला ती फुलं पाहून झालेला आनंद मी आठवते. त्या कार्डावर फक्त दोनच शब्द लिहिलेले होते, पण त्याच शब्दांची मला नितांत आवश्यकता होती.

''हॅलो ब्यूटिफुल!''

जेन गार्व्ही

योग्य शब्द परिस्थितीत आमूलाग्र बदल घडवून आणू शकतात.

। ऑ ग स्ट २७ ।

अनेक वर्षांपूर्वी जेव्हा मी प्रथमच 'empty nest' – रिकामं घरटं – हे शब्द ऐकले होते, तेव्हा मला ती कल्पना मोठी आकर्षक वाटली होती; पण मी त्या आकर्षक वाटणाऱ्या टप्प्याशी पोहोचले, तेव्हा माझ्या पदरी निराशाच पडली. मुलांच्या सहवासात मौज वाटू लागते न लागते, तोच ती दूर निघून गेली होती.

दाटून आलेल्या निराशेतून मी बाहेर पडले तेव्हा माझ्या प्रिय पतीची उपस्थिती मला जाणवली. जॅक, माझा नवरा, मी त्याच्या प्रेमात पडले होते त्या दिवसांसारखाच अजूनही दिसत होता. वयाच्या सूक्ष्मशा खुणा सोडल्या तर काळानं त्याचं रूप फारसं बदललं नव्हतं. त्याच्या कानशिलांवरचे थोडेसे करडे झालेले केस मी प्रेमानं न्याहाळले. ते कशामुळे करडे झाले आहेत, याची मला पूर्णपणे जाणीव होती!

मला जाणीव झाली, की माझं घरटं काही रिकामं नाही! त्या घरट्यात मी निवडलेला माझा जिवलग सहचर आहे. आम्ही सुरुवातीला पेटवलेली प्रेमाची ज्योत नव्यानं तेवती करता येईल, अशी माझ्या मनानं उभारी धरली आणि मी त्याच्याकडे पाहत असतानाच, जणू काही माझ्या भावनेला प्रतिसाद म्हणून त्यानं माझ्याकडे पाहून डोळे मिचकावले!

जून सर्झा कोल्फ

। ऑ ग स्ट २८ ।

माझ्या वयस्कर शेजारणीचा एकाकीपणा आणि तिचा आहार याबद्दल मला काळजी वाटत असे. हृदयविकारानं ग्वेनचा पती निवर्तला होता आणि आता मॅक्युलर डिजनरेशनमुळे तिची दृष्टी मंदावत होती आणि ऑस्टिओपोरॉसिसमुळे तिची हाडं दुबळी होत चालली होती.

सदैव कामाच्या घाईगर्दीत असल्यामुळे, मी माझ्या तीन वर्षांच्या मुलाची, कॉयची मदत घेत असे.

मी माझ्या दाराशी उभी असे आणि ग्वेन तिच्या दाराशी वाट पाहत असे; कॉय हातात जेवणाची ताटली सांभाळून नेत मधला रस्ता काळजीपूर्वक ओलांडत असे. त्यांचं हे नातं उत्तरोत्तर दृढ होत गेलं.

अनेक वर्षं त्यांच्या अशा भेटी होत राहिल्या. कधी ती त्याला बोलावत असे तर कधी तो स्वत:हून जात असे. वय, समज आणि आस्था वाढत गेली तसतसं कॉय तिची बारीकसारीक कामं करू लागला, तिला मदत करू लागला आणि तिला कारनं डॉक्टरकडे नेऊ लागला.

शेवटी, आम्ही दोघी हातात हात गुंफून कॉलेजला जायला निघालेल्या कॉयचा निरोप घेत होतो. तेव्हा ग्वेन माझ्याकडे बघून म्हणाली, ''तुला ठाऊक आहे की तो लहान असताना कधीही रिकाम्या हातानं येत नसे; पण जेव्हा तू काही पाठवलेलं नसे, तेव्हा तो तुझ्या डब्यांवर डल्ला मारून येत असला पाहिजे.'' ती डोळे मिचकावून पुढे म्हणाली, ''तो येताना खिसा भरून बेदाणे, प्रेटझेल, लाह्या किंवा कॉर्नफ्लेक्सदेखील घेऊन येत असे.''

''मग तू काय करायचीस?'' मी शरमून जाऊन, हसून विचारलं.

''आम्ही दोघं बसून तो मेवा त्याच्या खिशाच्या धाग्यादोऱ्यांसकट खाऊन टाकत असू!''

कॅरल मॅकअडू रेहमे

फॅलोपिअन ट्यूबमध्ये बीजांडं फलित यासारख्या अनैसर्गिक गर्भधारणेनंतर दोन वर्षं उलटली होती आणि मला पुन्हा दिवस जाणं अशक्य असल्याचं दु:खद निदान केलं गेलं होतं. मी आणि माझ्या नवऱ्यानं मूल दत्तक घेण्याचा निर्णय घेऊन दत्तकविधानात तज्ज्ञ असलेला वकील नेमला आणि राज्यभरातल्या वर्तमानपत्रांमध्ये जाहिराती दिल्या.

ज्यूलिया चार महिन्यांची गरोदर होती. ती अविवाहित, तरुण आणि निर्धन होती. काही महिने आम्ही ज्यूलियाला पैशांची मदत केली आणि रोज रात्री आम्ही तिच्याशी तिच्या प्रकृतीबद्दल आणि खुशालीबद्दल बोलत होतो. त्यामुळे ज्यूलियानं तिचं बाळ तिच्यापाशीच ठेवायचा निर्णय घेतला, तेव्हा आम्हाला धक्काच बसला!

मी जाहिराती देणं चालूच ठेवलं, मग माझ्या वकिलाचा फोन आला. ऑरिआ फिलिपीन्सची होती. तिला मायदेशी परत जायचं होतं, पण ती अविवाहित असल्यामुळं तिला तिचं बाळ बरोबर नेणं अशक्य होतं. ऑरिआ तिचं बाळ आम्हाला देणार हे नक्की झालं.

पुढच्या आठवड्याच्या शेवटी, तिनं तिचं बाळ माझ्या हातात देऊन मला घट्ट मिठी मारली. ती माझ्या कानात कुजबुजली, ''माझ्या बाळाकडे कृपा करून नीट बघा.''

आम्ही आमच्या बाळाचं पहिलं नाव बदललं नाही. त्याला आणि ऑरिआला आम्ही तेवढीच भेट देऊ शकत होतो. तो आता बारा वर्षांचा झाला आहे आणि ऑरिआच्या दातृत्वाची आमच्या हृदयाला आणि आत्म्याला सदैव जाणीव असते.

फिलिस डीमार्को

। ऑगस्ट ३० ।

कधीकधी आपला दीप विझतो, पण दुसरं कोणीतरी ती ज्योत पुन्हा तेवती करतं. जो कोणी ही ज्योत पुन्हा प्रज्वलित करतो, त्याला आपण मन:पूर्वक धन्यवाद दिले पाहिजेत.

आल्बर्ट श्वाइटझर

बहिणी-बहिणींनी एकत्र जमून मुलींप्रमाणे मौजमस्ती करणं, या आमच्या उद्योगाला 'एकत्र जमून किलबिल करणं' असं आम्ही नाव दिलं आहे. या वीकएन्डला सहा चिमण्या एकत्र जमणार आहेत– नवऱ्यांना, मुलांना घरीच सोडून आम्ही एकत्र जमणार आहोत, सरोवराकाठच्या एका घरात. आम्ही बोट वल्हवू, पोहायला जाऊ आणि सूर्यस्नान करू... आमच्यापैकी दोघींना गावातल्या पाऊलवाटेवर सायकलनं रपेट करायला आवडतं, टेनिस खेळायला आवडतं. तिघींना खरेदीची मोहीम काढणं प्रिय असतं. आमच्यातली एक जण आहे एकान्तप्रिया. तिला शांतपणे, झुलत्या हॅमॉकवर तासन्‌तास लोळून शांततेचे क्षण चाखायची इच्छा आहे.

संध्याकाळी लिंग्विन या इटलीच्या कंपनिया या भागातल्या चवदार पास्ताचा, आणि कुरकुरीत ब्रेडचा आस्वाद घेत घेत, किरमिजी आकाशाखाली बसून आम्ही घालवलेल्या दिवसाचा आढावा घेतो. संभाषण ओळखीच्या वाटेनंच जाऊ लागतं. जुने मित्र, संथपणे पदन्यास करण्याजोगी चांगली गाणी, आमच्या सहचरानं केलेल्या रोमँटिक गोष्टी. हळूहळू आम्ही साऱ्या झोपेच्या रजईत गुरफटतो.

"झोपा आता!" एक जण किलबिलते.

'फक्त आणखी पाचच मिनिटं!' अशी कुणीही मागणी करत नाही.

आता आहे आमची इथली शेवटची सकाळ. आम्ही फरशी झाडून स्वच्छ करतो, बिछाने आवरतो 'पुन्हा येईपर्यंत बाय बाय,' असा इथल्या सरोवराचा निरोप घेतो!

चिमण्यांची मौजमस्ती. घरटं सोडून कशाचाच शोध न घेता केलेली क्षणभराची भ्रमंती आणि त्यातून लाभलेला अनोख्या आनंदाचा खजिना!

क्रिस मायोटा

काहीही विशेष उद्देश न ठेवता जेव्हा बायका एकत्र जमतात,
तेव्हा कधी कधी त्यांना काहीतरी खास गोष्ट गवसते!

। सप्टेंबर १ ।

"मला नकोय नवं बाळ!" जेव्हा मी माझ्या सर्वांत थोरल्या मुलाला, ब्रायनला नव्या बाळाच्या आगमनाची बातमी दिली, तेव्हा त्याची अशी प्रतिक्रिया झाली. त्याच्या भावाचा, डॅमियनचा जन्म झाला, तेव्हा भावांमधल्या मत्सराची पहिली फेरी तर आम्ही जिंकली होती; पण आता तीन वर्षांच्या ब्रायननं नव्या बाळाबद्दल अशी ठाम भूमिका घेतली होती.

बुचकळ्यात पडून मी त्याला विचारलं, "तुला नवं बाळ का नकोय?"

आसवांनी काठोकाठ भरलेले मोठाले डोळे माझ्यावर रोखून त्यानं उत्तर दिलं, "कारण मला डॅमियनला जवळच ठेवायचंय."

रोझमेरी लॉरी

। सप्टेंबर २ ।

एका पहाटे, अँजेलिटो धावण्यासाठी तयार होत असताना, त्याच्या पत्नीला, एव्हँजलीनला त्याच्या जांघेत एक गोळा दिसला. दोन वर्षं झुंज दिल्यानंतर अँजेलिटोनं देह ठेवला. एव्हँजलीन त्यांच्या तीन मुलांसह एकटी पडली. ती त्यांच्या गरजा कशीबशी भागवू शकत होती; पण दररोज रात्री झोपताना तिची उशी आसवांनी भिजून जात असे.

तिच्या जिवलग मैत्रिणीला तिचं हे दुःख जाणवलं. एकदा बरोब्बर पहाटे पाच वाजता तिनं एव्हँजलीनला तिच्यासोबत फिरायला यायचा आग्रह केला. अँजेलिटो याच वेळेस धावायला बाहेर पडत असे. त्यानंतर तिची मैत्रीण दररोज येऊ लागली. फिरताना एव्हँजलीनला रडू आवरत नसे. तिची मैत्रीण तिच्याबरोबर मूकपणे चालत राही. तासन्तास, दिवसेंदिवस हाच दिनक्रम चालू राहिला.

पाऊस असो, कडक उन्हाळा असो, कडाक्याची थंडी असो– सर्व ऋतूंमध्ये या दोघी मैत्रिणी एकत्र फिरून एकमेकींचं दुःख वाटून घेत राहिल्या. ही मैत्रीण एव्हँजलीनबरोबर तीन वर्षं फिरायला गेली. त्या पहाटेच्या वेळेस तिनं एव्हँजलीनला एकही दिवस एकटं सोडलं नाही; ती एकटीनं फिरण्याएवढी स्थिरावली आहे अशी खात्री होईपर्यंत ती सखी एव्हँजलीनसोबत जात राहिली.

एव्हँजलीन डिओनिसिओनी शेली मेकमला सांगितल्यानुसार

। सप्टेंबर ३ ।

३ सप्टेंबर १९५९ रोजी मी एका लहानशा मुलाला जन्म दिला आणि जरी मी त्याला एकदाच, नर्सरीत झोपलेला असताना बघितलं होतं तरी त्याला हातात उचलून घेण्याची मला परवानगी दिलेली नव्हती. त्याच्या जन्मानंतर लगेचच मी त्याला दत्तक देत असल्याच्या कागदपत्रांवर सह्या केल्या आणि माझ्या डॉक्टरांच्या सल्ल्यानुसार माझ्या आयुष्याला सामोरी गेले.

वर्षं उलटली, दशकं उलटली. माझ्या एकुलत्या एक अपत्याची स्मृती माझ्या सचेत मनाच्या तळाशी कुठेतरी पडून राहिली.

अनेक वर्षं मी ज्या फोनचं स्वप्न पाहत होते, तो फोन १९९३ साली खणखणला. "एलिझाबेथ," सूझी म्हणाली, "मी तुझा गोड मुलगा दत्तक घेतल्याला तेहेतीस वर्षं झाली. तुझा मुलगा किती गुणी निपजला आहे हे सांगण्यासाठी मी तुला फोन करते आहे. बिलचं एका छान मुलीशी लग्न झालेलं आहे आणि तुला विलक्षण गोजिरवाण्या अशा दोन नातीही आहेत."

लॉस अँजेलीसला जाणाऱ्या विमानात बसलेली असताना मी माझ्या मुलाला तेहेतीस बर्थ-डे कार्ड्स लिहिली. प्रत्येक कार्डात त्याच्या आयुष्याच्या प्रत्येक वर्षात मी काय काय केलं होतं त्याचं संक्षिप्त वर्णन मी लिहून काढलं. बिलला माझ्याबद्दल माहिती होणंही आवश्यक होतं.

जेव्हा बिलनं मला पाहिलं, तेव्हा तो त्याच्या पत्नीजवळून पुढे आला. त्यानं हात फैलावले होते. जगातल्या प्रत्येक आईला तिचं बाळ पहिल्यांदा मिठीत घेताना जी अनुभूती होते, तीच अनुभूती त्याच्या प्रेमळ मिठीत शिरून त्याला जवळ घेत असताना मी अनुभवली!

एलिझाबेथ थ्रिंग

प्रत्येक गोष्टीचं दान केलीच्या विरुद्ध बाजूनं पडत होतं; पण एकच गोष्ट तिच्या बाजूची होती– तिची पहिलीची शिक्षिका मिसेस डीना. तिच्या शिक्षिकेजवळ असताना केली विलक्षण आनंदात असे. हळूहळू तिच्या अंत:करणातला कडवटपणा ओसरू लागला; पण एके दिवशी तिच्या आईनं तिचं नाव शाळेतून काढून टाकलं.

पुढची काही वर्षं त्या अभागी मुलीला फार वाईट गेली. केली माध्यमिक शाळेत होती, तेव्हा तिच्या आईनं तिला वाऱ्यावर सोडून दिलं आणि मग केलीला तिला सांभाळायला तयारी दाखवणाऱ्या कुटुंबाबरोबर राहावं लागलं. तिनं उभारी धरून तिचं शिक्षण सुरू ठेवलं आणि ती आर्ट-टीचर बनली.

शिकवण्यासाठी ती ओळखीच्याच शाळेत रुजू झाली आणि तिथं तिनं तो चिरपरिचित आवाज ऐकला, मिसेस डीनाचा!

अंत:प्रेरणेनं ती मिसेस डीनापाशी चालत गेली. तिनं प्रश्न केला की त्यांना ती लक्षात आहे का?

''कोण, केली? किती छान वाटतंय तुला पुन्हा बघून!'' त्या म्हणाल्या.

''मला तुमचे आभार मानायची संधी सरतेशेवटी लाभली, याचाच मला इतका आनंद वाटतोय!'' केली म्हणाली.

''माझे आभार? कशासाठी? तुला तर मी केवळ काही महिनेच शिकवलंय!'' मिसेस डीना म्हणाल्या.

''पण त्या काही महिन्यांमुळे मी उरलेलं आयुष्य तरून जाऊ शकले!'' केलीनं उत्तर दिलं.

रॉबिन ली शोप

। सप्टेंबर ५ ।

ॲनी कॉलेजला निघून जाण्यापूर्वी काही आठवडे, मी माझ्या चौघी लेकींना घेऊन समुद्रकिनाऱ्यावर गेले. आम्ही पोहोचेपर्यंत उन्हं वर येऊन खूप गरम होऊ लागलं होतं. आम्ही कारमधून आमचं सामान बाहेर काढलं आणि अंगाला सनस्क्रीन लोशन चोपडलं. तीन मोठ्या मुली शिंपले हुडकत पाण्याजवळ पोहोचल्या. छोटी एली माझ्याजवळ बसून बादली-फावडं घेऊन खेळू लागली, पण थोड्याच वेळात तिनं तिच्या बहिणींजवळ, पाण्यात जायची परवानगी मागितली.

तिघी मोठ्या मुलींनी शेलीवर नजर ठेवून तिला शिंपले वेचू द्यायला होकार दिला, तेव्हा मला आश्चर्यच वाटलं! मी त्यांना किनाऱ्यावर भटकताना पाहिलं. मोठ्या दोघी पुढे होत्या, त्यांच्या पाठोपाठ कायला होती आणि सर्वांत मागे एली होती. अधूनमधून पुढच्या तिघी हाक मारून थांबत होत्या आणि सापडलेला शिंपला उचलून एलीच्या बकेटमध्ये टाकत होत्या; पण माझ्या लक्षात आलं की एली शिंपले शोधत नव्हती; तर ती तिच्या बहिणींकडे बघत त्यांच्या पाठोपाठ उड्या मारत चालली होती. कधीकधी पुढच्या तिघी जणी एका शेजारी एक चालत, पण एली सतत त्यांच्या पाठीमागून चालत होती.

मला लक्षात यायला काही मिनिटं लागली, पण मग मला कळलं की एली तिच्या बहिणींच्या पाऊलखुणांवर पावलं ठेवत चालत होती!

मार्शा ॲरन्स

एकच शस्त्रक्रिया आणि आठवडाभर हॉस्पिटलमध्ये वास्तव्य हा माझ्याबाबतीत ठरलेला बेत लांबत जाऊन आता माझ्यावर चार शस्त्रक्रिया केल्या गेल्या होत्या. मी तीन महिने हॉस्पिटलमध्ये काढले होते आणि त्यानंतर मला नर्सिंगहोममध्ये राहावं लागलं होतं. कारण संसर्ग होऊन खूपच गुंतागुंत वाढली होती. त्यानंतर अनेक महिने माझा नवरा टेरी, माझ्या पोटावरच्या आणि छातीवरच्या जखमांवर पहाटे सहा आणि रात्री बारा वाजता मलमपट्ट्या करत होता.

एका रात्री आमचा वादविवाद झाला. झोपेपर्यंत आम्हाला समझोता करायचा होता आणि त्यानंतर त्याला मलमपट्टी बदलायचं काम करायचं होतं.

टेरीनं मला कुशीवर वळायला मदत केली, तेव्हा मला तणाव जाणवला. मी त्याच्याकडे पाहून म्हटलं, "हे काही बरोबर नाही. मी इकडे उघडीवाघडी पडलेली असताना मला खूप असुरक्षित वाटतंय, कारण तू माझ्यावर संतापलेला असतानाच मलमपट्टी करतो आहेस!"

तो बाजूला वळला आणि काही क्षणातच माझ्यापुढे उभा ठाकला. तो संपूर्णत: दिगंबर– उघडा होऊन आला होता.

"टेरी, हे काय?" मी हसत विचारलं.

"तुला आता एकटीला असुरक्षित वाटायला नको!" त्यानं वेडावून दाखवत म्हटलं आणि पुढच्याच क्षणाला, तो हळुवारपणे मला मलमपट्टी करू लागला.

लिंडा एस. ली

प्रेम आणि मायेची निगराणी वेगवेगळ्या रूपात दिसून येते.

। सप्टेंबर ७ ।

आमची दत्तक विधानाबाबतची कागदपत्रं करून आल्यावर माझ्या नवजात तान्हुल्याला माझ्या हातांमध्ये ठेवलं गेलं, तेव्हा माझ्या काळजाला सतत कुरतडणारी काळजी, त्याच्या स्पर्शाच्या आनंदात वितळून गेली; पण जेव्हा अखेरच्या सह्या करून झाल्या तेव्हा मला प्रश्न पडला की तो कुठे, केव्हा आणि कसा, तो अटळसा प्रश्न मला विचारेल, 'तू माझी खरी आई आहेस?'

मी सारी पुस्तकं आणि माहितीपत्रकं पुन्हा पुन्हा वाचून योग्य वयाला कोणतं उत्तर योग्य ठरेल हे शोधायचा प्रयत्न केला. एका रात्री मी स्वयंपाक करत असताना माझा तीन वर्षांचा मुलगा आला आणि माझ्याजवळ उभा राहिला.

''ममी,'' त्यानं अश्रू आवरायचा प्रयत्न करत मला विचारलं, ''सारा म्हणते तू माझी खरी ममी नाहीस. ती खोटं सांगतेय ना ममी?''

''माझ्या हाताला स्पर्श कर पाहू.'' मी हळुवारपणे म्हटलं, ''मी तुला खरीखुरी वाटतेय की नाही?'' मी विचारलं.

''हो!'' त्याचा चेहरा स्मितानं उजळून गेला.

''तर मग मी तुझी खरी आईच आहे आणि मला तुझ्याबद्दल वाटणारं प्रेमही खरंच आहे!''

अखेरीस ते घडलं होतं. प्रश्न विचारला गेला होता आणि मी उत्तरही देऊ शकले होते. मी जाणून होते की पुढच्या वेळेस, कुठेतरी, केव्हातरी, इतर, आणखी अवघड प्रश्न विचारले जाणार आहेत. पण आतापुरती... मी जिंकले होते!

मेरी चॅव्हूस्टी

सत्य हेच सर्वोत्कृष्ट उत्तर असतं.

आईवडिलांचं काही चुकलं आहे असं पौगंडावस्थेत असताना आमची मुलं स्पष्टपणे आम्हाला सांगत नसत. त्याऐवजी ती अफलातून मार्ग शोधून आम्हाला सांगू पाहत, की ती आता कुक्कुली बाळं राहिलेली नाहीत.

जेव्हा मी आणि माझ्या नवऱ्यानं, वीकएन्डला बाहेरगावी जायचं ठरवलं, तेव्हा मी त्यांना आठवणी करून द्यायला एक लंबीचौडी यादीच लिहून ठेवली होती. आम्ही घरी परत आलो, तेव्हा मुलं शाळेत होती पण त्यांनी एक चिठ्ठी लिहून ठेवलेली होती!

प्रिय ममी,

तुझ्या सुटकेसमधलं सामान बाहेर काढ आणि आवर.

आमच्यासाठी सहा वाजता जेवण तयार ठेव.

सफाई करणाऱ्याला बोलाव.

टॉमला शाळेसाठी उद्या घालायला स्वच्छ कपडे तयार ठेव.

सॅम हिलला कॉर्बिन्सच्या लॉनवर जाऊ देऊ नकोस.

आमच्यासाठी कुकीज कर, पण त्यात खोबरं घालू नकोस.

पलंगपोस बदल.

फोनवर फार वेळ बोलत बसू नकोस. आम्ही विसरलेलं आम्हाला आणून दे असा आम्ही तुला कदाचित फोन करण्याचा प्रयत्न करत असण्याची शक्यता आहे.

कॅथीचा टी-शर्ट धुऊ नकोस. तिला तो आहे तसाच आवडतो.

जेरीच्या संगीत वर्गासाठीचा चेक तयार ठेव.

अनोळखी माणूस दाराशी आला, तर त्याला आत घे. डिशवॉशर मोडला आहे आणि तो दुरुस्त करायला कोणीतरी येईल.

तुझेच
जेरी आणि कॅथी

मार्गरिट हिल

। सप्टेंबर ९ ।

आमच्या मेरीलंडच्या घरातून भारतात येऊन मी हैद्राबादला दुसरं घर थाटलं होतं. ज्या अनाथाश्रमातून मी माझे मुलगे दत्तक घेतले होते, त्याच्या जवळपासच हे घर होतं. माझा नवरा मेरीलंडला परत जाऊन त्याच्या नोकरीवर रुजू झाला होता आणि मी माझ्या दोन मुलांसह माझ्या मुलीचे, गीताचे, कागदपत्र तयार होण्याची वाट पाहत होते.

मी नागपूरला जाऊन ताबडतोब माझ्या मुलीला ताब्यात घ्यावं अशी बातमी अखेर मला मिळाली. मी विमानानं जायची व्यवस्था केली आणि मग तेवढ्यातच, उत्तरेकडचं एक हिंदूंचं मंदिर मुस्लीम लोकांनी बाँबनं उद्ध्वस्त केलं. अतिरेक्यांच्या कारवायांच्या भीतीनं साऱ्या फ्लाइट्स रद्द करण्यात आल्या.

मी आगगाडीनं जायचं ठरवलं; पण आमचे जवळचे मित्र आणि आमचा तात्पुरता ड्रायव्हर यांनी मला त्यापासून परावृत्त केलं. कारनं जाणंही सुरक्षित नव्हतं.

हळूहळू, काही महिने उलटल्यावर, हिंदू-मुस्लीम लोकांमधला तणाव कमी झाला आणि नागपूरला जाणाऱ्या फ्लाइट्स पुन्हा सुरू करण्यात आल्या. आम्ही ज्या क्षणाची दीर्घकाळ प्रतीक्षा केली होती, तो क्षण जवळ आल्यावर माझा आनंद गगनात मावेना! त्या माणसांच्या गर्दीतून एक छोटासा, उत्फुल्ल चेहरा पुढे डोकावला आणि त्यानं साद घातली, “ममी!”

तिनं उच्चारलेला तो पहिला इंग्रजी शब्द होता आणि तो उच्चारताना तिच्या डोळ्यांत साऱ्या विश्वभरातला आनंद एकवटलेला होता आणि आयुष्यभर पुरून उरेल एवढं प्रेम त्यातून ओसंडत होतं.

अंशेवा मिलर

तिनं त्याचा हात धरून त्याला एअरपोर्ट टर्मिनलवरच्या बाथरूममध्ये नेलं, तेव्हा मी पाहत होते. तो जरा बावचळलेला दिसत होता, पण जोवर तिनं त्याचा हात घट्ट धरलेला होता, तोवर त्याला सुरक्षित वाटत होतं. तिनं त्याचे केस विंचरले आणि त्याच्या जॅकेटचं झिपर बंद केलं. त्यानं चुळबुळ करत विचारलं, ''ममी, आपण कुठे जातोय? आपलं विमान केव्हा येणार?''

आम्ही विमानात बसलो होतो. जेट इंजिनांची घरघर सुरू झाली, तेव्हा त्या आवाजाला तो घाबरला. त्यानं प्रश्नांवर प्रश्न विचारले. किती वाजलेत, आज वार कोणता, ते किती वेळानं पोहोचतील... तिनं प्रेमानं त्याचा हात धरून ठेवला आणि त्याच्या प्रश्नांना उत्तरं दिली. मला कळलं की तिला चार मुलं आहेत आणि ती त्यातल्या एकाला भेटायला निघाली आहे.

तास भरभर उडून गेले आणि विमान खाली उतरलं. माझ्याआधीच ते दोघे उतरून गेले. त्या आईला पाहून मला किती गदगदून आलं आहे याची तिला जाणीवही नव्हती. ती तिच्या चव्वेचाळीस वर्षांच्या सहचर पतीला बॅगेज-क्लेम विभागात घेऊन जात होती, तेव्हा मी माझ्या मनाशीच एक छोटीशी प्रार्थना केली... माझ्या वाट्याला जी आव्हानं येतील, त्यांना पुरं पडण्याएवढं प्रेम आणि शक्ती मला लाभो! या अलौकिक आईला जशी लाभली आहे, तद्वतच!!

बॉबी विल्किन्सन

। सप्टेंबर ११ ।

माउंट प्लेझंट, साउथ कॅरोलायना, यू.एस.ए.

अकरा सप्टेंबरनं अमेरिकन लोकांच्या मनाच्या उभारीवर मोठाच आघात केला. स्थानिक आणि राष्ट्रीय वार्ताहर आम्हाला रक्तदान करण्याची विनंती करत होते. मंगळवारी रात्री मी माझ्या नवऱ्याला म्हटलं, ''आपल्याला उद्या जायलाच हवं.''

आमच्या गावातल्या रेडक्रॉसपाशी गेल्यावर जे दृश्य दिसलं, ते अपेक्षेपलीकडचं होतं. रक्तदान करू इच्छिणाऱ्यांची रांग इतकी लांबलचक होती, की आमचा नंबर लागायला निदान आठ तास वाट पाहावी लागणार होती. त्या रांगेत मी उभी होते, तेव्हा माझ्या आजूबाजूला मला अमेरिकेचा चेहरा दिसला.

तरुण आणि वृद्ध, बायका-मुलं, तरणीताठी टीशर्ट आणि टॅटूमधली मुलं, बुजुर्ग, काठी टेकत आलेले आणि चाकांच्या खुर्चीत बसलेले, असे असंख्य लोक रक्तदानासाठी आलेले दिसले.

आम्ही अमेरिकेचे नागरिक होतो आणि जमेल तेवढी मदत करू इच्छित होतो. स्पीकर्सवर लागलेल्या संगीताच्या स्वरांबरोबर आम्ही गात होतो आणि आम्ही हसतही होतो; कारण अमेरिकन लोकांना हसणं अत्यंत प्रिय आहे. आम्ही आजूबाजूच्या लोकांशी मैत्री जोडली आणि गप्पा मारून समान धागा शोधला. आमचं अंतःकरण दुःखीकष्टी झालेलं असलं तरी आमचा आशावाद उसळी घेऊन वर येऊ लागला होता. आम्ही सारे एकाच अंतःस्थ हेतूनं, एकाच ध्येयानं प्रेरित होऊन इथं जमलो होतो. आम्ही पुन्हा एकवार 'UNITED States' झालो होतो. एकसंध देशाचे नागरिक!

सूसन हाल्म

जॉइस शोवॉल्टरनं संपादन केलेलं आहे.

१९४९ साली, माझे वडील दुसऱ्या महायुद्धात लढून नुकतेच घरी परत आले होते; पण कुटुंबीयांमध्ये परतून येण्याचा त्यांचा आनंद अल्पजीवी ठरला. कारण माझ्या आजीला हॉस्पिटलमध्ये न्यावं लागलं. डॉक्टरांनी माझ्या वडिलांना सांगितलं की तिला ताबडतोब रक्त देण्याची गरज आहे, अन्यथा ती रात्रभरसुद्धा टिकाव धरू शकणार नाही. अडचण अशी होती की तिचा रक्तगट हा फारच दुर्मीळ 'AB' होता. आमच्या कुटुंबीयांपैकी कुणीच या रक्तगटाचं नसल्यामुळे डॉक्टरांना फारशी आशा वाटत नव्हती.

माझे वडील हॉस्पिटलमधून बाहेर पडले. ते साऱ्या कुटुंबीयांना एकत्र करून आजीचा शेवटचा निरोप घेण्यासाठी आणणार होते. वाटेत त्यांना 'हिच हाइक' करणारा एक सैनिक दिसला. जरी वडील परोपकार करायच्या मन:स्थितीत नव्हते, तरीही कोणत्या तरी अंत:प्रेरणेमुळे त्यांनी कार थांबवून त्या सैनिकाला आत घेतलं.

त्या अनोळखी सैनिकानं बाबांच्या डोळ्यातले अश्रू पाहून, त्यांना त्यामागचं कारण विचारलं. माझ्या बाबांनी त्याला सारी कहाणी सांगितल्यावर तो एकदम गप्प झाला. मग त्यानं बाबांना त्याचा बिल्ला दाखवला. त्यावर त्याचा ब्लड-ग्रूप लिहिला होता– 'AB'. त्या सैनिकानं माझ्या बाबांना कार वळवून त्याला हॉस्पिटमध्ये घेऊन जायला सांगितलं.

माझी आजी १९६६ सालापर्यंत जगली. आजतागायत आमच्या कुटुंबातील कोणालाही त्या सैनिकाचं नाव ठाऊक नाही.

जिनी इ. सॉवेल

सत्कर्म केलं की त्याला अपेक्षेपलीकडचं फळ मिळतं.

। सप्टेंबर १३ ।

बॉस्टनहून निघाल्यावर, लांबलचक फ्लाइट संपवून मी शेवटी मध्यरात्रीनंतर ह्यूस्टनला पोहोचलो. माझा मित्र स्कॉट एका मोठ्या हॉटेल-चेनसाठी काम करतो. त्यानं माझ्यासाठी एका दुसऱ्या हॉटेलमध्ये झोपायची व्यवस्था केली होती. पहाटे पावणेतीन वाजता, तिथल्या डेस्क-क्लार्कनं मला एका प्रचंड मोठ्या खोलीत नेलं. तिचा आकार निदान पंचवीसशे चौरस फूट होता. स्कॉटनं 'प्रेसिडेंशिअल स्वीट'मध्ये माझी सोय केलेली दिसत होती.

खोलीत, कॉफी-टेबलवर बिअर, टकीला, कॉर्न-चिप्स, खूप सारं साल्सा (स्पेन, इटली व दक्षिण अमेरिकेत बनवली जाणारी चवदार चटणी/सॉस.) आणि दोन पौंड ग्वाकामोल-अव्होकाडोची कोशिंबीर इतकं सारं ठेवलेलं होतं. मी फ्रंट डेस्कला फोन करून म्हटलं, "मी एवढं सारं खाणं-पिणं शक्य नाही. तुम्ही त्याचा समाचार घ्यायला इतरांनाही पाठवा." सारी रात्र सिक्युरिटी गार्ड्स, किचन स्टाफ, फ्रंट डेस्कवरचा क्लार्क आळीपाळीनं हजेरी लावून मेजवानीवर ताव मारून गेले.

मी माझ्या कामाच्या मीटिंगसाठी तयार होत असतानाच मला कळलं की, ती मीटिंग रद्द करण्यात आली असून या साऱ्या योजनेचं बजेट रद्द केलं गेलं आहे. मग दरवाज्यातून एक बिल आत ढकललं गेलं.

एक हजार नऊशे चौपन्न डॉलर्स!

माझ्या हृदयाचा ठोकाच चुकला; पण त्या बिलाच्या तळाला मेजवानीत सामील होणाऱ्या सर्वांच्या सह्या होत्या आणि 'PAID' असा शिक्काही होता!

जिम फेल्डमन

। सप्टेंबर १६ ।

अतिदक्षता विभागातला तो 'जो'चा, माझ्याऊनवऱ्याचा, तिसरा दिवस होता. त्याचं उरलंसुरलं लहान आतडं काढून टाकण्यासाठी, त्याच्यावर पाचव्यांदा शस्त्रक्रिया करण्यात आली होती. शस्त्रक्रियेला अपेक्षेपेक्षा खूपच जास्त तास लागले. जोचं आता वय झालं होतं आणि तो थकून गेलेला होता आणि त्यामुळे तो अजिबात हालचाल करत नव्हता.

दोन परिचारिकांचा अखंड प्रयत्न सुरू होता की त्यानं खोकावं, डोळे उघडावे, एखादं बोट हलवावं– काहीतरी हालचाल करावी.

अखेरीस त्यातली एक माझ्याकडे वळून म्हणाली, "कदाचित त्यांची मुलगी या नात्यानं तुम्ही आम्हाला मदत करू शकाल."

मी हसून म्हणाले, "मी तुम्हाला थोडी वैयक्तिक माहिती देते आणि तुमच्या गर्भित स्तुतीबद्दल तुमचे आभारही मानते; पण वस्तुस्थिती अशी आहे की मी गेली त्रेचाळीस वर्षं त्यांची पत्नी आहे आणि आम्ही एकाच वयाचे आहोत."

मी इतकी तरुण कशी दिसते याबाबत त्या आश्चर्योद्गार काढत होत्या, तेव्हाच माझ्या नवऱ्यानं त्याचा घसा साफ केला आणि आम्ही साऱ्या जणी वळून त्याच्याकडे पाहू लागलो. त्यानं त्याचे डोळे उघडले नाहीत पण तो मोठ्याने आणि अगदी स्पष्टपणे म्हणाला, "ती तिचे केस रंगवते!"

डॉना पॅरिसी

विनोदामुळे तुमच्या आत्म्याला नवचेतना मिळते.

। सप्टेंबर १७ ।

"हे परमेश्वरा, तू दोन देवदूत पाठवून माझ्या बाबांना सुरक्षित ठेवशील का?"

माझा नवरा दूर गेलेला असताना मी माझ्या मुलींना ही प्रार्थना दररोज करायला सांगत असे आणि मीसुद्धा दिवसभरात अनेकदा अशीच प्रार्थना करत असे.

माझा नवरा बगदादहून परत आल्यावर, दोन आठवड्यांनी, त्यानं आम्हाला एक कहाणी सांगितली. तो त्याच्या ट्रेलरमध्ये मध्यरात्रीनंतर परत आलेला असताना त्याला त्यात कुणीतरी घुसलं असावं असा भास झाला. त्यानं वाकून शोध घेतला पण त्याला कोणीही दिसलं नाही. म्हणून त्यानं झोपायची तयारी केली. एका तासानंतर बंदुकींच्या गोळ्यांच्या आवाजानं तो जागा झाला. पोटावर पालथा पडून, हाती बंदूक घेतलेली असताना त्याला अजिबात भीती वाटत नव्हती.

माझ्या मुलीनं त्याला विचारलं की हे कसं काय शक्य झालं?

माझ्या नवऱ्यानं उत्तर दिलं की खोलीत कोणीतरी त्याला सुरक्षित ठेवतंय असं त्याला वाटत होतं. मग तो म्हणाला, कोणीतरी दोघे जण त्याला सुरक्षित ठेवताहेत असं त्याला वाटत होतं. "डॅडींना सुरक्षित ठेवणारे देवदूत!" माझी मुलगी शांतपणे म्हणाली.

टॅमी रॉस

आमची मुलगी मेगन सहा वर्षांची असताना, तिचा पुढचा दात पडला. तिच्या छोट्याशा दाताभोवती एक चिट्ठी गुंडाळून ठेवलेली होती–

'प्रिय टूथ-फेअरी, (अमेरिकेतील लहान मुलं, पडलेला दुधाचा दात उशीखाली ठेवतात. टूथ-फेअरी तो नेते आणि त्याजागी एक नाणं ठेवून जाते असं त्यांना वाटतं.) तुझी जादूची कांडी माझ्यासाठी ठेवून जा. मीसुद्धा तुला मदत करेन. मलाही टूथ-फेअरी बनायचंय.

तुझी मेगन.'

मग त्या टूथ-फेअरीनं (!) पुढीलप्रमाणे चिट्ठी लिहून ठेवली–

'हे काम करायच्या दृष्टीनं तू अजून फारच छोटी आहेस. म्हणून मी तुला माझी जादूची छडी देऊ शकत नाही. पण या कामासाठी तयार होण्याच्या दृष्टीनं तू काही गोष्टी करू शकतेस :

१) तू करत असलेलं कोणतंही काम अगदी उत्कृष्टपणे पार पाड.

२) तुझ्याशी इतरांनी जसं वागावं अशी तुझी इच्छा असते, तशीच तूही इतरांशी वाग.

३) इतरांशी प्रेमानं वाग आणि त्यांना मदत कर.

४) लोक तुझ्याशी जेव्हा जेव्हा बोलत असतील, तेव्हा तेव्हा त्यांचं बोलणं लक्षपूर्वक ऐकून घे.'

मेगननं हा संदेश मनावर घेतला आणि मोठी होत असताना ती सतत स्वत:ला सुधारण्याचा प्रयत्न करत गेली. ती सत्तावीस वर्षांची झाली तेव्हा ती एका कंपनीची सर्वांत वरिष्ठ अधिकारी बनली.

तिनं मला सांगितलं की तिच्या कंपनीच्या अध्यक्षांनी तिला एकदा विचारलं होतं, की तिला कशामुळे अशी प्रेरणा मिळाली.

तिनं त्यांना उत्तर दिलं, "माझे आई-वडील, माझे शिक्षक, मित्र आणि अर्थातच 'टूथ-फेअरी!' "

सूझन मुस्तकास

। सप्टेंबर २१ ।

ती २१ सप्टेंबर २००१, शुक्रवारची सकाळ होती. मी ओहेर इंटरनॅशनल एअरपोर्टच्या युनायटेड एअरलाइन्सच्या टर्मिनलमधून चाललो होतो. कोपलंडच्या 'ॲपलेशियन स्प्रिंग'चे स्वर एअरपोर्टच्या साउंड सिस्टिममधून निनादत होते.

"मधुर स्वरावली आहे, नाही का?" युनायटेड एअरलाइन्सच्या पायलटचा तो आवाज होता. त्यानं माझ्याकडे वळून अनाहूतपणे म्हटलं, "हे सारं थांबवायचे दोन उपाय आहेत. (तो ९/११ च्या अतिरेकी हल्ल्यांना उद्देशून बोलत असणार.) एक म्हणजे माझ्या नियंत्रणाखाली अत्यंत शक्तिशाली यंत्रं आहेत. जरूर पडली तर मी विमानात इतकी अस्थिरता निर्माण करू शकतो, की तुम्हाला तुमचं जेवणाचं ताटही हातात धरता येणार नाही. जेव्हा विमानातले प्रवासी अत्यंत प्रक्षुब्ध होतात, तेव्हा दुसरा उपाय अमलात येतो!" फ्लाईट ९३ च्या प्रवाशांनी प्रतिहल्ल्यासाठी योजलेल्या उपायांबद्दल तो बोलत होता.

त्याच्या शब्दांमधल्या ताकदीनं मी चकित झालो. सर्वांचं स्वागत करून झाल्यानंतर त्यानं विमानाच्या पब्लिक अनाउन्समेंट सिस्टिमवरून त्याच्या आधीच्याच संदेशाचा पुनरुच्चार केला.

मी स्वत: काही अतिरेकी वर्तनाचा चाहता नाही, पण आम्ही भयाच्या आणि काळजीच्या वातावरणातून चाललो होतो आणि या उमद्या कॅप्टननं आम्हाला जणू सूचित केलं होतं की, आम्ही हातपाय न हलवता अतिरेक्यांच्या जबड्यात मान देण्याची गरज नाही. आमचं नशीब काही अंशी तरी आमच्या आणि आमच्या पायलटच्या हातात आहे!

मॅथ्यू ई. ॲडॅम्स

नैऋत्य व्हर्जिनियातल्या, शिक्षण घेऊ न शकलेल्या मुलांना संगीत आणि वाचन यांची गोडी लावण्याचं काम मी १९६६ साली करत होतो. पहिल्याच दिवशी मला एक अत्यंत गलिच्छ मूल दिसलं. ते इतरांपासून दूर, एकटंच बसलं होतं. त्याला दिलेल्या वाद्याला त्यानं स्पर्शही केला नव्हता; पण त्याची बोटं संगीताच्या तालानुरूप हलताना मला दिसत होती.

“ओ! तो तर रॉस्को आहे,” एका शिक्षिकेनं मला सांगितलं. “तो रोज ताजं जेवण मिळावं, एवढ्यासाठीच शाळेत येतो.”

हायस्कूलच्या मुख्याध्यापकांनी मला सांगितलं, की या भागात त्याचं कुटुंब फार बदनाम झालेलं आहे. स्वत:च्या नातेवाइकांशी शरीरसंबंध (incest), दारूचं व्यसन, मानसिक व्याधी आणि इतर अनेक प्रश्न त्या कुटुंबापुढे होते.

मी केवळ दुसऱ्या वेळेस त्या वर्गात प्रवेश केला, तेव्हा रॉस्को, अगदी पुढच्या ओळीत, संगीत-शिक्षिकेची वाट पाहत बसलेला मला दिसला.

जसजसे दिवस उलटू लागले, तसतसं मी रॉस्कोला कपडे दिले. त्याला स्वच्छ करण्यासाठी मला मदत करावी म्हणून इतर शिक्षकांचं मन वळवलं आणि तो उमलताना दिसू लागला.

रॉस्को वाचायला शिकला. त्याला मुळाक्षरं आणि आकडे कळू लागले. त्याची संगीताची जाण वर्गातल्या बहुतेक मुलांहून जास्त होती. तो मधल्या सुट्टीत त्यांच्या खेळांमध्ये सहभागी होऊ लागला आणि आता तो मुलांना ‘वेगळा’ वाटेनासा झाला.

सू एल. वॉघन

। सप्टेंबर २३ ।

दरवर्षी माझा वाढदिवस त्या ठरावीक पद्धतीनंच साजरा केला जात असे. मी दरवाजा उघडला की माझी आई पायरीवर उभी असे. तिच्या पायांभोवती पानं उडत असत. हवेत गारवा असे आणि तिच्या हातात तिनं माझ्या वाढदिवसासाठी आणलेली भेटवस्तू असे. ती नेहमीच एखादी अशी छोटीशी, मौल्यवान चीज आणत असे, जिची खरं तर मला खूप आवश्यकता असे, पण ते माझ्या लक्षातच आलेलं नसे!

मी अगदी काळजीपूर्वक त्या भेटवस्तूभोवतीच्या वेष्टनाचा कागद काढत असे आणि मग ती वस्तू मी इतर लाडक्या वस्तूंमध्ये ठेवून देत असे.

आज जर माझी आई माझ्या वाढदिवसासाठी येऊ शकली, तर मी तिला माझ्या स्वयंपाकघराच्या उबेला नेऊन बसवेन. मग आम्ही गरमागरम चहाचा आस्वाद घेऊ. माझी भेटवस्तू उघडून पाहण्याची मला काहीही घाई नसेल, कारण मी पुढचा दरवाजा उघडून आईला बघेन, तेव्हाच मी ती भेटवस्तू मिळवलेली असेल!

क्रिस्टीना कीनन

प्रिय आप्ताची उपस्थिती
ही माणसाला मिळालेली सर्वांत अमूल्य भेट असते.

। सप्टेंबर २४ ।

जेव्हा पेरू देशातल्या लिमा शहरात शिकवण्यासाठी मी आणि माझी पत्नी पेगी हिनं नोकऱ्या सोडून दिल्या तेव्हा आमच्या बहुतेक सर्व सहकाऱ्यांना वाटलं की आमचं डोकं ठिकाणावर नाही! मग आम्हाला आणखीही एक शेरा ऐकू येऊ लागला : ''आम्हीही आमच्या नोकऱ्या जवळजवळ सोडून प्रवास केला.'' हा शेरा ऐकून आम्हाला जाणवलं की आम्ही जे करतो आहोत, ते योग्यच आहे.

वर्षभर आम्ही पाण्याचा प्रत्येक थेंब उकळूनच प्यायलो. सकाळी कामावर जाताना आम्हाला रस्त्यातल्या उंदीर-घुशींना चुकवून मार्ग काढावा लागत होता. जेव्हा भूकंपामुळे आमचा फ्लॅट हादरत होता, तेव्हा आम्ही दरवाज्यात अंग चोरून बसत असू आणि बाहेर स्पॅनिश भाषेत म्हटल्या जाणाऱ्या प्रार्थना ऐकत असू.

इन्का ट्रेल्सवरून जाताना आम्ही पुरातन अवशेषांमध्ये झोपू शकलो. आम्ही पर्वत चढून गेलो आणि हिमनद्यांवर बागडलो. आम्ही गरम पाण्याच्या नैसर्गिक झऱ्यांमध्ये मनसोक्त डुंबलो.

परदेशात अठरा महिने राहून आम्ही कफल्लक अवस्थेत मायदेशी परतलो; पण आमच्यापाशी असलेली आगळीवेगळी दौलत होती– मार्गदर्शक पुस्तकं, ट्रंका भरून नकाशे, आठवणींनी काठोकाठ भरलेली दोन मनं आणि 'आम्ही जवळजवळ तसं करणारच होतो' असं म्हणायची वेळ न येणं!

स्टीव्ह गार्डिनर

आजच तुमच्या इच्छा आणि स्वप्नांनुरूप वागा,
म्हणजे 'मी तसं केलं असतं तर बरं झालं असतं'
असं म्हणण्याची वेळ उद्या तुमच्यावर येणार नाही!

। सप्टेंबर २५ ।

आम्ही हॉस्पिटलमध्ये पोहोचलो तेव्हा माझे डॅडी अगदी म्लान आणि अशक्त दिसले, पण त्यांचं स्मित मात्र नेहमीसारखंच प्रसन्न होतं. त्यांना पुन्हा एकदा जोरदार न्यूमोनिया झाला होता. मी आणि माझा नवरा त्यांच्यासोबत वीकएन्डला राहिलो, पण आम्हाला नोकऱ्यांवर परत जाणं भाग होतं. गावातल्या नातेवाइकांनी त्यांची काळजी घेतली असतीच, पण आम्ही जवळ राहू शकत नसलो तरी आम्हालाही त्यांच्याबद्दल खूप आस्था वाटते आहे हे त्यांना कळावं, अशी मला आतून तळमळ वाटत होती.

मग माझी मुलं लहान असताना, मी पाडलेली एक प्रथा मला आठवली. मी डॅडींचं किचन स्वच्छ केलं आणि त्यांच्यासाठी खालच्या मजल्यावर अंथरुण तयार करत असताना एकीकडे त्यांच्यासाठी छोटी छोटी पत्रं लिहून ठेवू लागले. काही पत्रांमध्ये फक्त कामाचा मजकूर होता, 'फ्रिजमधला कॅसरोल मी डीप फ्रिजमध्ये टाकून ठेवलेला आहे.' काहींमध्ये माझं प्रेम व्यक्त केलं होतं. 'तुमच्या नव्या अंथरुणावर तुम्हाला छान झोप लागेल असं मला वाटतं.' बरीचशी पत्रं मी खालच्या मजल्यावरच ठेवली होती. कारण बरं वाटेपर्यंत, अनेक आठवडे ते तिथंच असणार होते.

आम्ही फोनवर सतत बोलत होतोच, पण ही पत्रं आमच्या प्रेमाच्या दृश्य निशाण्या होत्या. अनेक आठवड्यांनी मी त्यांना विचारलं की आता त्यांना कसं वाटतंय. त्यावर ते म्हणाले, ''माझ्या वरच्या मजल्यावरच्या उशीखाली आत्ताच मला तुझं पत्र मिळालं.'' त्या पत्रात मी लिहिलं होतं, 'डॅडी, ही चिठ्ठी तुम्हाला सापडली म्हणजे तुम्हाला नक्कीच बरं वाटत असलं पाहिजे! आम्हाला इतका आनंद झालाय म्हणून सांगू!'

एमिली चेस

। सप्टेंबर २६ ।

या जन्मी जर नशीब फळफळलं, तर मी कशाचाही ध्यास न धरण्याची कला शिकेन आणि आयुष्याची चव चाखत जगायला शिकेन! सुरुवात होईल बाथरूममधल्या वजनाच्या काट्यापासून. मग हातावरचं घड्याळ! सर्व गोष्टी अगदी उत्तम तऱ्हेनेच व्हायला हव्यात या अट्टाहासाची पाळी येणार यानंतर! घरकामाचा डोंगर तसाच पडलेला ठेवून मी खूप साऱ्या मैत्रिणींना घरी बोलावीन.

त्यानंतर क्रम लागेल काळजी करून झुरण्याचा. त्यावर एक मोठी फुली पडेल! नवऱ्याच्या प्रकृतीची काळजी, मुलांच्या सुरक्षिततेची चिंता, पैसे पुरणार नाहीत ही विवंचना, एकटं राहावं लागणं, टॅक्स वसूल करणारे येणं, वाळवी या साऱ्यांबद्दल भीती... या साऱ्यांना रजा!

मी समुद्राकाठच्या वाळूवर मैत्रिणींबरोबर बसेन आणि तेलकट हॉट-डॉग्ज चापून खाईन! नवऱ्याबरोबर मी दूरवर फिरायला जाईन.

कधीतरी मी घरापुढच्या पोर्चमध्ये बसून, तासन्‌तास पक्ष्यांची किलबिल ऐकेन. ज्या लोकांना निसर्ग आवडतो, हसणं प्रिय आहे आणि ज्यांची मिष्टान्नांवर भक्ती आहे, अशांच्या सहवासात मी राहीन.

मी आयुष्याचा मनसोक्त उपभोग घेईन आणि आराम करेन. हातपाय ताणून आराम करून मी आयुष्याच्या प्रवासाची मौज चाखेन!

एव्हिस ड्रुकर

आयुष्याचा प्रवास आनंदात पार पाडण्यासाठी
तुम्ही कशाचाही ध्यास न धरण्याची कला शिकायला हवी.

। सप्टेंबर २८ ।

एकेकाळी माझ्या मैत्रिणीचा, जोनचा, एका म्हणीवर विश्वास होता. 'काठ्यांनी आणि दगडांनी माझी हाडं मोडू शकतात पण शब्द मला कधीही इजा पोहोचवू शकणार नाहीत.' पण मग ती मोठी झाली.

मोठी झाल्यावर तिचं वजन पाचशे पौंडांपेक्षाही जास्त झालं तेव्हा लोकांच्या टोमण्यांपासून सुरक्षित राहण्याचा तिनं एक आगळावेगळा मार्ग शोधून काढला आहे. ती घरीच राहते.

पण त्यांच्या लग्नाचा पंचविसावा वाढदिवस जवळ आला होता आणि तिच्या नवऱ्यानं फक्त त्या दोघांसाठीच एक रमणीय संध्याकाळ आयोजित केली होती. या समारंभासाठी जोननं एक सुरेखसा ब्लाउज शिवायचं ठरवलं होतं.

रेस्टॉरंट फारच सुंदर होतं, पण तिथे आलेले लोक मात्र तसे नव्हते. जोननं कुचाळक्या आणि अपमानास्पद कटाक्ष यांच्याकडे दुर्लक्ष केलं, पण जेव्हा एक छोटीशी मुलगी त्यांच्या टेबलाच्या रोखानं येऊ लागली, तेव्हा मात्र तिनं श्वास रोखून धरला.

जोननं श्वास रोखून धरलेला असताना, त्या छोट्याशा मुलीनं तिच्या ब्लाउजची बाही हळुवारपणे कुरवाळली. "तुम्ही या ब्लाउजमध्ये खूप खूप छान दिसताय." असं म्हणून ती मुलगी एक गोडसं हसू हसली आणि आपल्या जागेवर निघून गेली.

त्या एका स्तुतिपर वाक्यानं जोनचं आयुष्य बदलून टाकलं. "आता जेव्हा लोक माझ्या पाठीमागे कुजबुजतात, तेव्हा ते शब्द स्तुतिपरच असतील असं मी धरून चालते. आता मला तेवढंच ऐकू येतं. फक्त गोड शब्द. जे शब्द मला कधीही दु:ख पोहोचवणार नाहीत असे शब्द." जोन म्हणते.

कॅरल मॅकअडू रेहमे

जर तुम्ही तसा प्रयत्न केलात,
तर तुम्हाला फक्त स्तुतिपर शब्दच ऐकू येतील.

निकाराग्वातल्या खेड्यात कुंभारकाम सुरू करून देण्याच्या माझ्या योजनेसाठी मला चढाचा, खडकाळ रस्ता चढून लॉस छाग्वाइट्स येथील वसाहतीत पोहोचावं लागत असे. उन्हाचा तीव्र चटका देणाऱ्या या जागी पोहोचणे अशक्य असा तिचा लौकिक होता. मी तेथे पहिल्यांदा गेले असताना मला डॉना पायलर आणि तिचे कुटुंबीय भेटले. जेव्हा मी माझा कॅमेरा बाहेर काढून कुंभारानं बनवलेल्या अनेक वस्तूंचे फोटो घेऊ लागले, तेव्हा या लोकांनी आग्रह धरला की फोटोंमध्ये माणसंही असावीत, म्हणजे फोटो आणखी छान वाटतील. मी आनंदानं या गोष्टीला मान्यता दिली.

काही आठवड्यांनी कुंभारकामावर एका शिबिराचं आयोजन करण्यासाठी मी पुन्हा तेथे गेले. डॉना पायलरनं येऊन माझं स्वागत केलं आणि आशेनं विचारलं, "तो फोटो आणलास का?" मी पाठीमागच्या खिशातून तो फोटो बाहेर काढला.

फोटो पाहून ती खूप वेळ गप्प झाली. मग तिनं एका ठेंगण्या, पिकलेल्या केसांच्या, आजीसारख्या दिसणाऱ्या फोटोतल्या स्त्रीकडे बोट दाखवून हळूच विचारलं, "ही मी आहे का?"

मला लख्ख जाणीव झाली, की ती कशी दिसते याची डॉना पायलरला अजिबात कल्पना नाही. जेव्हा मी तिला विचारलं की तिच्यापाशी आरसा आहे का, तेव्हा ती म्हणाली, "हो, पण तो फुटलाय." अन् मग ती पुढे म्हणाली, "आतून कशी आहे ते मला ठाऊक आहे आणि तेवढंच मला पुरेसं आहे."

जेन ई. हॉल

। सप्टेंबर ३० ।

माझी थोरली मुलगी ठेंगणी होती आणि तिच्या पाठची मुलगी होती उंच. त्यामुळे लोकांना बरेचदा त्या जुळ्या बहिणीच वाटत असत. माझ्या आजीनं, मानानं, मला माझ्या विवाहप्रसंगी भेट म्हणून दिलेल्या भल्यामोठ्या हिरव्या रजईत, एकमेकींना चिकटून झोपायला त्या दोघींना फार आवडत असे. त्या लहान असताना ती रजई सगळीकडे घेऊन जात असत. त्या मोठ्या झाल्या तरी ती रजई नेहमी त्यांना जवळ हवी असे.

कॉलेज आणि विवाह यामुळे त्या दोघींची अखेरीस फाटाफूट झाली. गंमत म्हणजे त्यांचे विवाहही एकाच दिवशी झाले. त्या त्यांच्या खोलीतून अखेरच्या वेळेस बाहेर पडल्या, तेव्हा त्यांचे हात प्रेमानं त्या रजईला कुरवाळत असलेले मी पाहिले.

त्या निघून गेल्यावर मी निर्धारानं एक खोल श्वास घेऊन कात्रीनं त्या रजईचे दोन सारखे भाग केले. ठिपक्यांच्या स्विस-झालरीनं त्या दोन रजयांच्या कडा सुशोभित करून पुढच्या नाताळात मी प्रत्येक मुलीला एक-एक रजई दिली.

आता मी जेव्हा जेव्हा माझ्या लेकींकडे जाते, तेव्हा तेव्हा माझ्या आजीनं दिलेल्या रजईत मी माझ्या नातवंडांना मोठ्या आनंदानं लपेटून घेते.

लिन् झायलिन्स्की

। ऑ क्टो ब र १ ।

गेल्या उन्हाळ्यात आम्ही सारे कुटुंबीय एकत्र जमणार होतो आणि आमच्या साऱ्या गोजिरवाण्या नातवंडांना एकत्र आणण्यात आम्हाला यश आलं. आमचा सर्वांत धाकटा मुलगा, आमच्या सर्वांत छोट्या नातीला घेऊन आला. आमच्या सुनेनं, चांगल्या भावनेनंच, तीन वर्षांच्या मेरीला आमच्याकडे ढकलत म्हटलं, ''जा, आजी-आजोबांना पापी दे.''

मेरी एकदम बुजली आणि आईच्या पायांमागे दडी मारून बसली.

जेव्हा जेव्हा तिची आई तिला सांगत असे, ''जा, आजी-आजोबांना पापी दे!'' तेव्हा तेव्हा मेरी लपून बसत असे. माझा मुलगा एअरपोर्टवर निघायची तयारी करत होता, तेव्हा मी माझ्या सुनेला म्हटलं की मला मेरीचा खास निरोप घ्यायचा आहे.

मी खाली वाकले आणि मी तिच्या दृष्टीत दृष्टी मिळवून खूप वेळ थांबले. अखेरीस मला उठून उभं राहावंच लागलं, तोवर मी तिच्याकडे बघतच होते.

''हे काय चाललं होतं?'' माझ्या मुलानं विचारलं.

''डोळ्यांनी डोळ्यांचे मुके घेणं!'' मी उत्तर दिलं.

हळूहळू मेरीच्या चेहऱ्यावर हसू फुललं आणि मग ती या कानापासून त्या कानापर्यंत जिवणी पसरून हसू लागली. मग ती धावत येऊन मला बिलगली आणि म्हणाली, ''माझी वेडी आज्जी! मला तुझी खूप आठवण येईल!''

अँजेला डी'व्हॅलेंटाइन

। ऑ क्टो ब र २ ।

मी तिसरीत होतो, तेव्हा प्रथम शेबाला बघितलं. शेबा म्हणजे पाळीव जनावरं विकणाऱ्या दुकानाच्या खिडकीत बसलेलं, एक सात आठवड्यांचं, मांजराचं पिल्लू होती. काचेतून एकमेकांकडे पाहताना आम्हा दोघांना जाणवलं की आमच्यात काही ऋणानुबंध आहे.

पण, दुर्दैवानं माझ्या आई-बाबांना माझा विचार पटला नाही. त्यांच्यामते मांजर ही कोणत्याही कणगीपाशी फुकट मिळणारी चीज होती. तिच्यासाठी अडीच डॉलरर्स मोजायची अजिबात गरज नव्हती.

पण माझी सततची कुरकुर ऐकून आणि मला वाढदिवसाला मिळालेले पैसे मी त्यात टाकायला तयार झालेलो पाहून, त्यांनी शेवटी परवानगी दिली. शेबा माझी झाली. आमची अतूट जोडी झाली.

मी माध्यमिक शाळेत, हायस्कूलमध्ये आणि कॉलेजमध्ये असताना, शेबा माझी जवळची मैत्रीण होती आणि मी पशूंचा डॉक्टर होण्याचं ठरवलं त्यातही तिच्या प्रभावाचा भाग होता.

मी माझा फक्त मांजरांसाठीचा दवाखाना चालू केला, तेव्हा शेबा बावीस वर्षांची होती; पण माझे आई-वडील तिला माझ्या दवाखान्यात वेगळ्या कारणामुळे घेऊन आले होते. ती खूप आजारी पडली होती. तिची परिस्थिती अत्यंत नाजूक आहे हे मला कळत होतं. आम्ही आमचं अखेरचं प्रदीर्घ संभाषण केलं आणि ती माझ्या हातात शांतपणे झोपी गेली.

मायकेल ए. ओबेन्स्की

। ऑक्टोबर ३ ।

“मला सांगायला खेद होतोय श्रीमती को, पण टेस्टचा निकाल निगेटिव्ह आला आहे.” गेला दीड आठवडा जाणवत होतं की मला दिवस गेलेले नाहीत. इन्व्हिट्रो फर्टिलायझेशनची, टेस्टट्यूब बेबीची ही आमची शेवटची संधी होती. मी बधिर झाले होते.

मी कोणतं पाप केलं होतं की हे नशिबी यावं?

मग आम्ही बाळ दत्तक घ्यायचं ठरवलं; पण एजन्सीकडे गेल्या वर्षभरात कुणीही बाळं आलेली नसल्यामुळे, आम्हालाच बाळाचा शोध घ्यावा लागणार होता.

एके दिवशी फोन वाजला. एक तरुण स्त्री आम्हाला बाळ देऊ इच्छित होती. सोनोग्राफीवरून आम्हाला समजलं की एका छानशा, चिमुकल्या मुलीचे आम्ही आईबाप होणार आहोत.

आणि मग अनपेक्षिताहून अनपेक्षित घटना घडली. दुसऱ्या एका स्त्रीनं त्याच सकाळी एका मुलाला जन्म दिला होता आणि ती ते बाळ आम्हाला देऊ इच्छित होती. काही तासांमध्येच कागदपत्रांवर सह्या झाल्या आणि आम्ही त्या मुलाचे आई-बाप झालो.

पण त्या चिमुकल्या मुलीचं काय? आम्ही निर्णय घेतला की तिलाही दत्तक घ्यायचं. म्हणून बरोब्बर एका महिन्यानंतर, आम्ही पुन्हा एकवार आई-बाबा झालो. दोन चिमण्या बाळांचे अननुभवी आईबाप असल्यामुळे पुढचे काही महिने आम्हाला कल्पनेपलीकडे अवघड गेले, पण आज बालवाडीच्या वर्गाचा दरवाजा उघडतो आणि दोन चिमणे जीव ‘ममी ममी’ म्हणत, दुडदुडत येऊन मला बिलगतात. मी गुडघे टेकून खाली बसते आणि त्यांना कवेत घेते.

हे सौख्य लाभायला मी काय बरं पुण्य केलं होतं?

सिंथिया को

। ऑ क्टो ब र ४ ।

आम्ही सारे नातेवाईक एकत्र जमलो होतो. तेथून आम्ही निघत असताना माझ्या चुलतभावानं, ड्यूनं, मला थांबवलं.

''तू तुझं सॉवर-डो ब्रेडचं पीठ बरोबर घ्यायला विसरली होतीस. ही त्याची बरणी. आता तुला स्वत:ला घरी ब्रेड बनवता येईल.'' त्यानं खिडकीतून एक काचेची बरणी माझ्याकडे दिली. त्यात पांढरा, चिकट पिठाचा गोळाही होता. ''ही त्याची पाककृती. पण घरी गेल्याबरोबर तो पिठाचा गोळा फ्रिजमध्ये टाकायला विसरू नकोस आणि लक्षात ठेव– मैत्रीप्रमाणेच या पिठाकडेही लक्ष पुरवावं लागतं.''

''तुला ठाऊक आहे, ब्रेड बनवण्याएवढी मला फुरसत नसते.'' मी म्हटलं.

त्यानं लगोलग उत्तर दिलं, ''मग वेळ काढ! आनंद लुटायचा असेल, तर मित्रांसाठी वेळ काढावा लागतो!''

त्यानं मित्रांसाठी भरपूर वेळ काढला होता, ही गोष्ट त्याच्या अंत्यविधीच्या वेळेस स्पष्टपणे दिसून आली. त्याच्या दु:खद निधनाबद्दल शोक व्यक्त करायला समाजाच्या विविध स्तरातले लोक उपस्थित राहिले होते. त्याच्या म्हणण्यात केवढं सत्य दडलेलं होतं! तुम्ही व्यस्त आयुष्य व्यतीत करताना आयुष्याची चव घेत जगणं आणि मैत्रीचा आनंद लुटणं विसरून चालणार नाही!

अनेक दिवसांनंतर माझ्या घरात, खरपूस भाजल्या जाणाऱ्या ब्रेडचा सुगंध दरवळला. मी फोन उचलून माझ्या शेजारणीशी बोलले, ''मी माझ्या मैत्रिणींसाठी पुरेसा वेळ देऊ शकलेली नाही. आज येतेस का इकडे? मी ताजी सॉवर-डो ब्रेड करतेय. आपल्या गप्पाही खूप दिवस झालेल्या नाहीत!'' मी म्हणाले.

डेब्रा आयर्स ब्राउन

वेगवान आयुष्य जगताना आयुष्याची चव घ्यायला
आणि मैत्रीचा आनंद लुटायला पुरेसा वेळ न काढणं,
ही मोठीच चूक होईल.

ज्या गोष्टी तुम्ही करू शकलात, त्याहून ज्या गोष्टी तुम्ही करू शकला नाहीत त्यामुळे आजपासून वीस वर्षांनी तुम्ही अधिक निराश व्हाल. म्हणून नांगर उचला, सुरक्षित बंदर सोडून समुद्रावर साहसी मुशाफरीला निघा. शिडात वारा भरून घ्या. नव्या गोष्टींचा शोध घ्या. स्वप्नं उराशी धरा. नवनवीन गोष्टी शोधून काढा.

मार्क ट्वेन

। ऑक्टोबर ६ ।

मी आणि माझी सहा वर्षांची नात केटलिंड, डोनट शॉपमध्ये मफिन्स घेण्यासाठी थांबलो होतो. आम्ही दरवाज्यातून बाहेर पडत होतो, तेव्हाच एक षोडशवर्षीय मुलगा आत शिरत होता. त्याच्या डोक्यावर निळ्या रंगाचे, भाल्यासारखे उभे केलेले टोकदार केस होते. त्याची एक नाकपुडी टोचून त्यात भलंमोठं सुंकलं अडकवलं होतं आणि त्याला जोडलेली साखळी त्याच्या चेहऱ्याभोवती गुंडाळलेली होती. त्याच्या एका काखेत स्केटबोर्ड होता तर दुसऱ्या काखोटीत बास्केटबॉल धरलेला होता.

केटलिंड चालता चालता थबकली आणि तिनं दरवाजा शक्य तेवढा उघडून, धरून ठेवला. तो मुलगा सौजन्यानं म्हणाला, ‘‘खूप खूप आभारी आहे.’’

वेषभूषा हा ज्याच्या त्याच्या आवडीचा, वैयक्तिक प्रश्न आहे असं मी आजीबाईसारखं बोलणार होते; पण माझ्या लक्षात आलं की त्याचे दोन्ही हात अडकलेले आहेत, तेवढंच केटलिंडला दिसलेलं होतं. ‘‘त्याला दार उघडणं कठीण गेलं असतं,’’ ती म्हणाली.

भविष्यात, तिच्या उंचीची होऊन मला दृष्टी वर वळवता आली, तर किती छान होईल!

टेरी मॅकफर्सन

तुमची दृष्टी वर वळवून पाहता येण्यासाठी
तुम्ही लहान मुलांच्या उंचीचं होणं गरजेचं आहे.

ईव्ह जेसनला सत्तराव्या वर्षी वैधव्य आलं आणि ती चौऱ्याहत्तरची असताना तिला हृदयविकाराचा झटका आला. तिच्या लेकीनं ईव्ह जेसनला आपल्या घरी राहायला बोलावलं, पण तिनं गोड शब्दांत नकार दिला आणि ती नर्सिंग-होममध्ये राहू लागली. तिथे मी परिचारिका होते.

दोन माणसांसाठीच्या बेडरूममध्ये तिच्यासोबत राहण्याजोगं माणूस शोधणं आम्हाला अवघड जाऊ लागलं. इतर बऱ्याच जणींपेक्षा मार्गरिट ग्रॅव्हेल मला जास्त बरी सोबतीण वाटली.

मिसेस जेसनला, मार्गरिटला जेवणाची वेळ झाल्याची आठवण करून द्यावी लागत असे. दोन कपाटांपैकी फक्त एकच तिचं आहे हे मार्गरिटला विसरायला होत असे आणि ती कधीकधी मिसेस जेसनचेच कपडे घालून बसत असे. तिचा गोंधळ उडाला, की मागरिट रात्री अनेकदा मिसेस जेसनला उठवत असे.

शेवटी मिसेस जेसनला योग्य अशी सहकारी शोधण्यात आम्हाला यश मिळालं. आम्ही आधी मार्गरिटला दुसरीकडे हलवू हे आम्ही तिला सांगितलं.

त्या दिवशी काही वेळानं मिसेस जेसन माझ्या डेस्कपाशी आली. "मार्गरिटकडे मी बघावं अशी कदाचित देवाची योजना असेल. माझे कुटुंबीय मला माया देतात, तशी थोडकी माया मी तिला देऊ शकेन. तिला माझ्याच खोलीत राहू द्या. तिच्याकडे थोडंसं लक्ष पुरवणं मला एवढं काही जड जाणार नाही."

मेरियन लुईस

तुम्हाला कितीही आयुष्य लाभलं, तरी शेवटपर्यंत करण्याजोगं काहीतरी काम तुमच्यापुढे असतंच. तेच तुम्हाला जगण्याची उभारी देतं.

। ऑ क्टो ब र ९ ।

कोरी सहा वर्षांची असतानाच तिच्या वडिलांनीऊआणि मी घटस्फोट घेतला. त्यानंतर लगेचच मी व्यसनाच्या आहारी गेले. मी सदा आजारीच असे, पण तिचं माझ्यावरचं प्रेम तसूभरही ढळलं नाही. कोरी तिच्या वाढदिवसाच्या दिवशीच मृत्युमुखी पडली. सूर्यकिरणांनी झळाळणारा तो उन्हाळ्यातील दुर्दैवी दिवस होता. दोन गाड्यांची समोरासमोर धडक होऊन झालेल्या अपघातात मृत्युमुखी पडलेल्या आठ टीनएजर्समध्ये तिचाही समावेश होता.

कोरीच्या मृत्यूनंतर मी भानावर येऊन व्यसन सोडलं असं म्हणणं योग्य ठरलं असतं; पण प्रत्यक्षात मात्र मी अंमली पदार्थांच्या नशेत आणखीच बुडून गेले आणि अनेक वर्षं व्यसनाच्या विळख्यात घालवल्यानंतर मी उपचार घेऊ लागले.

माझ्या भ्रमंतीतला पहिला टप्पा होता कॉरोनेरचं (अपघाताची चौकशी करून मृत्यूचं कारण शोधणारा अधिकारी) ऑफिस. तिथं मी कोरीला अखेरचं बघितलं होतं. यातना न होता तिला लगेच मृत्यू आला, हे जाणणं मला महत्त्वाचं वाटलं आणि ती दारूच्या नशेत नव्हती हे ऐकून त्याहूनही बरं वाटलं.

तिच्या अस्तित्वाची चाहूल घेण्यासाठी मी अपघात झाला, त्या स्थळी गेले. मी देवाची करुणा भाकत असताना, माझ्या एका पावलाखाली काहीतरी वाजलं. कोरीची जपमाळ मातीतून बाहेर डोकावत होती!

क्रिस लॉईड

। ऑक्टोबर १० ।

एका लेखाचं संपादन करताना मी विचारमग्न अवस्थेत असताना माझा पाच वर्षांचा मुलगा, जेक, माझ्या ऑफिसात आला. माझ्या विचारातून बाहेर पडल्यानंतर, मी त्याच्याकडे दृष्टी वळवून त्याला विचारलं, ''काय रे जेक? काय हवंय तुला राजा?''

''मला तुझी 'पॉटमेंट' हवीय!'' तो म्हणाला.

''तुला अपॉइंटमेंट कशासाठी पाहिजे?'' मी विचारलं.

त्याचे ओठ थरथरले आणि शब्दांचा धबधबा ओसंडून बाहेर पडला, ''म्हणजे तू माझ्याशी बोलशील, माझ्याबद्दल लिहिशील आणि माझ्याशी खेळशील आणि पिवळ्या, गोंदाच्या कागदात 'जेक' असं लिहिशील... आणि मग तू मला कध्धी कध्धी विसरणार नाहीस!''

मी माझ्या मुलाला ओढून जवळ घेतलं.

त्या रात्री त्याला पांघरुणात लपेटून अंथरुणात झोपवल्यावर मी माझं नवं प्रॉजेक्ट हाती घेतलं– एका छोट्याशा अल्बममध्ये फोटो चिकटवणं, वचनं लिहिणं आणि एक छोटीशी कहाणी गुंफणं.

दुसऱ्या दिवशी सकाळी मी जेकला माझ्यापाशी बोलावलं. आम्ही एकत्र घालवलेल्या आनंदाच्या क्षणी टिपलेले फोटो, तो अल्बमची पानं उलटून पाहत होता, तेव्हा मी तिथे लिहिलेल्या ओळी त्याला वाचून दाखवत होते. ''वॉव! तू एक ग्रेट लेखिका आहेस, ममा!'' तो म्हणाला.

मी म्हणाले, ''खरं असावं बहुधा.''

जेक म्हणाला, ''लेखक काय करतात ते मला ठाऊक आहे. ते त्यांच्या शब्दांनी लोकांना आनंद देतात. कित्ती छान!''

व्हॅलरी हचिन्स

। ऑक्टोबर ११ ।

छोटीशी लूसी (आपण तिला हे नाव देऊ) यापूर्वी कधीही के.जी.च्या वर्गात बसलेली नव्हती. तिला वर्गातल्या गोष्टी, मुलं, वर्ग आणि मुख्यत: त्यातला गोंगाट फार फार आवडला. तिचे आई-वडील बहिरे होते आणि सारं संभाषण खुणेच्या भाषेतच करावं लागे. आता लूसी बोलू शकत होती!

नाताळच्या सुट्टीचे दिवस जवळ आले, तसे अनेक चिमुकले हात रंगीत कागदावर ट्रेस केले गेले. शेकडो छोटी छोटी बोटं ट्रेसिंग कागदावर काढून व मग कापून दरवाज्यावर चिकटवली गेली. लूसीला ट्रेसिंग करून कापायला आवडत असे. तिनं त्याचा घरी प्रयोग केला आणि सर्वांत चांगला ट्रेस झालेला पंजा तिच्या शिक्षिकेला नेऊन दिला.

"तुम्हाला तो आवडला?'' लूसीनं उत्सुकतेनं विचारलं.

"हो सोने! पण पंजातली काही बोटं दिसत नाहीत. काय झालं?''

अगदी स्पष्टपणे दिसत होतं, की ट्रेसिंग पेपरवरील पंजातला अंगठा, तर्जनी आणि करंगळी अगदी छान कापलेलं होतं; पण दुसरी दोन मात्र तळहातापासूनच कापून टाकलेली होती.

"हो टीचर! मला माझा सर्वांत छान हात तुम्हाला द्यायचा होता– 'आय लव्ह यू' म्हणणारा!''

आणि खुणेच्या भाषेत हा पंजा नेमकं तेच सांगत होता!

सुझॅन बॉईस

तुम्हाला येणाऱ्या कोणत्याही भाषेत
तुम्ही तुमच्या भावना व्यक्त करा!

। ऑक्टोबर १२ ।

हायस्कूलचं दुसरं वर्ष मला फारच कठीण गेलं होतं. नव्या शाळेत रुळणं बऱ्याचशा मुलांना अवघडच जातं. भरीत भर मला मुधमेह कह्यात ठेवून प्रकृतीच्या इतर कुरकुरींकडे लक्ष द्यावं लागत होतं.

दिवसातला माझा सर्वात आवडता तास होता उपासना-गीत म्हणणाऱ्या गायक समूहाचा! त्यातल्या अर्ध्याहून जास्त मुलींना काहीतरी व्याधी होत्या आणि तिथं मला वेगळं पडल्यासारखं वाटत नसे.

एकदा सारी शाळा 'हॉलिडे विश फेअरी असेंब्ली'साठी एकत्र जमली होती. 'काय मूर्खपणा आहे!' मला वाटत होतं.

लवकरच माझ्या क्वायरमधल्या एलिझाबेथकडे सारे डोळे वळले.

"जेना मिचेलला भेट द्यावी ही माझी आजची इच्छा आहे." ती म्हणाली.

एलिझाबेथनं माझ्या हातात एक लहानशी सोनेरी डबी ठेवली. इतर विद्यार्थी पाहत असतानाच मी एलिझाबेथचे आभार मानले आणि तिला मिठी मारली.

जेना मिचेल

तुम्ही तुमचं आयुष्य फक्त दोन प्रकारे जगू शकता.
एक प्रकार आहे कोणतीही गोष्ट चमत्कार नाही असं मानणं.
दुसरा प्रकार आहे प्रत्येक गोष्टच चमत्कार आहे असं मानून जगणं.

अल्बर्ट आइनस्टाइन

मला भेटवस्तूंची देवाण-घेवाण करायला फार आवडतं. एकदा माझ्या नातवानं, जस्टिननं, मला सहा डॉलर्स आणि तीस सेंट्स पाठवले. मी त्याबद्दल एक-दोन दिवस विचार केला आणि मग त्याला फोन केला.

मी त्याला विचारलं, ''तू आजीला सहा डॉलर्स तीस सेंट्स का पाठवलेस?''

जस्टिन मला म्हणाला, ''तू नेहमी माझ्यासाठी इतक्या छान छान गोष्टी करतेस की माझ्याजवळ असलेलं सगळं सगळं तुला द्यावंसं वाटलं!''

मला अंतर्यामी जाणवलं की इतक्या शुद्ध, निर्व्याज प्रेमानं मला पुन्हा कुणीही अशी भेट देणार नाहीये.

आयरीन (सेइदा) कार्लसन

लहान मूल तुम्हाला प्रेमानं भेटवस्तू देत असतं.

। ऑ क्टो ब र १५ ।

मी दोन मुलांची आई आहे; पण 'सिंगल मदर'– एकटीच पालक– आहे. जेव्हा माझा थोरला मुलगा शाळेत जाऊ लागला, तेव्हा इतर सर्व आयांप्रमाणेच माझी प्रतिक्रिया झाली. जणू काही कुणीतरी त्याला माझ्याजवळून हिरावून घेतलं आहे आणि पुन्हा कधीही तो पूर्णपणे माझं ऐकणार नाही किंवा माझ्यावर अवलंबून राहणार नाही!

माझ्या धाकट्या मुलासाठी मी आता भरपूर वेळ देऊ शकत होते. तो मोठ्याहून तीन वर्षांनी लहान होता. तो पुरी तीन वर्षं माझ्या शर्टची कड धरून, माझ्यापाठोपाठ फिरत होता. मी जिथं जाईन, तिथं माझ्यापाठोपाठ तो येत असेच!

एका सकाळी मी कामावरून दमून घरी आले. माझा गणवेश उतरवून मी कपडे बदलले आणि झोपण्यापूर्वी थोडी कामं उरकून टाकण्यासाठी कारमध्ये शिरले. माझा शेवटचा टप्पा होता 'के-मार्ट'. जेरेमीला शाळेसाठी आणलेल्या शॉर्ट्‌सवर साजेसा लाल रंगाचा टी-शर्ट मला विकत घ्यायचा होता.

मला अगदी हवा तस्सा शर्ट सापडला. त्याला तो दाखवावा म्हणून मी पाठमोरी झाले आणि बघते तर त्याचा पत्ताच नव्हता. मी त्याला सगळीकडे शोधलं, हाका मारल्या पण त्यानं ओ दिली नाही. एव्हाना मी चांगलीच घाबरले होते आणि सैरभैर होऊन त्याला हाका मारत होते. आतापर्यंत एक पोलीस माझ्याजवळ येऊन पोहोचला होता आणि मला प्रश्न विचारत होता, "मॅडम, त्यानं कोणते कपडे घातले होते?"

मी त्याला सांगायला सुरुवात केली आणि मग मी शरमेनं लाल झाले, "मला माफ करा! तो आजच किंडरगार्टनला जाऊ लागलाय." मी म्हणाले!

पॅट्सी ह्यूजेस

। ऑ क्टो ब र १७ ।

सुटीच्या वीकएन्डला, मी आणि माझा नवरा ट्रेननं कब्ज बॉलपार्कला जायला निघालो. शेवटचं स्टेशन आल्यावर कंडक्टर आम्हाला दरवाज्याकडे जायची घाई करू लागला. वाटेत आम्हाला एक माणूस बसल्या जागी निपचित पडलेला दिसला आणि काही लोकांनी त्याच्याभोवती कोंडाळं केलेलं दिसलं. मी कंडक्टरला म्हटलं की मी नर्स आहे आणि मी मदत करू इच्छिते.

तो तोडून बोलत म्हणाला, ''मला नर्सची गरज नाही. मला डॉक्टर हवा आहे!''

मी उलटी फिरले आणि धक्काबुक्की करून मी त्या गर्दीतून वाट काढली. ''त्याला बसतं करायला मला मदत करा,'' गर्दीतल्या बघ्यांना मी म्हटलं. एकीकडे मी त्याची शर्टची कॉलर सैल करून त्याचा टाय सोडला. मी त्याच्या जबड्याला धक्का देऊन त्याचं डोकं कडेला वळवलं. खिशातल्या पेपर नॅपकिनला घड्या घालून मी त्याचं तोंड आणि घसा साफ केला आणि त्याच्या खांद्यांवर बुचक्या मारल्या. त्याबरोबर त्यानं एक दीर्घ श्वास घेतला. काही क्षणांतच त्याच्या चेहऱ्याचा रंग बदलला आणि त्यानं डोळे उघडले.

माझ्या नवऱ्यापाशी परत जाताना, मी त्या कंडक्टरकडे रोखून बघितलं. तो चाचरत म्हणाला, ''खरं म्हणजे मला एका नर्सचीच गरज होती!''

बार्बरा ए. ब्रेडी

अणीबाणीच्या वेळेस दाखवलेली व्यावसायिक कुशलता तुम्हाला आदर मिळवून देते.

। ऑ क्टो ब र १८ ।

आमच्या किंडरगार्टनच्या वर्गात आम्ही नेहमीच मुलांना स्वत:ची आणि इतरांची बलस्थानं ओळखण्यासाठी उत्तेजन देत असू. आमच्या वर्गाचा महत्त्वाचा नियम होता, 'आपण एकमेकांशी फक्त गोडच बोलू.'

एकदा मुलं जमिनीवर बसून आपले वसंतऋतूबाबतचे अनुभव एकमेकांना मोठ्या उत्साहानं सांगत होती, तेव्हाच मायकेलनं त्याचा हात उंच केला. तसा तो बरेचदा आपला हात उंचावत असे, पण त्याला बोलायची मात्र लाज वाटत असे. त्यानं दर वेळेस बोलण्यासाठी परवानगी घ्यायला हात उंच केला, की मी त्याची दखल घेत असे आणि तो बोलण्याची वाट पाहत असे. काही मिनिटांनी, जणूकाही तो बोललाच आहे अशा प्रकारे मी म्हणत असे, "मायकेल, तू प्रयत्न तर चांगला केलास."

आज मायकेलनं हात उंच केला आणि आश्चर्याची गोष्ट म्हणजे तो चक्क बोलला! वर्गातली मुलं हरखून गेली होती. माझ्या वर्गातली गोडशी मुलगी, निकोल, सर्वांत आधी म्हणाली, "हे सर्वांत छान चुकीचं उत्तर होतं!" वर्गातही सर्व मुलं ताबडतोब उभी राहिली आणि त्यांनी उभं राहून, टाळ्यांचा कडकडाट करून त्याला सलामी दिली.

बॉन्नी ब्लॉक

। ऑक्टोबर १९ ।

माझा नवरा, सर्ज आणि मी एकमेकांकडे पाहत होतो. आमच्या मधोमध हॉस्पिटलमधल्या पांढऱ्याशुभ्र चादरी पसरल्या होत्या. कॅन्सरचा भस्मासूर आमचं आयुष्य संपूर्णत: बदलून टाकणार होता.

चार वर्षांची केट मजेनं पलंगाचा खालचा भाग, हँडल फिरवून वर-खाली करत होती. आठवडाभर डॅडी रात्रीचे एकटेच हॉस्पिटलमध्ये राहणार हे तिला डॅडींचं मोठ्ठंच साहस वाटत होतं.

नर्सनं आत डोकावून म्हटलं, ''घरी जायची वेळ झालीय. भेटायचे तास संपलेत!''

केटनं पलंगाशी खेळणं बंद केलं. ती पटकन त्याखाली डोकावली, मग तिनं खुर्चीवरनं तिचं बॅकपॅक उचललं आणि त्याचं झिपर उघडलं. तिनं काळजीपूर्वक आतून मिश्काला बाहेर काढलं. मिश्का हे चिंध्या भरलेलं अस्वल होतं. सर्ज लहान होता, तेव्हा ते त्याच्या पलंगाच्या पायाशी बसलेलं असे. मग ते स्वच्छ करून केटला देण्यात आलं होतं. ''हे अस्वल माझा रखवालदार आहे,'' केट नेहमी म्हणत असे आणि ते अस्वल नेहमी तिच्या पलंगाच्या पायाशी झोपलेलं असे.

केटनं मिश्काच्या कानात काहीतरी कुजबूज केली. त्याला मिनिटभर घट्ट मिठी मारली आणि मग त्याला तिनं डॅडींच्या हाताजवळ बसवलं.

''डॅडी, तो रात्री तुला सुरक्षित ठेवेल.'' ती म्हणाली, ''जेव्हा जेव्हा राक्षस येतील, तेव्हा तेव्हा तुला सुरक्षित ठेवेल!''

ॲन मेटिकॉश

। ऑ क्टो ब र २१ ।

आपल्यावर लोकांचं प्रेम आहे– आपण तसेच आहोत म्हणून आपल्यावर प्रेम आहे, किंवा खरं तर, आपण कसेही असलो तरी आपल्यावर प्रेम आहे, असा विश्वास आपल्याला आयुष्यात सर्वाधिक सुख मिळवून देतो!

व्हिक्टर ह्यूगा

मी विनोदी लेखक व्हायचं ठरवल्याने मला त्या व्यवसायाबद्दल सखोल अभ्यास करायचा होता. मी बॉब होपबद्दल खूप माहिती जमा केली– त्याच्या विनोदाचा ढंग, शब्दरचना, शब्दांमधली लय, बोलण्यात येणाऱ्या चुटक्यांच्या जागा वगैरे वगैरे! अशा प्रकारे बॉब होप आणि त्याच्यासाठी लिखाण करणारे लेखक माझे मार्गदर्शक बनले.

या क्लृप्तीचा फायदा झाला. मी गावातल्या विनोदी वक्त्यांसाठी लिहू लागलो. माझं लेखन खरोखरच पकड घेऊ लागलं आणि त्यानंतर चक्क बॉब होपनं स्वतः मला फोन करून अॅकॅडेमी अॅवॉर्ड्ससाठी, त्याच्यासाठी चुटके लिहून द्यायला सांगितलं.

सध्याचे सिनेमे, आताचे आघाडीवरचे नट-नट्या, ऑस्करच्या दृष्टीनं महत्त्वाच्या असलेल्या गोष्टींवर मी शेकडो चुटके लिहून दिले. मिस्टर होपनं माझ्या चुटक्यातले दहा चुटके टीव्हीवरच्या कार्यक्रमात स्वीकारलेले पाहून माझा आनंद गगनात मावेना! तेव्हापासून आजतागायत, मी बॉब होपसाठी लेखन करतो आहे.

माझ्या या अनुभवापासून सगळे लेखक दोन महत्त्वाचे धडे शिकून, त्यापासून स्फूर्ती मिळवू शकतील.

एक : कोणतंही स्वप्न सत्यात उतरवताना, कष्ट घ्यावे लागतात. स्वप्नं महत्त्वाची असतात पण त्यांना संशोधन, अभ्यास आणि प्रयत्नांची जोड द्यावी लागते.

दोन : तुम्ही प्रयत्न केलेत, तर तुम्ही उद्दिष्ट साध्य करू शकाल.

जीन पेरेट

स्वप्नं महत्त्वाची असतात, पण त्यांना संशोधन, अभ्यास आणि प्रयत्नांची जोड दिली तरच ती सत्यात उतरतात!

। ऑ क्टो ब र २३ ।

आम्ही अर्ज भरून दिल्यावर तीनच महिन्यात मुलं दत्तक देणाऱ्या संस्थेनं आम्हाला लहान मुलगा मिळू शकेल असं कळवलं तेव्हा आम्हाला धक्काच बसला. माझ्या व्यावसायिक सहकाऱ्याने मला प्रश्न केला, ''बाळाची नर्सरी रूम तयार आहे का?'' खरं तर कशाचीच तयारी नव्हती. बाळासाठी आम्ही कशाचीच जमवाजमव केलेली नव्हती. आम्ही बाळासाठी जी खोली राखून ठेवलेली होती, ती पाणी झिरपल्यामुळे खराब झालेली होती. तिथे नवं इलेक्ट्रिकल वायरिंग, भिंतींना गिलावा, नवं छत आणि फरश्या घालून घेणं आवश्यक होतं.

आम्ही दिवसा तर काम करतच होतो, पण रात्रीही वेड्यासारखं या दुरुस्तीमागे लागलेलो होतो. मित्र, आप्त आणि कधीकधी अगदी सर्वस्वी अनोळखी लोकही येऊन आम्हाला त्यांनी वापरलेलं बेबी-फर्निचर, कपडे आणि इतर अनेक आवश्यक गोष्टी देऊन जात असत. आम्ही विमानात बसेपर्यंत मी आणि माझ्या नवऱ्यानं खपून, बाळाची खोली जवळजवळ तयार केली होती.

तीन आठवड्यांनंतर, विमानाचा लांबचा प्रवास करून आम्ही आमच्या मुलाबरोबर घरात प्रवेश केला. आम्ही मुलाला आणायला गेलेलो असताना बाळाची खोली पूर्ण तयार केली गेली होती. फ्रिजमध्ये आमच्यासाठी अनेक दिवसांचं जेवण भरून ठेवलेलं होतं.

पुढील काही दिवस मित्रांची आणि आप्तांची रीघ लागली होती. ते आमच्या मुलाला बघायला आणि आम्हाला गरजेच्या वस्तू आणून द्यायला आमच्याकडे येत होते. आम्ही नव्या बाळाबरोबर, एक कुटुंब म्हणून व्यतीत केलेल्या काही तासांचा विचार करताना आम्हाला जाणवलं, की आम्ही बाळाचे आईवडील होण्यापूर्वीच एका प्रेमळ, विस्तृत कुटुंबाचा भाग बनलो होतो. आमच्या कल्पनेपलीकडचं विस्तृत कुटुंब होतं ते!!

सिंथिया ह्युमेल

इमर्जन्सी रूममधले कर्मचारी त्याला हृदयविकाराच्या कक्षात घेऊन आले, तेव्हा तो अत्यंत किळसवाणा दिसत होता!

खरा नेता असतो तो अणीबाणीच्या वेळेस कसोटीला उतरतो! असाध्य गोष्टी करून दाखवतो. यावेळेस बॉनी, नर्सेसची प्रमुख म्हणाली, "या रुग्णाकडे मी बघेन!"

तिनं लॅटेक्सचे हातमोजे चढवून या प्रचंड आकाराच्या गलिच्छ माणसाला अंघोळ घालायला सुरुवात केली, तेव्हा तिचं मन अनुकंपेनं भरून आलं होतं. मग मनात विजेसारखा विचार चमकल्याप्रमाणे ती म्हणाली, "आजकाल हॉस्पिटलमध्ये पाठीला मालीश करण्याएवढी कोणालाच फुरसत मिळत नाही. पण तसं केलं तर, तुम्हाला हलकं वाटेल आणि तुम्ही लवकर बरे व्हाल."

त्याची जाड खवले पडलेली, तांबूस कातडी त्याच्या अयोग्य जीवनशैलीचं बोलकं प्रतीक होती. बॉनीनं शेवटी त्याला कोमटशा लोशनचा लेप देऊन, बेबी पावडर शिंपडली. त्याच्या प्रचंड, खडबडीत कातडीवर ते विनोदीच वाटत होतं! तो त्याच्या पाठीवर उताणा झोपला तेव्हा त्याच्या गालांवर अश्रू ओघळत होते.

"वर्षानुवर्षांत कुणीही मला स्पर्श करू धजलेलं नाही." त्याची हनुवटी थरथरत होती. तो पुढे म्हणाला, "मी तुमचा अत्यंत ऋणी आहे. मला आताच बरं वाटू लागलं आहे!"

नाओमीया ऱ्होड

एक साधासा स्पर्श बरं करू शकतो.

। ऑक्टोबर २५ ।

कोणीतरी खास व्यक्ती, खरीखुरी मैत्रीण
अगदी तुमच्यासारखीच, तरीही वेगळी तुमच्याहून
तुम्ही शब्द उच्चारण्यापूर्वीच जाणते ती तुमचे विचार
जाणते तुमच्या भावना, करण्यापूर्वीच त्यांचा उच्चार
कितीही दूर गेली तरी जपते अंतरी जिव्हाळा
तुमच्यासाठी हृदयी तिच्या मायेचा असे उमाळा
ठेवते तुमची गुपितं पोटात, दोषांचा तुमच्या न करी उच्चार
विश्वासाचा बंध, ती नेहमी सुरक्षित जपणार
तिच्याप्रमाणे तुम्हीही जपा हे नातं आपुलकीनं
कारण लक्षात ठेवा, बहिणीप्रमाणेच वागावं दुसऱ्या बहिणीनं

लिसा बैलार्गेन

। ऑक्टोबर २६ ।

दररोज सकाळी, आमच्या घरात जे कोणी प्रथम उठत असे, ते आमच्या ब्राउनी नावाच्या कुत्र्याला घराबाहेर सोडत असे. आम्ही त्याला हाक मारली की तो बहुधा पळत पळत आमच्यापाशी येत असे... पण एका रविवारी मात्र तो परत आला नाही. आम्ही हाका मारल्या, आर्जवानं बोलावून बघितलं, पण ब्राउनी कुठेही दिसला नाही. आम्ही त्याचा नाद सोडला आणि चर्चच्या दिशेनं निघालो.

आम्ही आत गेलो. आई ऑर्गन वाजवायला बसली. धर्मगुरूंनी प्रवचन सुरू केल्यावर आम्हा मुलांना चर्चच्या दरवाज्यावर ओरखडल्यासारखे आवाज ऐकू आले आणि त्यापाठोपाठ एकटं पडलेलं कुत्रं विव्हळेल तसं भुंकणं ऐकू आलं. आमच्या मोहोल्ल्यात फक्त एकच कुत्रा तसा आवाज काढत असे.

धर्मगुरुंनी रखवालदाराला 'त्या कुत्र्याला हाकलून द्यावं' अशी खूण केली; पण ब्राउनीपुढे त्याच्या हालचाली संथ ठरल्या. ब्राउनी त्वरेनं आत शिरला आणि मधल्या वाटेनं तो ऑर्गनपाशी बसलेल्या आईपर्यंत पोहोचला. तिथे त्यानं फरशीवरच अंग टाकलं आणि तो शांतपणे बसून राहिला.

यानंतर अनेक रविवारी ब्राउनीनं आपली धार्मिकता आणि आमच्या कुटुंबावरची निष्ठा यांचं असंच प्रदर्शन घडवलं. ब्राउनी एकोणीस वर्षं जगला आणि या छोट्याशा, तपकिरी कुत्र्यानं त्यांच्या रविवारच्या प्रवचनात व्यत्यय आणणं, अनेक धर्मगुरुंना सवयीचं होऊन गेलं!

एव्हलिन ओल्सन

। ऑ क्टो ब र २७ ।

आजकालच्या जगात,आव्हानं पेलणाऱ्याला न्याहाळण्यासाठी प्रेक्षक किती कवड्या मोजायला तयार असतात, त्यावर त्या माणसाचा पगार अवलंबून असतो!

मग शिक्षकाचा पेशा कशासाठी स्वीकारायचा?

माझे कुटुंबीय उन्हाळ्यात, आरामात बार्बेक्यूचा आस्वाद घ्यायला जमले होते. शेवटचं मिष्टान्न वाढत असतानाच फोन वाजला. माझ्या नवऱ्यानं तो माझ्या हातात देताना म्हटलं, "त्यांना बॉनी ब्लॉकशी बोलायचंय."

"या पूर्वी के.जी.च्या वर्गाला शिकवणाऱ्या, बॉनी ब्लॉकच आहेत का?" फोनवरून प्रश्न आला.

"हो!" मी म्हटलं.

"मी डॅनिएल बोलतेय– डॅनिएल रूस. मी तुमच्या के.जी. वर्गात होते. मी यावर्षी हायस्कूलमधून उत्तीर्ण होतेय. मी तुम्हाला शोधायचा खूप प्रयत्न केला. मला तुम्हाला सांगायची इच्छा होती, की तुम्ही माझ्या आयुष्यात प्रचंड बदल घडवून आणला आहे!"

माझ्यामुळे तिला कशी मदत झाली याचा तपशील ती देऊ लागली. माझा प्रभाव के.जी. पुरताच सीमित राहिला नव्हता, ज्या-ज्या वेळी तिला आव्हान पेलण्यासाठी मदतीची गरज वाटली तेव्हा तिनं कल्पना केली, की मी तिच्या पाठीशी उभी राहून तिला पूर्णकाळ उभारी आणि उत्तेजन देते आहे.

शिक्षकाचा पेशा कशासाठी स्वीकारायचा?

कारण मिळणारा मोबदला शब्दातीत असतो!

बॉनी ब्लॉक

कोणताही पेशा निवडाल, तेव्हा लक्षात ठेवा की
मोबदला केवळ पैशांच्याच रूपात मिळत नसतो.

एका मनुष्यप्राण्याला दुसऱ्या मनुष्यप्राण्यावर प्रेम करायला शिकवणं हे बहुधा आपल्यापुढचं सर्वांत अवघड, सर्वांत कठीण कसोटीला उतरण्याजोगं कार्य असतं. बाकी सारं काम हे या कार्यासाठीची निव्वळ तयारीच असते!

रेनर मारिया रिल्के

। ऑक्टोबर २९ ।

कॅरन व्यंग घेऊनच जन्माला आलेली होती आणि ती एक वर्षाची असताना तिला हृदयविकाराचा झटका आला होता. लक्षणांप्रमाणे ती तासभर मृतांतच जमा होती आणि त्यानंतर ती वाचली तरी तिच्या मेंदूला त्या तासाभरात इजा पोहोचलेली होती. तिचे एका अत्यंत देखण्या आणि चैतन्यमय तरुणीत रुपांतर झाले, पण तिला सँटाक्लॉजची विलक्षण भीती वाटत असे.

नाताळाच्या गाण्यातल्या काही शब्दांमुळे, तिची अशी समजूत झाली होती, की तो प्रचंड, लाल कपडे घातलेला, दाढी मिशांचं जंजाळ वागवणारा माणूस, ती झोपली असली तरी तिच्यावर नजर ठेवून असतो!

कॅरनला पुन्हा अशा भीतिदायक स्वप्नांचा अत्यंत त्रास होऊ लागला होता, म्हणून तिच्या आईनं तिच्या डोळ्यांकडे रोखून पाहिलं आणि ती म्हणाली, "सँटाक्लॉज कोणी वेगळा नाही! तुझी ममीच सँटाक्लॉज आहे!"

दुसऱ्या दिवशी, शाळेत कॅरन इतकी अस्वस्थ दिसत होती, की अखेरीस तिच्या शिक्षिकेनं तिला कसला त्रास होतो आहे का याची चौकशी केली.

कॅरन तिच्या शिक्षिकेला म्हणाली, "मला आईची फार फार काळजी वाटतेय!" शिक्षिकेनं तिला त्यामागचं कारण विचारल्यावर कॅरननं गंभीरपणे उत्तर दिलं, "तिला वाटतंय की ती सँटाक्लॉज आहे!"

ब्रायन लॉक

। ऑक्टोबर ३० ।

क्षितिजावर पूर्ण चंद्र दिसतोय. माझी पावलं खालच्या पाचोळ्यावर वाजताहेत. मी दहा वर्षांची आहे आणि कुणाचीही देखरेख नसताना काड्यापेटी वापरायची मला परवानगी आहे. मी स्वत: खऱ्याखुऱ्या सुरीनं कोरून काढलेल्या भोपळ्याच्या आत मेणबत्ती पेटवणार आहे.

आणखी पंचवीस वर्षांनी हॅलोविनच्या सायंकाळी क्षितिजावर, पुन्हा एकदा पूर्ण चंद्र रेंगाळतो आहे. मी आता वेगळ्या राज्यात, वेगळ्या घरात आहे, पण येणारे सुवास तसेच आहेत. नेहमीप्रमाणे, कोरलेल्या भोपळ्याच्या आत मेणबत्ती पेटवण्याचं काम मी स्वत:कडे घेतलं आहे. यावर्षी या प्रथेमध्ये रस घेण्याएवढी माझी मुलं मोठी झाली आहेत.

"हे आमच्या हातांनी करण्याएवढे मोठे आम्ही केव्हा होऊ?" माझा तीन वर्षांचा मुलगा विचारतो आहे.

"तू दहा वर्षांचा झालास की!" मी माझी जुनी आठवण येऊन उत्तर देते.

लगेचच आम्ही आरडाओरडा करत, हसत, किंचाळत धुक्यात आणि चंद्रप्रकाशात नाचत मौजमस्ती करतो.

"ममी! आमच्याकडे बघ! आम्ही बघ किती मोठे झालोत!"

आणि नव्यानं मोठे झालेले ते आणि नव्यानं लहान झालेली मी, आमच्या अंगणातल्या सावल्यांमध्ये, खरपूस भाजलेल्या भोपळ्याचा वास श्वासात घेत बेभान होऊन नाचतोय!

कॅरन सी. ड्रिस्कॉल

। ऑ क्टो ब र ३१ ।

जर तुम्ही कसोशीनं तुमचं शुद्धलेखन तपासलं असेल, निदान वीस वेळा नवा खर्डा लिहून काढला असेल, तो योग्य ठिकाणी धाडला असेल आणि लिफाफ्यावर संपादकाचं नावही बिनचूक घातलं असेल, तर तो खास फोन येण्याएवढं तुमचं भाग्य फळफळण्याचा संभव आहे! तेव्हा हुश्शार राहा!

हे पहिल्या वेळेस घडलं तेव्हा आम्ही शेतातील घरात राहत होतो. मी कोंबड्यांच्या खुराड्यातला हौद पाण्यानं भरत असतानाच कणगीत असलेला फोन वाजला. मी खुराड्याच्या दाराला कडी घातली, त्याला कुलूप घातलं आणि अकरा वेळा फोन वाजल्यानंतर, मी तो उचलला.

"हॅलो!" पलीकडून आवाज आला. "मी रीडर्स डायजेस्टमधून फिलिप ऑस्बोर्न बोलतोय. तुमची 'ॲरिझोना' मासिकात आलेली कथा आम्हाला पुनर्मुद्रित करायची इच्छा आहे."

मला ही आनंदाची वार्ता कुणाला तरी सांगावीशी वाटली. अनेक मैलांवरून मी बिलला शोधून काढेपर्यंत दुपार उलटून गेली होती. अचानक मला पाईपची आठवण आली. खुराड्यातला हौद भरणं अर्धं टाकून फोन घ्यायला धावताना मी तो पाईप आतच विसरून आले होते. मी खुराड्याकडे धाव घेतली. कुलूप उघडलं. दरवाजा पाण्याच्या प्रवाहामुळे जोरात उघडला आणि चार फूट उंचीची वादळी लाट बाहेर आली. लाटेबरोबरच गवत, पिसं, खत, कोंबड्यांना घातलेले दाणे आणि अर्धवट बुडालेल्या कोंबड्या बाहेर येऊन अंगणभर पसरल्या. आता महिनाभर आम्हाला अंडी मिळणार नाहीत! पण रीडर्स डायजेस्टनं माझी कथा मात्र विकत घेतली.

पेनी पोर्टर

जर तुम्ही प्रयत्नपूर्वक काम केलं असेल, तर
यश दाराशी चालत आल्याचं आश्चर्य मानू नका. तयारीत राहा.

। नोव्हेंबर १ ।

मी माझ्या नवऱ्याला, 'जो' ला, आजवर कामावर जाण्यापूर्वी अनेक वेळा निरोप दिला होता; पण आजची वेळ मात्र वेगळी होती. आता आमच्या पहिल्या अपत्याचा जन्म झालेला होता.

जो निघण्यापूर्वीच्या संध्याकाळी, मी लहानग्या जोईला अंघोळ घातली, त्याला रात्रीचे कपडे चढवले आणि त्याला घेऊन मी बेडरूमकडे निघालेली असतानाच जोनं बाळाला माझ्या हातातून हळुवारपणे उचलून घेतलं. त्याला आज स्वत:च्या हातांनी जोईला पांघरूण घालायचं होतं.

अर्धा तास उलटल्यावरही जेव्हा तो परत आला नाही, तेव्हा मी चोरपावलांनी बाळाच्या खोलीपाशी गेले आणि आत डोकावून पाहिलं.

झुलत्या खुर्चीत बसून, हळूहळू मागेपुढे झुलत, माझा नवरा हुंदके आवरायचा प्रयत्न करत होता. त्यानं दु:खीकष्टी नजरेनं माझ्याकडे बघितलं आणि क्षणभरानं तो म्हणाला, ''माझ्यानं त्याला खाली ठेववतच नाहीये.''

जोई आता सहा वर्षांचा झाला आहे आणि त्याला आता चार वर्षांचा एक भाऊही आहे. त्या रात्रीनंतर, पुन्हा अनेकदा निरोप द्यायची वेळ आली आहे; पण अजूनही दर वेळेस त्याच्या मुलांना शेवटची मिठी घालून 'गुडबाय' म्हणताना माझा फौजी-गडी असलेला नवरा, अश्रू आवरण्याची पराकाष्ठा करत असतो!

ज्युली अँजेलो

आपल्या लहानशा स्वयंपाकघरात शेगडीजवळून सिंककडे फेऱ्या घालत आजी आवराआवर, साफसफाई करत होती. दोन दिवसांपूर्वीच, अठ्ठावन्न वर्षांच्या सहजीवनानंतर माझे आजोबा निवर्तले होते.

अचानक, तिच्या हालचाली संथ झाल्या. मग तिनं टोस्टरच्या पाठीमागच्या बाजूला हात घातला आणि स्वस्तातल्या प्लास्टिकच्या फुलांनी भरलेली छोटीशी फुलदाणी उचलली. ती फुलं तिनं तिच्या टॉवेलनं पुसली आणि मग ती फुलदाणी तिनं छोट्या टेबलावर ठेवली.

"आता मी माझी फुलं हवी तिथं ठेवू शकते," ती म्हणाली.

थोड्याच दिवसांत ती ऐंशी वर्षांची होणार होती. यापुढच्या जीवनप्रवासात ती काही काळ एकाकी पडली असली, तरी तिनं धीरानं घेतलं आणि विवाहापूर्वीच्या स्वत:च्या आवडी जोपासायला तिनं प्रारंभ केला.

माझे आजोबा जाऊन चार वर्षं झाली आहेत. आता माझ्या आजीकडे बघितलं, की मी थक्क होते. ती आमूलाग्र बदलली आहे. तिचं घर रंगीबेरंगी वस्तूंनी भरलं आहे. ती सुटसुटीत आणि आकर्षक रंगांचे कपडे वापरू लागली आहे. तिनं पिनॅकल क्लबमध्ये पत्ते खेळण्यासाठी जायला सुरुवात केली आहे आणि ती तिच्या मैत्रिणींबरोबर रोज तीन मैल चालून येते.

तिला माझ्या आजोबांची उणीव खूपच भासते; पण ती तिचं आयुष्य तिच्या आवडीनुसार जगते आहे, जगण्याची मौज लुटत!

क्रिस्टी क्रेग

स्वाभाविकत: जे आवडेल, तेच करा.

। नोव्हेंबर ३ ।

आजारी मुलाच्या उशा-पायथ्याशी आठवडाभर हॉस्पिटलमध्ये बसून घरी परत येताना, माझ्या घरापुढे चार मोटारी थांबलेल्या पाहून मी वैतागलेच! घराचा एव्हाना उकिरडा झालेला असणार हे मी जाणून होते.

"तू इतक्या लवकर घरी कशी काय आलीस?" माझी मैत्रीण, जूडी, स्वयंपाकघरातून ओरडली. "आमची समजूत होती की तू घरी परत येण्यापूर्वीच आम्ही निघून गेलेल्या असू!" माझ्या दिशेनं चालत येत मला मिठी मारत ती म्हणाली.

हे माझंच घर होतं की मी स्वप्नात होते? सारं काही इतकं स्वच्छ, नीटनेटकं दिसत होतं!

अचानक, आणखी आवाज कानावर पडले. आणखी मैत्रिणींनी मला कवेत घेतलं. लॉरेननं ढीगभर कपड्यांना इस्त्री करून ठेवली होती, रेजिनानं घर झाडून फर्निचरची धूळ झटकली होती, जोनानं चारी बेडरूम्स लख्ख आवरून ठेवल्या होत्या.

"व्हिरेल, तू थोडा वेळ विश्रांती घे!" जोन म्हणाली. "तुझं रात्रीसाठीचं जेवण इथं ठेवलेलं आहे. फ्रीजरमध्ये आणखी अन्न ठेवून दिलेलं आहे."

माझ्या मैत्रिणी निघून गेल्यावर मी खोल्याखोल्यांतून फिरले. प्रत्येक खोलीत सुरेखशी पुष्परचना केलेल्या फुलदाण्या ठेवलेल्या होत्या. प्रत्येक पलंगावर आकर्षक वेष्टनात गुंडाळलेल्या भेटवस्तू ठेवलेल्या होत्या.

हॉलमध्ये, एका पिओनीच्या फुलांनी भरलेल्या फुलदाणीखाली मला एक चिठ्ठी सापडली. मी घरी आल्यानंतर मला ती दिसेल अशी ठेवलेली होती. त्यात त्यांची ओळख फक्त खालील शब्दांत ठेवलेली होती :

'प्रेमदूतांची तुकडी इथं येऊन गेलेली आहे.'

व्हिरेल क्विडर

। नो व्हें ब र ५ ।

मी एकेचाळीस वर्षांची होते. माझ्या आईनं जागतिक महामंदीची– 'ग्रेट डिप्रेशन'ची १९२९ ची लाट डोळ्यांनी पाहिलेली होती. मी जुनी, वरचं टप खाली करता येण्याजोगी फोक्स वॅगन गाडी विकत घेतेय हे तिला सांगण्याचा मला धीर होईना. मी त्या गाडीचं टप खाली उतरवलं आणि ती गाडी चालवत घरी घेऊन आले. मी ती घरापुढे लावली आणि मी आत जाऊन माझ्या अशक्त आईला खुर्चीतून उठवून तिला दरवाज्यापाशी नेलं.

"हे भगवंता!.... कसली गोऽड जुनी पुराणी कार! आपण त्यात बसून फिरायला जाऊ या?"

एक मैलभर गेल्यानंतरच ती कारच्या प्रेमात पडली. "यात बसल्यावर तरुण झाल्यासारखं वाटतं, नाही का?"

माझ्या अंतःचक्षूंपुढे एक अत्यंत सुंदर तरुण स्त्री उभी राहिली. आताच्या शहात्तर वर्षांच्या, आजारी, अशक्त स्त्रीशी तिचं अजिबात साम्य नव्हतं. पहिल्याच आठवड्यात मी तिच्या मांडीवर पसरण्यासाठी एक उबदार ब्लँकेट विकत घेतलं. मी आईला गरम कपड्यात गुंडाळत असे, कारमध्ये बसवून तिच्या मांडीवर उबदार ब्लँकेट पसरत असे आणि आम्ही कारनं फिरायला बाहेर पडत असू. "कसली विलक्षण कार आहे ही! यात बसल्यावर मला इतकं जिवंत वाटतं म्हणून सांगू!" ती हे म्हणताना तिचा आवाज मोठा प्रसन्न वाटत असे.

त्या छोट्याशा कारमध्ये बसून फिरून येणं हा तिच्या आयुष्याच्या शेवटच्या दोन वर्षांचा अत्युत्कट आनंदाच्या क्षणांचा काळ होता. त्यांचा आनंद आम्ही दोघींनी मनमुराद लुटला. आता कारचं टप खाली उतरवून सैर करायचा मौसम आला की कारची पहिली आणि शेवटची फेरी मी एकटीनं करते. टप खाली उतरवून कार सुरू करताना, माझ्या शेजारून तिचे शब्द ऐकू आल्याचा मला भास होतो, "कसली विलक्षण कार आहे ही!"

डोरोथी रेमंड गिलक्रेस्ट

तुमच्या प्रेमाच्या माणसाबरोबर केलेली एखादी साधीशी गोष्टच तुमच्या स्मृतीत कायमची कोरली जाते.

चांगुलपणाची सोनेरी साखळीच समाजाला
एकत्र बांधून ठेवत असते.

गटे

। नो व्हें ब र ७ ।

मी माझ्या नवऱ्याला जवळजवळ सहा महिन्यांत भेटले नव्हते आणि आता मला त्याला भेटताना शक्य तेवढं आकर्षक दिसण्याची इच्छा होती. म्हणून आम्ही वॉलमार्टकडे मोर्चा वळवला. तिथे जवळपास असलेल्या प्रत्येक व्यक्तीला मी सांगितलं, की माझा नवरा सैनिकी नेमणूक पूर्ण करून घरी परत येतो आहे.

आम्ही मुलींसाठी कपडे निवडले. पण माझ्यासाठी कपडे घेताना मी कचरले. ''तू तुझ्यासाठी कधीच काही विकत घेत नाहीस,'' असा नेहमीचा ताशेरा मारून मुली मोकळ्या झाल्या. मी किंमतीची लेबलं पाहून श्वास रोखून धरला. हे मला परवडणं अशक्य होतं, म्हणून मी मुलींना दुकानातून बाहेर घेऊन गेले. त्यांना पैशाची अडचण मी समजावून सांगितली.

आम्ही बाहेर पडत असताना एक स्त्री माझ्याजवळ आली आणि तिनं माझ्या हातात एक चिठ्ठी ठेवली. त्यात तिनं माझे आणि माझ्या नवऱ्याचे आभार मानून, आम्हा दोघांना आशीर्वाद दिले होते. त्याबरोबरच वीस डॉलर्सच्या तीन नोटाही ठेवलेल्या होत्या!

जिलीन केस्लर

खेळण्यांच्या दुकानात खरेदी करत असताना मला एक छोटीशी मुलगी दिसली. ती बार्बी डॉल्स न्याहाळत होती. तिनं नोटांचं बंडल हातात घट्ट धरून ठेवलं होतं. दर वेळेस तिला एखादी बाहुली पसंत पडली की ती तिच्या वडिलांना प्रश्न विचारत होती, की ती बाहुली विकत घ्यायला तिच्यापाशी पुरेसे पैसे आहेत की नाहीत. वडिलांनी तिला हो म्हटले, तरी तिनं हा प्रश्न विचारणं चालूच ठेवलं.

थोड्याच वेळात ती थांबली आणि वडिलांबरोबर खरेदीला आलेल्या पोक्मॉन व्हिडिओ गेम्स पाहत असलेल्या एका मुलाकडे बघू लागली. दर वेळेस त्या मुलानं एखादी गेम निवडली की त्याचे वडील नकारार्थी मान हलवून म्हणत होते, ''नको!''

त्या मुलानं अखेरीस गेम्सचा नाद सोडून दिला आणि स्टिकर्सचं एक पुस्तक उचललं. ती छोटी मुलगी पोक्मॉन गेम्सच्या विभागात धावत गेली, तिनं एक गेम उचलला आणि वडिलांशी काहीतरी बोलून ती बिलं चुकवण्याच्या रांगेत उभी राहिली. तो छोटा मुलगा आणि त्याचे वडील रांगेत माझ्यामागे उभे होते.

पोक्मॉन गेमचं बिल चुकतं केल्यावर तिनं ती गेम कॅशियरच्या हातात ठेवली आणि तिच्या कानात तिनं काहीतरी कुजबूज केली. तो मुलगा आणि त्याचे वडील कॅशियरजवळ आले, त्यांचं बिल बनवल्यावर कॅशियर त्यांना म्हणाली, ''अभिनंदन! तुम्ही माझं आजचं शंभरावं गिऱ्हाईक आहात आणि तुम्ही हे बक्षीस जिंकलं आहे!''

शॅरन पाल्मर

। नो व्हें ब र ९ ।

मी एकटीच दोन मुलांचं पालकत्व निभावत असताना, पूर्ण वेळ कॉलेजात जाणं ही एक अवघड बाब होती; पण त्याच वेळेस मला इतरांच्या औदार्यावर जगण्याचीही अजिबात इच्छा नव्हती. परंतु भावनिक किंवा कौटुंबिक आधाराविना चाललेला हा प्रवास मला एकटीनं सारं रेटायला भाग पाडत होता. मला विलक्षण एकाकी वाटत होतं! आज साऱ्याच अडचणींनी मला एकदमच कोंडीत धरलं. सारे खर्च थकवणं, मुलांची काळजी वाहणं आणि परीक्षेसाठी अभ्यास करणं मला अशक्यप्राय वाटू लागलं.

माझ्या रडण्याच्या आवाजामुळेच माझा मुलगा जागा झाला असावा. तो चिंताक्रांत नजरेनं माझ्याकडे बघत माझ्यापुढे उभा राहिला. ''कधीकधी तुमच्याकडे पाहणं आणि त्याच वेळेस कॉलेजात जाणं मला झेपेनासं होतं,'' मी म्हटलं. बोलताना माझा आवाज कापू लागला. ''मी अगदी थकून गेलेय!'' मी म्हटलं.

तो माझ्याजवळ येऊन म्हणाला, ''ममी, देवानं सारं विश्व बनवलंय आणि तो एकट्यानंच त्याचं पालकत्व निभावतोय.''

''पी.जे. किती यथार्थ बोलला आहेस! मी हे वाक्य सगळीकडे पसरवणार आहे. अगदी सगळीकडे!''

परीक्षा संपल्यावर मी माझं म्हणणं खरं केलं. एका मैत्रिणीच्या मदतीनं, मी एक हजार कॉफी-मग्ज मागवले. त्यावर मी खालील शब्द छापून घेतले होते, ''देवसुद्धा एकट्यानंच पालकत्व निभावतोय!'' आणि मी ते सारे मग्ज माझ्या ओळखीच्या, एकट्यानं पालकत्व निभावत असलेल्या सर्वांना भेट म्हणून दिले!

टीना फेनेक

। नोव्हेंबर १० ।

"कुकी," पपा म्हणाले, "गेली सहा वर्षं मी दररोज रात्री तुला गोष्ट सांगतो आहे. आता गोष्ट सांगायची तुझी पाळी आहे. तू मला गोष्ट सांग आणि ती मी लिहून काढेन."

मग मी त्यांना एक कहाणी सांगितली. मी चार वर्षांची असताना, ममीबरोबर ग्रँडमा कुकच्या शेतावर केले होते. तिथला एक भलामोठा कोंबडा माझ्या मागे लागला होता आणि त्यानं त्याच्या चोचीनं माझ्या अंगठ्याचा टवका काढला होता. मी त्याला हातात झाडू घेऊन हाकललं होतं आणि ममीनं माझ्या अंगठ्याला औषध लावलं होतं. ही सारी आठवण मी त्यांना गोष्टीच्या रूपात सांगितली.

तीन आठवडे उलटले. पपा दररोज रात्री मला एक गोष्ट वाचून दाखवत किंवा सांगत असत; पण ते पूर्वीसारखे आनंदी मात्र दिसत नव्हते. एका रात्री मात्र ते पूर्ववत आनंदात होते. त्यांनी मला वर्तमानपत्र दाखवलं. त्यात काळ्या शाईनं लिहिलेलं माझं नाव मला वाचता आलं. मिर्टल कुक. पपांनी त्यांच्याकडे माझी कथा पाठवली होती आणि त्यांनी ती छापली होती.

काही दिवसांनी पपा घरी परत आलेच नाहीत. ममानं मला सांगितलं की ते दोघं घटस्फोट घेत आहेत आणि पपा दुसरीकडे राहणार आहेत. मला ते पुन्हा कधीही दिसले नाहीत.

'पपांचं माझ्यावर प्रेम नाही' अशी समजूत करून घेऊन मी मोठी झाले नाही, कारण त्यांनी ते छान कृत्य केलं होतं– माझी कथा छापून यावी म्हणून पाठवली होती.

कुकी पॉटर

। नो व्हें ब र ११ ।

तुम्ही लहान असता, तेव्हा बहीण ही तुमची छानशी सवंगडी असते. पौगंडावस्थेत बहिणी एकमेकींशी केवळ भांडत असतात.

चेहऱ्यावरचे मुरूम नाहीसे होऊन, बोटांवर वाङ्‌निश्चयाच्या अंगठ्या चढू लागल्या की, बहिणी रात्री शीतपेयाचा आस्वाद घेता घेता एकमेकींना आपली स्वप्नं सांगू लागतात, आपले कपडे एकमेकींना देतात, लग्नाच्या वेळेस गंभीरपणे करवलीची भूमिका निभावतात आणि आयुष्यातलं एक पर्व संपल्याच्या दुःखानं अश्रू गाळतात.

त्यांची आयुष्यं बाबागाड्या आणि बास्केटबॉलनं गजबजू लागली, की सुखदुःखाचे अनुभव वाटून घेता घेता बहिणी मनानं आणखीच जवळ येऊ लागतात.

बहिणी, मावशी, पत्नी, आई, आजी या अनेक भूमिका निभावत असतात, पण तुम्ही खरोखरच भाग्यवान असलात, तर बहीण तुमची मैत्रीण बनू शकते.

ॲलिस कॉलिन्स

जर तुमची बहीण तुमची सखी बनू शकली,
तर तुम्ही खरोखरच्याच भाग्यवान!

। नोव्हेंबर १२ ।

पहाटेच्या धूसर प्रकाशात मी कम्प्युटपुढे भान हरपून, आजच्या लिखाणावर लक्ष केंद्रित करून बसलेली असताना दरवाजा ढकलून माझी तीन वर्षांची नात आत येते आणि माझी तंद्री मोडते. जेसिका आत येऊन दरवाजा बंद करून घेते, माझ्या खुर्चीवर चढून बसते आणि मग माझ्या पाठीमागे उभी राहते. माझी बोटं कम्प्युटरच्या कीबोर्डवर फिरू लागतात. ही माझ्या खांद्यांवरून डोकावून पाहत राहते.

कम्प्युटरच्या पडद्यावर तिचं चित्त वेधेल असं तिला काहीच दिसत नाही; म्हणून मग ती माझ्या केसांशी चाळे करू लागते. मग दोन्ही हातांनी ती माझे विस्कटून टाकलेले केस डोक्यांवरून उलटे, पुढे आणते. ती क्षणभर श्वास रोखून धरते, डोळे विस्फारून पाहत राहते आणि मग खुदुखुदू हसू लागते. मलासुद्धा हसू आवरत नाही. आजच्या माझ्या लिखाणाला मला पूर्णविराम द्यावा लागतो. आज साध्य केलेलं लेखन : दोन पॅराग्राफ. त्यातला एक टाकाऊ.

आपल्याला अत्यंत प्रिय असणाऱ्या गोष्टींसाठी थोडा त्याग करणं किती आवश्यक असतं, हे पाहून गंमत वाटते. चॉकोलेट स्निग्धांशानं ओतप्रोत आणि कॅलरीजनी भरलेलं असतं. तंत्रज्ञानामुळे आयुष्य सोपं होतं, तेवढंच गुंतागुंतीचंही होतं. माझी नात आणि तिचे कुटुंबीय माझ्यापाशी राहायला यावेत म्हणून मी आतुरतेनं वाट पाहत असते, पण ते आले की मला अर्ध्या रात्री उठून माझं लेखन पूर्ण करावं लागतं!

मार्सिया प्रेस्टन

आपल्याला अत्यंत प्रिय असलेल्या गोष्टींसाठी थोडा स्वार्थत्याग करावाच लागतो.

। नोव्हेंबर १३ ।

घटस्फोटामुळं तिचं जग उद्ध्वस्त होऊन गेलं होतं. तिची अर्ध-वेळाची नोकरी अगदी थोडे पैसे मिळवून देत होती आणि त्यातून इतर काहीही फायदे मिळत नव्हते. पैशाचं पाठबळ कुठूनच मिळत नसल्यामुळे तिला तिचं घरही गमवावं लागलं.

काय करावं ते कॅरनला अजिबात सुचत नव्हतं. तिच्या थोडक्या उत्पन्नात तिला एक छोटासा कॅरॅव्हॅन भाड्यानं घेणं शक्य झालं. त्यात ती आणि तिचा पाच वर्षांचा मुलगा जॉशुआ राहू लागले. कारमध्ये राहण्याहून हे फारसं वेगळं नव्हतं.

एका संध्याकाळी, तिनं तिच्या मुलाला खेळायला बाहेर पाठवलेलं असताना, तिला खिडकीबाहेर आवाज ऐकू आले.

त्यांचा कॅरॅव्हॅन जिथे होता, तिथल्या कँप ग्राउंडचा मॅनेजर जॉशुआला विचारत होता, ''काय रे जॉश, खरंखुरं घर असावं असं तुला वाटत नाही का?''

''हे आमचं खरंखुरं घरच आहे. फक्त ते आत ठेवायला आमच्यापाशी इमारत नाहीये.''

कॅरल मॅकअडू रेहमे

मी आणि माझ्या नवऱ्यानं, आमच्या पहिल्या अपत्याच्या वेळेस, अल्ट्रासाउंडच्या वेळेस, तो मुलगा आहे की मुलगी आहे हे जाणून घ्यायचं नाही असं ठरवलं होतं. आमच्या दुसऱ्या बाळाच्या वेळेस, सातव्या महिन्यात हा प्रश्न विचारायचा असं आम्ही ठरवलं होतं. आम्हाला एक आनंदी, गुटगुटीत असा चार वर्षांचा मुलगा होता आणि जरी वरकरणी मी म्हणत असे की काहीही झालं तरी चालेल, तरी मनातून मला मुलगी व्हावी अशी तीव्र इच्छा होती.

अल्ट्रासाउंडच्या दिवशी सकाळी मी अगदी सैरभैर झाले होते. टेक्निशियन सारं काही नॉर्मल आहे असं सांगत होता. मग त्यानं नाट्यमयरित्या थोडं थांबून, मग पुढे म्हटलं, ''आणि मी अगदी खात्रीपूर्वक सांगतोय की... हा मुलगा आहे!''

मी एक माणूसच आहे आणि मी कबूल करते, की सुरुवातीला माझी थोडी निराशा झाली. मग अशी एक घटना घडली की त्यामुळे माझी मानसिकताच आमूलाग्र बदलून गेली. हा बदल सकारात्मक होता. आमची एक जिवलग मैत्रीणसुद्धा गर्भारपणाच्या त्याच टप्प्याला पोहोचलेली होती. तिनं फोन करून सांगितलं, की काहीतरी गुंतागुंत झालेली आहे. आम्हाला हे ऐकून वाईट वाटलं आणि त्यांचं सारं सुखरूपपणे पार पडावं अशी आम्ही देवापाशी प्रार्थना करू लागलो.

दुसऱ्या दिवशी सकाळी कामाला निघाल्यावर मला जो प्रश्न विचारला जाणार होता, त्याचं उत्तर माझ्या मनात अगदी तयार होतं. हो, काय होणार ते मला माहीत आहे. ती देवानं दिलेली देणगी आहे. ते एक आयुष्य आहे. ते निरोगी आहे, सुखरूप आहे. ते आयुष्य म्हणजे हास्याचा झरा, आनंदाचा स्रोत आहे. तो माझाच अंश आहे. तो माझा मुलगा आहे!

केली एस. जोन्स

। नोव्हेंबर १५ ।

किनाऱ्यापासून दूर जाण्याची हिंमत दाखवल्याशिवाय
नव्या महासागरांचा शोध लावणं शक्य होत नाही!

अनामिक

। नो व्हें ब र १६ ।

मिरियमनं पुढच्या भल्यामोठ्या खिडकीतून बाहेर नजर टाकली. तिचे वडील गुडघे टेकून जमिनीवर बसले होते. त्यांनी काहीतरी लांबलचक उचललं आणि ते जमिनीत खुपसलं. झिमझिम पाऊस पडत होता; म्हणून ती रेनकोट आणि बूट घालायला धावली आणि मग ती तिची छत्री घेऊन पोर्चमध्ये गेली.

"डॅडी, तुम्ही काय करताय?" तिनं विचारलं.

"झाड लावतोय." ते म्हणाले.

"पण आपल्याकडे तर खूप झाडं आहेत!" मिरियम म्हणाली.

"हे एक खास झाड आहे. ते आजीसाठी आहे. आपण तिची आठवण म्हणून एक संत्र्याचं रोप लावू आणि त्याच्याकडे बघितलं की आपल्याला आजीची आठवण येईल."

तिचे डॅडी तिला आजीच्या आठवणी सांगू लागले. तिला फुलं आणि संगीत किती प्रिय होतं, वाचन आणि मांजरांची तिला किती आवड होती आणि दर उन्हाळ्यात ती संत्र्यांचा गंध श्वासात भरून घेत कसं म्हणत असे, "आ ऽ हा! संत्र्यांचा सुगंध घ्या!"

मिरियमनं तिच्या डॅडींना प्रश्न विचारला, "तुम्हाला तिची खूप खूप आठवण येते का?"

"मला वाटलं होतं त्याहूनही खूप खूप जास्त. मी मोठा झाल्यावरही मला तिच्यामुळे खूप सुरक्षित वाटत असे."

"डॅडी, आता तुमची कोण काळजी घेईल?"

डॅडींनी मान वर केली, "बहुधा तुझी ममी आणि आजोबा आणि तू." ते हळुवारपणे म्हणाले.

मिरियमच्या आईनं खिडकीबाहेर नजर टाकली आणि तिला काळोखात दोन व्यक्ती दिसल्या. एक व्यक्ती जमीन खणून नवं रोप लावत होती, तर दुसरीनं तिच्या डॅडींच्या डोक्यावर स्वत:ची इवलीशी छत्री उघडून धरली होती.

बिल पेच

। नोव्हेंबर १७ ।

कॉलेजमधून बाहेर पडल्याबरोबर मी एका महागड्या गिफ्ट-गॅलरीत नोकरी धरली. सकाळी कामाला चालत जाताना मी एका फुलांच्या दुकानावरून जात असे. एका सकाळी मला कुणासाठी तरी फुलं विकत घेण्याची तीव्र आंतरिक इच्छा झाली. तळाच्या शेल्फवर मला व्हॉयोलेटच्या फुलांचा एक गुच्छ दिसला. आमच्या गिफ्ट-गॅलरीत काम करणाऱ्या मिसेस कैर्न या वृद्ध विधवेची मला आठवण झाली.

थोड्याच मिनिटांत मला मिसेस कैर्न, गॅलरीच्या दरवाज्याच्या आत उभ्या असलेल्या दिसल्या. "ही फुलं मी तुमच्यासाठी आणली आहेत," असं म्हणून मी त्यांच्या हातात तो गुच्छ ठेवला.

"आज माझ्या लग्नाचा वाढदिवस आहे, हे तुला कसं कळलं?" त्यांनी मला प्रश्न केला, "माझा नवरा जाऊन दोन वर्षं झाली, त्यामुळे हा दिवस फक्त माझ्याच लक्षात असतो."

आणि मग तिनं माझे दोन्ही हात घट्ट धरून हलवले, "मुली... मला तुला एक गंमत सांगायचीय. माझा विवाह चाळीस वर्षांपूर्वी ओरेगॉन राज्यातल्या एका लहानशा खेड्यात झाला. त्या दिवशी कमालीची थंडी असल्याने गावात कोणतीच फुलं मिळत नव्हती. म्हणून लग्नप्रसंगी, माझ्या हातातला पुष्पगुच्छ होता व्हॉयोलेटच्या फुलांचा!"

कॅरल फॅनिन रॉहवेडर

तुम्ही अजाणता केलेली एखादी प्रेमाची गोष्ट
अनपेक्षितरित्या कुणाला तरी आनंदाचा गहिवर आणू शकते!

नैऋत्य आशियामधल्या सैन्य तुकडीत माझ्या मुलाच्या बाबांची नेमणूक झाल्याला आज सहा महिने झाले; पण मीदेखील त्यांच्यासारखाच गणवेश घालून माझं स्वत:चं आजवरचं आयुष्य व्यतीत केलं आहे.

१९९१ च्या आखाती युद्धापूर्वी सौदी अरेबियात अमेरिकन सैन्याची केलेली जमवाजमव – 'ऑपरेशन डेझर्टशील्ड'– च्या वेळेस आम्ही भेटलो. आमची जगभरात विविध ठिकाणी नेमणूक झाली आहे. तात्पुरत्या, थोड्या-थोड्या दिवसांच्या नेमणुकांमुळे आम्ही अनेक वेळा एकमेकांपासून दूर राहिलो आहोत. आम्ही आमच्या देशाची सेवा करण्यासाठी रुजू झालो आणि आम्ही दोघांनी मिळून आमच्या देशाची पन्नास वर्षं सेवा केली आहे. मातृभूमीचा झेंडा पाहून अजूनही आमच्या डोळ्यांत अश्रू उभे राहतात.

कालच रात्री माझा नवरा मला म्हणाला, की अजून चाकरी करायची की कायमचं निवृत्त व्हायचं हा महत्त्वाचा निर्णय आम्हाला लवकरच घ्यावा लागणार आहे. आमच्यापुढचे पर्याय मी आमच्या मुलापुढे मांडले. माझी खात्री होती की तो म्हणेल की त्याला त्याच्या बाबांची खूप खूप आठवण येते आणि ते घरी परत यावेत अशी त्याची तीव्र इच्छा आहे.

तो म्हणाला, ''माझे बाबा, हे एक उत्कृष्ट सेनानी आहेत. त्यांच्या गणवेशावर 'स्टार' शोभून दिसेल.''

मला जाणवलं की आम्हा दोघांपेक्षाही आमचा मुलगाच जास्त धैर्यवान, जास्त समर्पित आहे. त्यानंच सर्वांत मोठा त्याग करून त्याच्या बाबांना इतरांचं संरक्षण करण्यासाठी मोकळीक दिली आहे!

टेरी हर्ली

। नोव्हेंबर २० ।

त्या दिवशी कामावरून घरी परत येताना, माझ्यापुढे घरात काय वाढून ठेवलं आहे याची मला अजिबातच कल्पना नव्हती. माझा सर्वांत थोरला मुलगा, कोरी, माझ्यापाठोपाठ किचनमध्ये आला. तो एकवीस वर्षांचा होता. आईनं आपल्याला संकटातून बाहेर काढावं या आशेनं आईकडे बघणाऱ्या, घाबरलेल्या लहान मुलासारखा तो दिसत होता.

"कोणाला दिवस गेले आहेत, कोरी?" मी त्याला विचारलं.

त्यानं मान खाली घालून उत्तर दिलं, "डिएनाला."

डिएना तीन महिन्यांची गर्भवती होती आणि संकटात भर म्हणजे कोरी आणि ती आदल्या महिन्यातच विभक्त झाले होते. कोरी मला म्हणाला की बाळाचं पालकत्व निभावण्याची त्या दोघांचीही उत्कट इच्छा असली, तरी ते जमण्याजोगं नव्हतं, म्हणून त्यांनी ते बाळ दत्तक देण्याचा निर्णय घेतला होता.

ज्या जोडप्यानं आधीच एक मुलगी दत्तक घेतलेली होती, त्या जोडप्याची कोरी आणि डिएनानं निवड केली होती. जोडप्यानं कोरी आणि डिएनाला आश्वासन दिलं होतं की बाळाच्या प्रगतीचा आलेख ते या दोघांना कळवत राहतील.

माझा नातू जन्मला तेव्हा क्षणभर माझ्या मनात प्रेम आणि हर्षोल्हास दाटून आला, पण पुढच्याच क्षणी त्याची जागा दुःख आणि निराशेनं घेतली. मी बाळासाठी एक चिनी मातीची, देवदूताची मूर्ती विकत घेतली. आम्हाला बाळाकडे बघता येणार नव्हतं. ती रिकामी जागा त्याला सुरक्षित ठेवणाऱ्या या देवदूतानं भरून काढली असती.

या घटनेला आता तीन वर्षं होऊन गेली आहेत. माझा नातू टाय, त्याला दत्तक घेणाऱ्या त्याच्या माता-पित्यांजवळ मजेत वाढतो आहे. मला त्याची दररोज आठवण येते. मी त्याचा फोटो माझ्या पाकिटात ठेवला आहे. तो फोटो पाहिला की माझ्या गोड नातवाच्या आणि माझ्या आगळ्यावेगळ्या प्रेमळ मुलाच्या आठवणीनं माझं मन प्रसन्न होतं.

डेबी रिकली

। नो व्हें ब र २१ ।

मी दुःखीकष्टी मुलांसाठी काम करते. एका रात्री माझं भाषण सुरू होण्यापूर्वी एका स्त्रीचा फोन आला. ती मृत्युशय्येवर होती. तिच्या समुपदेशकानं तिला सांगितलं होतं, की तिच्या मुलाला तिनं सत्य परिस्थितीची कल्पना दिली, तर त्याला तो धक्का सहन होणार नाही. मी तिला म्हटलं, की मुलाच्या दृष्टीनं काय चांगलं याची सर्वांत जास्त कल्पना आईलाच असते आणि मी तिला माझं भाषण ऐकायचं आमंत्रण दिलं.

त्या रात्रीच्या भाषणात मी म्हटलं, की मुलांना अंधारात ठेवण्याऐवजी सत्य सांगितलं, तर ती बहुधा त्याला धैर्यानं सामोरी जाऊ शकतात आणि कौटुंबिक दुःखापासून त्यांना दूर न ठेवता सहभागी करून घेतल्याने ती कुटुंबाचा एक घटक आहेत अशी त्यांना सुखद जाणीव होते!

दुसऱ्या दिवशी सकाळी याच स्त्रीनं मला दुसऱ्यांदा फोन केला. माझं भाषण ऐकून घरी गेल्यानंतर तिनं तिच्या झोपलेल्या मुलाला जागं केलं आणि ती त्याला म्हणाली, "डिरेक, मला तुला काहीतरी सांगायचंय."

"ओ ममी, तू जाणार हे तू आत्ता मला सांगते आहेस का?" तो म्हणाला.

तिनं त्याला जवळ घेतलं आणि दोघे जण हुंदके देऊ लागली. ती म्हणाली, "होय रे बाळा!"

तो छोटासा मुलगा म्हणाला, की त्यानं त्याच्या आईसाठी काहीतरी जपून ठेवलं आहे. त्यानं तिला एक कळकट पेन्सिल-बॉक्स दिली. आत एक पत्र होतं, "गुड बाय मॉम. आय विल ऑलवेज लव्ह यू."

ती तरुण आई दोन दिवसांनीच मरण पावली. ती मळकट पेन्सिल-बॉक्स त्यातल्या पत्रासकट तिच्या शवपेटीत ठेवण्यात आली होती.

डोरिस सॅन्फर्ड

। नोव्हेंबर २२ ।

मागे जाऊन नव्यानं सुरुवात करता येणं शक्य नसलं
तरी नव्यानं प्रारंभ करून
अगदी नवा शेवट घडवून आणणं शक्य आहे.

अनामिक

। नोव्हेंबर २३ ।

माझ्या विवाहापूर्वी काही महिने, आम्ही आमच्या जुन्या फार्म हाऊसमधून नव्या घरात हलवलेल्या पेट्या, मी दररोज रात्री उघडून पाहत असे. त्यातल्या कोणत्या गोष्टी माझ्या बहिणीच्या आहेत आणि कोणत्या माझ्या आहेत आणि मी माझ्या नव्या घरी न्यायच्या आहेत याबाबत निर्णय घेत असे. दररोज रात्री त्या पेट्या उघडल्या की गेल्या तेवीस वर्षांच्या सुखद आठवणी जाग्या होऊन फेर धरू लागत. एका पेटीच्या तळाला मला एक साधंसुधं मातीचं भांडं सापडलं. ते नक्कीच एखाद्या लहान मुलानं बनवलेलं होतं आणि फक्त त्याच्या आईलाच ते मोलाचं वाटलं असतं. मी ते भांडं घडवल्याचं मला काही आठवत नव्हतं. म्हणून ते शॅरननं बनवलं आहे असं मी गृहीत धरलं. ते आधी कधीच पाहिलं नसल्याचा तिनं दावा केला, तेव्हा मी ते चुपचाप तिच्या उशीखाली सारलं.

दुसऱ्या दिवशी सकाळी मला ते माझ्या पर्समध्ये सापडलं. त्या रात्री मी ते तिच्या हायस्कूलच्या बॅक-पॅकमध्ये ठेवून दिलं. पुढचे दोन आठवडे आम्ही एकमेकींवर कुरघोडी करण्याचा प्रयत्न करत होतो.

विवाहाच्या दिवसापूर्वी एकदा, माझी बहीण एक बाहुली घेऊन माझ्यापाशी आली. ही बाहुली दोन फूट उंचीची आणि पिंगट-तपकिरी केसांची होती.

"गेल, ही घे. ही तुझीच आहे." ती म्हणाली. मी ही बाहुली यापूर्वी कधीही पाहिली नसल्यामुळं मी ती बहिणीलाच देऊन टाकली.

लग्न झाल्या रात्री, मी माझी सूटकेस उघडल्यावर माझ्या नवऱ्याचा चेहरा विस्मयचकित झाला. माझ्या साऱ्या कपड्यांच्या वर ती पिवळ्या केसांची बाहुली आरामात पहुडली होती. माझ्या धाकट्या बहिणीनं माझी चांगलीच जिरवली होती!

गेल ई. स्ट्रॉक

। नो व्हें ब र २४ ।

माझा थोरला मुलगा अतिशय प्रेमळ आणि संतुलित वृत्तीचा आहे. तो वयात येत असताना त्याच्या आई-वडिलांचं वैवाहिक आयुष्य घसरणीला लागलं होतं आणि वैऱ्यासारखे वागणारे त्याचे वडील त्याला सतत दडपणाखाली ठेवू पाहत होते, तरीही त्याच्या स्वभावात गोडवा टिकून होता हे एक आश्चर्यच होतं. आज आम्ही त्याच्या प्रिय मैत्रिणीच्या आईवडिलांना, प्रथमच भेटायला चाललो आहोत.

जिन्यावर वाजवणाऱ्या माईकच्या पावलांमुळे मी माझ्या तंद्रीतून बाहेर येते. तो माझ्या गालांवर ओठ टेकवतो आणि माझ्या हातात एक बॉक्स ठेवतो. त्यात हवाईच्या बेटांबद्दल माहिती देणारी प्रवास-पत्रकं होती. मी तीन वर्षांपूर्वीच हवाईला जाणार होते, पण माझी आई आजारी पडल्यामुळे मला तो बेत रद्द करावा लागला होता.

"फुरसत मिळताक्षणीच मी ही पत्रकं वाचून काढणार आहे," मी म्हणाले.

"आत्ताच बघ." तो ठामपणे म्हणाला.

मी ही पत्रकं चाळल्यावर, मला त्यांच्याखाली, तळाला एक पाकीट दिसलं. त्यात केव्हाही वापरता येण्याजोगं हवाईच्या विमानाच्या राउंड ट्रिपचं, आधीच पैसे भरलेलं एक गिफ्ट सर्टिफिकेट होतं. ते पाहून मी थक्कच झाले.

"हे मी तुझ्याकडून कसं घेऊ? तू किती कष्टानं पैसे मिळवतोस!" मी गहिवरल्या स्वरात म्हटलं.

"ममा, हे द्यावं अशा योग्यतेची, तुझ्याखेरीज कुणीतरी इतर व्यक्ती या जगात आहे का?"

बार्बरा फेडर मेंडेल

। नो व्हें ब र २५ ।

मी माझ्या आईबरोबर आणि लेकींबरोबर रात्री जेवायला गेले होते. माझा नवरा केव्हिन, चार्लस्टनमध्ये काम करत होता. आमची संध्याकाळ अगदी मजेत गेली. मी आणि माझ्या लेकी, आदल्या रात्रीच वॉटर्लूला पोहोचलो होतो. आईबरोबर आमच्या गप्पा रंगल्या होत्या. आईनं माझ्याजवळ केव्हिनच्या नव्या लष्करी नेमणुकीबाबत चौकशी केली. त्याला त्याची नवी स्क्वॉड्रन पसंत आहे का अशी पृच्छा केली.

बिलाचे पैसे द्यायची वेळ आली तेव्हा वेट्रेसनं आम्हाला सांगितलं, की आमच्या जवळपास बसलेल्या एका माणसानं आमच्या बिलाचे पैसे आधीच भरले होते. पैसे भरणारा माणूस संकोचल्यामुळे आमच्यासमोर येत नव्हता, कारण त्याला त्याबाबत वाच्यता करायची इच्छा नव्हती.

माझ्याकडे पाहून तो म्हणाला, ''तुमचा पती लष्करी सेवेत रुजू आहे, हे तुमच्या बोलण्यातून माझ्या कानावर पडलं. तुमचे आणि आपला देश सुरक्षित ठेवण्यासाठी झटणाऱ्या तुमच्या पतीचे मन:पूर्वक आभार!''

जेनिफर मायनर

। नोव्हेंबर २६ ।

जागतिक मंदीच्या लाटेनं, ग्रेट डिप्रेशननं, माझ्या आईवडिलांच्या नात्याचा बळी घेतला. मी अठरा वर्षांची झाले, तेव्हा त्यांचा घटस्फोट झाला. डॅडींची त्यांच्या सहा अपत्यांशी कधीच जवळीक नव्हती आणि घटस्फोटानंतर तर त्यांचे संबंध आणखीच दुरावले.

अनेक वर्षांनी त्यांनी एका अत्यंत सुस्वभावी स्त्रीशी विवाह केला. तिला आधीच्या पतीपासून दोन मुलगे होते. तिच्या प्रभावामुळे आमच्यात नव्यानं जवळीक निर्माण झाली. आम्ही तिची स्वत:चीच मुलं असल्याप्रमाणे ती नेहमी आमच्याशी वागत असे.

आमच्या वडिलांच्या मृत्यूनंतर आम्ही या दुसऱ्या आईला विचारलं, अंत्यविधीसाठी माझी आई– डॅडींची प्रथम पत्नी उपस्थित राहिली तर चालेल?

एका क्षणाचाही विचार न करता, ती ताबडतोब म्हणाली, ''बेलाशक! हा काय प्रश्न झाला? ती तर माझ्या मुलांची आईच आहे.''

ज्युएल सँडर्स

न्यू इंग्लंडमध्ये 'थँक्स गिव्हिंग डे' उजाडला. दुःखद घटस्फोटानंतर मी माझ्या बारा वर्षांच्या जुळ्या मुलांना घेऊन बॉस्टनच्या एका उपनगरात राहू लागले होते. त्या सणाच्या दिवशी आमच्या चर्चच्या डिकननं– महन्तानं– आम्हाला त्याच्या घरी बोलावलं होतं.

तेथे टिंकर नावाचा, अतिशय अबोल असा आणखी एक पाहुणा आलेला होता. सर्वांबरोबर आमचा तो दिवस अतिशय आनंदात गेला. पंपकिन-पाय या मिष्टान्नाचा आस्वाद घेतल्यावर आमचे यजमान, टिंकरना घरी सोडायला गेले. लवकरच आम्हीही आमच्या घरी परत गेलो.

ख्रिसमसचा सण जवळ येऊ लागल्यावर मुलांना हवी ती बक्षिसं, ख्रिसमस ट्री आणि मेजवानीसाठी पैसे कुठून उभे करावे अशी मला विवंचना पडली.

एका स्नेह्यानं आम्हाला ख्रिसमस-ट्री साठी एक छोटीशी फांदी छाटून दिली. मी नाताळच्या मेजवानीसाठी फ्रीजरमध्ये चिकन राखून ठेवलं होतं.

चार दिवसांनी मला मेलबॉक्समध्ये पत्रांचा एक जुडगा सापडला. त्यात परतीचा पत्ता न लिहिलेलं एक छोटं पाकीट माझ्या नजरेला पडलं. त्यात एक कार्ड होतं आणि शंभर डॉलर्सच्या चार नोटा होत्या.

यथावकाश, मुलं मोठी झाली आणि घराबाहेर पडली. मी पुन्हा विवाह केला. आम्ही माझ्या मुलाच्या पदवीदान समारंभासाठी आलो असताना, आम्हाला थँक्स गिव्हिंगसाठी आमंत्रण देणाऱ्या चर्चच्या डिकनना भेटायला गेलो. आम्हाला आलेल्या निनावी भेटीबद्दल मी त्यांच्यापाशी बोलले. डिकन म्हणाले, "तो टिंकर नावाचा तरुण, खुनाबद्दल जन्मठेप भोगत होता. त्यानं मला तुरुंगात येऊन तुमच्यासाठी आणि मुलांसाठी थोडे पैसे घेऊन जाण्याची विनंती केली. त्याच्यापाशी होते तेवढे सारे पैसे त्यानं तुम्हाला दिले."

ज्युडिथ गिलिस

कुणाच्याही अंतःकरणातून दया आणि करुणेचा स्रोत उगम पावू शकतो.

। नोव्हेंबर २८ ।

जे गरजेचं आहे ते करायला लागा, मग जे शक्य आहे ते करायला लागा, मग अकस्मात तुमच्या लक्षात येईल, जे अशक्य आहे ते तुम्ही करीत आहात!

सेंट फ्रान्सिस ऑफ ॲसिसी

। नो व्हें ब र २९ ।

मी पाच वर्षांची असताना आमच्या कुटुंबाची ताटातूट होऊन आम्हा भावंडांना, सांभाळायची तयारी दर्शवणाऱ्या वेगवेगळ्या कुटुंबांमध्ये पाठवण्यात आलं. आम्ही वेगवेगळ्या घरांमध्ये लहानाचे मोठे झालो आणि आमचा एकमेकांशी काहीही संबंध राहिला नाही. आमच्या कुटुंबाबाबत, माझ्या मनात जिवंत राहिलेली एकमेव आठवण होती मला जिव्हाळा देऊ बघणाऱ्या एका उंच, सडपातळ स्त्रीची.

माझ्या पंचेचाळिसाव्या वाढदिवसाच्या दिवशी मला टपालातून एक कार्ड मिळालं. त्यावरचा पत्ता आणि नाव मला ओळखू आलं नाही. त्यात एक छोटंसं पत्र होतं, "तुझ्या वाढदिवसाच्या दिवशी मला तुझी आठवण आली. – मॉम."

माझं हृदय विदीर्ण करणारं ते कार्ड दोन आठवडे टेबलावरच पडून राहिलं. अखेरीस धीर एकवटून मी तिचा नंबर शोधून फिरवला. मी फोन ठेवून देणार तेवढ्यात भूतकाळात माझ्या परिचयाचा असलेला आवाज कानावर आला, "हॅलो," ती माझी थोरली बहीण होती. ते कार्ड पाठवल्यावर दोन आठवड्यातच माझी आई देवाघरी गेली होती.

आम्ही दोघी बोलत होतो, नव्यानं एकमेकींचा परिचय करून घेत होतो, तेव्हा मी माझ्या बहिणीला विचारलं, की आमची आई कशी दिसत असे. बहिणीनं मला सांगितलं, की ती ठेंगणी आणि स्थूल होती. मग माझ्या आठवणीतली ती उंच, सडपातळ स्त्री कोण होती?

आमचं पूर्वायुष्य हळूहळू मला आठवू लागलं. दोन वर्षं, माझी मोठी बहीणच आमची काळजी घेत होती. फोन खाली ठेवण्यापूर्वी मी तिला विचारलं, "एक गोष्ट सांग, तू किती उंच आहेस?"

तिनं उत्तर दिलं, "पाच फूट नऊ इंच."

नोरा स्टयूबर-टॅंबलिन

। नोव्हेंबर ३० ।

माझी आई वारल्यानंतर, तिच्यावाचून साजरा करावा लागलेला पहिला ख्रिसमस जवळ आला आणि मला विलक्षण दु:ख होऊ लागलं. सणाच्या आनंदावर माझ्या शोकाचं सावट पसरलं. माझ्या जिवलग सखीनं, रिबेकानं, मला त्या रात्री जेवायचं आमंत्रण दिलं होतं, पण मला माझ्या छोट्या अपार्टमेंटमधून बाहेर पडण्याची इच्छाच होईना. अव्याहत वाहणाऱ्या अश्रूंमुळे माझे डोळे लाल होऊन सुजले होते.

माझा डोळा लागला असावा, कुणीतरी दरवाज्यावर ठोकल्याच्या आवाजानं मी जागी झाले. मी खिडकीबाहेर नजर टाकली आणि बाहेर मला रिबेकाची गाडी दिसली.

ती बाहेरून ओरडून म्हणाली, ''तू आत आहेस हे मला माहीत आहे.''

''मला एकटीला राहू दे!'' मी प्रत्युत्तरादाखल ओरडले.

तिनं दाराखालून काहीतरी सारल्यासारखा, कागदाचा आवाज मला ऐकू आला. ती निघून गेल्याची खात्री पटल्यावर मी जाऊन ते चौकोनी पुडकं उचललं. त्यात एक सोनेरी पेन, एक मोठी वही आणि बुक-मार्क होता. सोबत एक चिठ्ठी होती :

प्रिय सखी,

माझ्या शब्दांनी तुझ्या जखमा भरून येणार नाहीत, पण तुझ्या स्वत:च्या शब्दांनी त्या नक्कीच भरून येतील. सस्नेह.

रिबेका.

पुढील काही महिने, मी त्या वहीत लेखन करून माझ्या भावनांना वाट करून देत राहिले. माझ्या हृदयाच्या जखमा भरून येऊ लागल्या. तेव्हा माझ्या आणि रिबेकामधल्या आगळ्या-वेगळ्या अनुबंधाची मला खरीखुरी ओळख पटली. मी तिला दूर सारलं होतं, तरी तिनं माझ्या दु:खाला वाचा फोडून ते हलकं करायचा मार्ग शोधून काढला होता.

एस. ए. (शे) कुक

। डिसेंबर १ ।

हॉस्पिटलमध्येसुद्धा चैतन्य आणि हास्य यांना वाव आहे हे कर्मचारी आणि रुग्ण या दोघांनाही पटवण्याचा सिड नेहमी प्रयत्न करत असे. अभिनयाची त्याला जन्मत:च देणगी मिळालेली होती आणि नाट्याची त्याला उत्कृष्ट जाण होती. त्याच्याच खोलीत असलेल्या इतर तीन रुग्णांना तो त्याच्या नाट्याभिनयाचं दर्शन घडवत असे.

एका सकाळी मी औषधं देत असताना, तो कोपरावर भार देऊन उठून समोर पाहत स्वत:शीच म्हणाला, ''आज कोणता बरं वार आहे?''

मी उत्तर दिलं, ''रविवार.''

''मग आजचा दिवस मरण पावण्याच्या दृष्टीनं उत्तम आहे!'' असं म्हणत तो बिछान्यावर आडवा झाला. काही सेकंदांनी त्यानं त्याचे डोळे पुन्हा उघडले, त्यानं माझ्याकडे नजर टाकून नि:श्वास सोडला.

त्याच आठवड्यात, पुन्हा त्यानं याचीच पुनरावृत्ती केली.

''आज कोणता वार आहे?'' त्यानं विचारलं.

''आज गुडफ्रायडे आहे.''

आपल्या पुस्तकावरून दृष्टीही न हलवता, त्याच्याच खोलीतला दुसरा रुग्ण जोरानं पुटपुटला, ''परमेश्वरा, त्याला आज नेऊ नकोस, नाहीतर तो रविवारी पुन्हा जिवंत होईल!'' (येशू ख्रिस्त गुडफ्रायडेला क्रूसावर लटकला आणि रविवारी त्याचं पुनरुत्थान झालं.)

डेनिस सिब्लीनी ॲलन क्लेइनला सांगितल्यानुसार.

खिन्न करणाऱ्या वातावरणातही विनोद शोधण्याचा प्रयत्न करा. तुम्हाला तो सापडेल!

। डिसेंबर ३ ।

पर्वतावर पाय अडखळून कोणीही पडत नसतं. छोट्या छोट्या खड्यांवरच तुमचा पाय अडखळून तुम्ही पडू शकता. तुमच्या मार्गातले सारे खडे ओलांडून पुढे गेलात की तुम्हाला दिसेल, तुम्ही पर्वतही ओलांडून पलीकडे पोहोचला आहात.

अनामिक

शस्त्रक्रिया आणि अतिदक्षता विभागात परिचारिकेचं काम करणाऱ्या लुईसची कामाची पाळी संपत आली होती. घरी जाऊन, कढत पाण्यानं अंघोळ करून, छानशी कादंबरी वाचण्याची तिला ओढ लागलेली होती. त्याऐवजी तिला इतर हॉस्पिटल कर्मचाऱ्यांबरोबर ॲम्ब्युलन्समध्ये बसून दोन गाड्यांच्या अपघाताच्या ठिकाणी जावं लागलं.

दोहोंपैकी एका गाडीतल्या स्त्रीवर लुईस उपचार करू लागली. त्या स्त्रीला धीर देण्यासाठी लुइस म्हणाली, "तू पूर्णतः बरी होणारच आहेस. पण नीट एकदा तपासावं म्हणून आम्ही तुला हॉस्पिटलमध्ये नेत आहोत." ती स्त्री मूकपणे, भावशून्य डोळ्यांनी लुईसकडे पाहत राहिली. हॉस्पिटलच्या वाटेवर, लुईसनं त्या स्त्रीचा हात हातात घेऊन तिला धीर दिला.

दुसऱ्या दिवशी सकाळी लुईस अपघातात सापडलेल्या त्या स्त्रीला तपासायला गेली. त्या स्त्रीनं डोळ्यांची उघडझाप केली आणि संभ्रमानं विचारलं, "तू माणूसच आहेस की देवदूत आहेस?"

लुईसनं स्मित करून म्हटलं, "परिचारिकांना अनेकदा दयेचं देवदूत असं संबोधलं जातं."

त्या स्त्रीनं नकारार्थी मान हलवून म्हटलं, "काल रात्री मी अपघातात सापडले होते आणि मी नक्कीच मरणार असं मला वाटत होतं. एका देवदूतानं येऊन मला स्पर्श केला आणि त्या स्पर्शात मी मायेचा झरा अनुभवला. मला जगण्याची उभारी द्यायलाच त्या देवदूताला धाडलं असणार. तू हुबेहूब त्या देवदूतासारखीच दिसते आहेस आणि तुझा आवाजही तसाच आहे. फक्त तुला पंख नाहीत."

सॅली केली-एन्जमन

। डिसेंबर ५ ।

अनेक महिने आम्ही आमच्या मुलांच्या नव्या छोट्याशा बहिणीच्या आगमनाची वाट पाहत होतो. तो दिवस एकदा उजाडला आणि माझा नवरा मला घाईघाईनं हॉस्पिटलमध्ये घेऊन गेला. माझ्या सासू-सासऱ्यांनी आमच्या मुलांना तयार केलं आणि त्यांच्या नव्या बहिणीला भेटण्यासाठी हॉस्पिटलमध्ये आणलं.

खणखणीत 'टॅहॅ' करत बेकीनं या जगात प्रवेश केला. आमच्या कल्पनेप्रमाणेच ती प्रत्यक्षातही सुंदर होती. मुलांना आणण्यासाठी माझा नवरा डिलिव्हरी-रूमच्या बाहेर धावला, तर नर्सनं मला आणि बेकीला हॉलमध्ये आणलं.

"ब्रॅड, छॅड, ही आहे बेकी!" रॉय अभिमानानं म्हणाला.

छॅड त्याच्या डोळ्यातले अश्रू पुसत चोहीकडे काहीतरी शोधत असलेला पाहून मी विचारलं, "काय झालं, छॅड?"

"माझी छोटी बहीण कुठेय? बेकी तर ब्रॅडची बहीण आहे. कँडी माझी बहीण असणार होती!"

माझे सासू-सासरे आमच्या दोन्ही मुलांना घरी नेत असतानासुद्धा छॅड त्याच्या बहिणीला इकडेतिकडे शोधतच होता.

अनेक महिने, झोपण्यापूर्वी मुलांची प्रार्थना असे : "आम्हाला लहानगी बहीण दिल्याबद्दल आभार. आम्हाला आणखी एक बहीण दे!"

बेकी पोटदुखीनं सतत रडत असे. तीन महिने झोपेशिवायच्या रात्री गेल्यानंतर, मुलांनी त्यांची प्रार्थना थोडीशी बदलली.

"देवा, आमच्या छोट्या बहिणीबद्दल आम्ही आभारी आहोत. कृपा करून आम्हाला आणखी एक बहीण देऊ नकोस!"

नॅन्सी बी. गिब्ज

। डिसेंबर ६ ।

लहान असताना, मागच्या अंगणातल्या माझ्या खेळातल्या लुटुपुटूच्या घरात मी तासन्तास खेळत असे. या घराला कॉफी कॅनपासून बनवलेली एक पत्राची पेटीही अडकवलेली होती. एका उन्हाळ्यात मी माझ्या आईला विचारलं, की ती मला थोडी पत्रं पाठवू शकेल का?

मी खेळात गर्क होते. ''पत्रं आलीत,'' अशी तिची उंच आवाजातली हाक ऐकून मी पत्रं बघायला धावले. त्या खेळातल्या पत्र-पेटीत ज्यूसी-फ्रुटगमच्या दोन कांड्या, वॅक्स पेपरमध्ये गुंडाळलेल्या मूठभर चॉकोलेट-चिप्स, बेदाणे आणि नवं गुलाबी खोडरबर होतं. त्यात एक सीड-कॅटलॉगही होता आणि तीन पाकिटं होती. त्यावर एस अ‍ॅन्ड एच चे हिरवे स्टँप लावून वर पत्ता लिहिलेला होता. 'पॅटी, प्ले-हाउस, बॅकयार्ड, ओरेगॉन' एका पाकिटात एक पत्रही होतं :

'तू कशी आहेस? इथे हवा छान आहे, पण मला थोडी गरम वाटतेय. मी शेंगांचं कॅनिंग करतेय. बागेत छान भाजीपाला आलाय. आम्हाला भेटायला ये. तुझं नेहमीच स्वागत होईल.

तुझीच ममा.'

चाळीस वर्षांनंतर मला त्या मेलबॉक्सची आठवण आली. माझ्या आईनं तिच्या कामातून वेळ काढून थोडी जुनी पत्रं एकत्र केली होती, खाऊच्या गोष्टी पाकिटात भरल्या होत्या. स्वत: एक पत्रही लिहिलं होतं आणि माझ्या लुटुपुटूच्या घरात तिनं पत्रपेटीत पोस्टमनप्रमाणे पत्रं आणून टाकली होती. अशी माझ्या खेळात समरसतेनं भाग घेणारी माझी आई, तेव्हासुद्धा माझी खास मैत्रीणच होती.

पॅटी डंकन

। डिसेंबर ८ ।

आम्हाला अत्यंत प्रिय असलेली एक रुग्ण स्त्री, आमच्या खेड्यातल्या हॉस्पिटलमध्ये अनेकदा राहून गेली होती. आम्हाला तिच्याबद्दल आणि तिच्या नवऱ्याबद्दल खूप जवळीक वाटत असे.

त्यांच्या प्रेमाच्या अभिव्यक्तीचं आम्हाला कौतुक वाटत असे. तो रोज हसतमुखानं येत असे. येताना फुलं आणत असे. मग तिच्या बिछान्याजवळ बसून, तिचा हात हातात घेऊन शांतपणे बोलत बसत असे. दररोज परत जाण्यापूर्वी तो खोलीचा दरवाजा बंद करून काही क्षण तिच्याबरोबर एकांतात घालवत असे.

परंतु या रात्री मात्र परिस्थिती वेगळी होती. तिची प्रकृती खालावली होती आणि ही रात्र पार पडणं कठीण होतं. मी प्रथम तिची प्रकृती बघितली, मग त्यांना कशाची गरज आहे का हे विचारलं आणि पटकन खोलीबाहेर पडले. संध्याकाळभर मी त्यांना धीर देत होते आणि मध्यरात्रीच्या सुमाराला ती गेली.

"मी तिच्याबरोबर काही वेळ एकटा राहू का?" त्यानं विचारलं आणि मी दरवाजा बंद करून बाहेर गेले.

अचानक एका पुरुषाच्या सुरेल आवाजात 'ब्यूटिफुल ब्राउन आईज' या गाण्याचे स्वर खोलीबाहेर ऐकू आले. तो मोठ्यानं गात होता. काही वेळानं स्वर बंद झाले आणि त्यानं मला हाक मारली.

"आम्ही भेटलो त्या दिवसापासून दररोज मी हे गाणं तिच्यासाठी गात आलो आहे. आज, स्वर्गाच्या वाटेवर असताना, तिला ऐकू जावं म्हणून मला मोठ्यानं गावं लागलं."

क्रिस्टी एम. मार्टीन

अगदी शेवटपर्यंत, दररोज प्रेम व्यक्त करा!

माझा मुलगा जन्मत:च बहिरा आहे. तो चौदा वर्षांचा असताना आम्हाला सांगण्यात आलं, की त्याची दृष्टी मंद होते आहे आणि सरतेशेवटी तो पूर्णपणे अंध होणार आहे.

मी केव्हिनला विचारलं, "दृष्टी आणखी अधू होण्यापूर्वी तुला कोणती गोष्ट बघायची सर्वाधिक इच्छा होते आहे?"

त्यानं क्षणभर विचार करून म्हटलं, "ज्वालामुखी... मला हवाईतला ज्वालामुखी बघायचा आहे!"

दीर्घकाळ आणि गंभीररित्या आजारी असलेल्या मुलांच्या इच्छा पूर्ण करण्यासाठी कार्यरत असलेल्या संस्थेशी मी संपर्क साधला आणि एकदोन आठवड्यातच आम्ही होनोलुलूला जाणाऱ्या विमानात बसलो.

त्या खास दिवशी सकाळी, आम्ही हेलिकॉप्टरमध्ये बसलो आणि ज्वालामुखीच्या दिशेनं निघालो. हेलिकॉप्टर त्या ज्वालामुखीच्या शंकूच्या विवरावर घिरट्या घालत असताना केव्हिननं 'पेले' नावाच्या, भाग्याचं प्रतीक असलेल्या अग्निदेवतेला देवतोपहार अर्पण केला. मग तो खुणेनं म्हणाला, "ती देवता ज्वालामुखीचा उद्रेक घडवून आणण्याएवढी बलशाली असू दे!"

आम्ही बघत असतानाच ज्वालामुखीचा छोटासा उद्रेक झाला. 'पेले' देवतेनं केव्हिनची इच्छा पूर्ण केली होती.

एप्रिल मॅकनील

। डिसेंबर १० ।

डोरोथी चार लहान मुलांची आई होती. कोर्टाद्वारे ठरवली गेलेली मुलांसाठीची पोटगी तिला तिच्या घटस्फोटित नवऱ्याकडून मिळणं अत्यंत गरजेचं होतं. पण त्यानं वर्षभरात एक छदामही दिलेला नव्हता. जरी त्यानं काहीही फायदा होणार नाही हे तिला मनोमन ठाऊक होतं, तरीही ती डिस्ट्रिक्ट ॲटर्नीकडे गेली आणि तिनं तिच्या घटस्फोटित नवऱ्याविरुद्ध तक्रार नोंदवली.

''तक्रार नोंदवण्याचं कारण असं, की आता त्याला काहीही पैसे मिळाले, तर ते मला मिळतील,'' तिनं मैत्रिणीला सांगितलं.

पण ना डोरोथीला कधी पैसे मिळाले ना कधी कोणतं समाधान लाभलं.

एका सकाळी ती जागी झाली तीच 'नोंदवलेली तक्रार रद्द करावी' या आंतरिक ऊर्मीनं! 'सध्या त्या तक्रारीची शिक्षा तो भोगत नाहीये, तर तूच स्वत: भोगते आहेस.' तिचा आतला आवाज तिला सांगू लागला. तो आतला आवाज तिला सतत तेच सांगत राहिला आणि अखेरीस डोरोथीनं ती तक्रार मागे घेतली. काळजावरचं ओझं दूर व्हावं तसं तिला तात्काळ हलकं-हलकं वाटू लागलं. दुसऱ्याच दिवशी डोरोथीच्या बॉसनं तिला ऑफिसात बोलावलं आणि तिला अनपेक्षितपणे एक प्रमोशन दिलं. तिचा पगार आता शंभर डॉलर्सनं वाढणार होता. कोर्टानं ठरवलेल्या मुलांसाठीच्या पोटगीपेक्षाही ही रक्कम जास्त होती.

बॉबी रीड

शांती लाभण्यासाठी सुडाची इच्छा सोडून देणं आवश्यक असतं.

**सुखाचा एक दरवाजा बंद होतो, तेव्हाच दुसरा दरवाजा उघडा असतो;
पण आपण बंद झालेल्या दरवाज्याकडेच बघण्यात
इतका वेळ घालवतो, की उघडा झालेला दुसरा दरवाजा
आपल्या नजरेस पडतच नाही!**

हेलन केलर

। डिसेंबर १२ ।

मी हॉटेलमध्ये फोन लावला. डेस्कवरचा क्लार्क म्हणाला, की तुम्ही सांगताय त्या नावाचं कुणीच इथे राहायला आलेलं नाही. हॉटेलचं नाव सांगण्यात गडबड झालेली असावी अशा समजुतीनं मी माझ्या नवऱ्याच्या ऑफिसात फोन केला... त्यानंतर काही महिन्यांनी माझ्या नवऱ्यानं घटस्फोटाचा अर्ज दाखल केला.

या घटनेनंतर काही वर्षांनी एक दिवस मी बसलेली असताना माझ्या मनात विचार आला की, त्यावेळेस मला झालेलं केवढं तरी दुःख मी टाळू शकले असते. मी कागद-पेन्सिल घेऊन बसले आणि माझ्या लेखणीतून दुःखी मनाला शांतवणारे शब्द झरू लागले. मी काही ओळी लिहीत गेले. मला आणखी जेव्हा सुचेना, तेव्हा ते कागद मी डेस्कच्या ड्रॉवरमध्ये ठेवून दिले.

ते कागद बाहेर काढून मी जेव्हा पुन्हा एकदा वाचले, तेव्हा माझ्या लक्षात आलं, की ते ग्रीटिंग कार्डमधल्या कवितांच्या ओळींसारखे उतरले आहेत. पण ग्रीटिंग कार्ड बनवू शकेल अशा कलाकाराला नोकरीवर ठेवण्याएवढे माझ्याजवळ पैसे नव्हते. मी ते कागद पुन्हा ड्रॉवरमध्ये ठेवून दिले.

मग मला आठवलं, की एक कलाकार माझ्या माहितीचा होता! मी माझ्या पूर्वीच्या नवऱ्याला फोन केला. मी लिहिलेल्या काही ओळी ऐकल्यावर तो म्हणाला, की तो आनंदानं ग्रीटिंग कार्डसाठी नवनवीन चित्रं तर देईलच, पण ती छापून घेण्यासाठी पैसेसुद्धा पुरवेल.

मी त्या ग्रीटिंग कार्ड्सना 'Ex's & Oh's' 'घटस्फोटित, अरे वा!' असं नाव दिलं.

घटस्फोटाच्या अनुभवातून जाणाऱ्या पती-पत्नींना, मुलांना, आई-वडिलांना, सासू-सासऱ्यांना आणि स्नेह्यांना माझी कार्ड्स पाठवली जातात. ती त्यांच्या मनांना आशेचे किरण पुरवत असली पाहिजेत. कारण एक स्त्री मला म्हणाली, ''काळोखातला दीपस्तंभ होऊन उभी राहिलीस म्हणून तुला शतशः धन्यवाद!''

जान नेशन्स

सतत पाठपुरावा करत राहिलेली कल्पना
एक दिवस सत्यात अवतरते.

। डिसेंबर १३ ।

माझी बहीण सिन्थिया, सोळा वर्षांची झाली, त्याच उन्हाळ्यात गावातल्या हॉस्पिटलमध्ये स्वयंसेविका म्हणून काम करू लागली. अधूनमधून मी तिथे वाटेत थांबून तिला घरापर्यंत सोबत करत असे.

एक दिवस ती डोळ्यांवर जाड पट्टी बांधलेल्या एका लहान मुलाच्या खोलीत मला दिसली. तिला खिडकीबाहेर दिसत असलेल्या दृश्याचं ती वर्णन करत होती. निळंभोर आकाश, फुलांनी बहरलेली आणि हिरव्यागार झुडपांनी रसरसलेली बाग.

एकाएकी ती खिडकीपाशी गेली आणि उल्हसित आवाजात म्हणाली, "पांढरे ठिपके असलेला छोटासा, तपकिरी रंगाचा टेरियर कुत्रा आत्ताच उडी मारून बागेत शिरलाय. आता तो गोल गोल धावतोय आणि पंजानं माती उकरून खड्डे करतोय. त्याला इतकी मजा वाटतेय म्हणून सांगू डेव्हिड!"

तो मुलगा मोठ्यानं हसलेला मला ऐकू आला. बँडेजखालचा त्याचा चेहरा आनंदानं उजळला होता.

सिन्थिया म्हणाली, "अरेच्चा! गंमत संपली वाटतं. एका कर्मचाऱ्यानं आत्ताच त्याला बाहेर हुसकून लावलंय."

मी परिचारिकांच्या खोलीत माझ्या बहिणीची वाट पाहत थांबलो. ती लगेचच तेथे आली. ती नेहमीप्रमाणे आनंदात होती. त्या मुलाला माझ्या बहिणीच्या डोळ्यांनी जगाकडे पाहताना बघून मला तिच्या अंत:करणात डोकावत असल्याचा भास झाला.

रॉबर्ट सी. फ्यूएंटेस

अंतर्मनाचा कौल ते कोणत्या गोष्टीवर प्रभाव पाडते त्यावर ओळखू येतो.

। डिसेंबर १४ ।

तुम्ही कोणत्याही प्रकारच्या मनोवृत्तीचं बिरुद लावा, पण सत्य परिस्थिती अशी होती, की जानेवारी अखेरपासून मार्चच्या मध्यापर्यंत माझी मन:स्थिती नेहमीप्रमाणे आनंदी नव्हती!

एके दिवशी नोकरीसाठीची मुलाखत आटोपल्यावर, मी माझ्या मैत्रिणीच्या घरी, शॅरनच्या घरी, चहा घ्यायला थांबले होते. मी बाहेर पडत असताना माझ्या कोटाच्या पट्ट्यावरचं बटण पडलं असल्याचं तिला दिसलं. ती लगेचच म्हणाली, "आत एक जास्तीचं बटण आहे. मी ते आत्ताच शिवून देते."

मला उदास वाटत असताना शॅरननं आपला वेळ खर्चून केलेली ती इवलीशी प्रेमळ कृती मला इतका आनंद देऊन गेली, की जर कुणी मला लॉटरीचा चेक दिला असता तर त्यानंसुद्धा या आनंदाची बरोबरी होऊ शकली नसती!

मी घरी आले, तेव्हा आणखी एका मैत्रिणीकडून एक गंमतीचं ग्रीटिंग कार्ड येऊन पडलं होतं. "तुझं त्याच्यावर नाव असलेली एक मिठी इथं तुझ्या प्रतीक्षेत आहे!"

थोड्याच दिवसात टेक्सासमधल्या माझ्या सहलेखिकेनं मला एक 'सनशाइन बॉक्स' पाठवली. त्यात चॉकोलेट्स, रेशमी कापडानं बनवलेली लाल रंगाची ट्यूलिप्स आणि जिंजर-लिली बाथजेल भरलेलं होतं.

बघता बघता आयुष्यातलं एक अद्भुत सत्य मला उमगलं : जग आणि त्यातले लोक अशा तऱ्हेनं घडवले गेले आहेत, की आपली समस्या कितीही गहन असली, तरी स्नेह्याकडून लाभलेली इवलीशी आपुलकीसुद्धा सर्वांत मोठा चमत्कार घडवून आणते!

पॅट्रिशिया लोरेंझ

ज्या दिवशी अत्यंत गजबजलेल्या सुपर-मार्केटमध्ये चालता चालता मला अचानकपणे थांबावं लागलं, तो दिवस माझ्या आयुष्यातल्या सर्वांत वाईट दिवसांपैकी एक होता. मी गर्भवती होते आणि माझं पोट एवढं वर आलं होतं, की माझे पाय किंवा पावलं कशी दिसतात याचाही मला विसर पडलेला होता. ऑगस्ट महिन्यातला तो एक अत्यंत उकाड्याचा दिवस होता आणि घराबाहेर पडणं म्हणजे शिक्षा होती; पण घरातलं दूध संपलेलं होतं!

मी पाहिलेल्या सर्व नियतकालिकांमध्ये गर्भवती स्त्रियांच्या जाहिरातीत दिसणाऱ्या स्त्रिया सुरेख कपड्यात, छान छान वेशभूषेत, अगदी उंच टाचांच्या बुटातही दाखवलेल्या असत आणि इकडे मी? अवघडलेली, दिलेल्या तारखेपेक्षा महिना उलटून गेलेला, दोन्ही पायांत इतके दुःखद पेटके येत होते की मला हालचाल करणं दुरापास्त झालं होतं. शरमेनं माझा चेहरा लालेलाल झाला होता आणि खरेदीला आलेल्या इतरांची वाट अडवून मी उभी असताना त्यांनी टाकलेले रागाचे कटाक्ष मला दिसलेले नाहीत, अशी मी बतावणी करत उभी होते. अचानक एका छोट्याशा मुलीचा आवाज माझ्या कानी पडला, ''ममी, ती बाई इतकी विचित्र का दिसतेय?''

त्या बाईनं उत्तरादाखल उद्गारलेले शब्द मला त्या शेवटच्या त्रासदायक दिवसांत आणि पुढच्याही दोन बाळंतपणात गुलाबपाण्यासारखी शीतलता देत राहिले. ती बाई म्हणाली, ''ती अशी दिसतेय कारण देवबाप्पानं तिच्या हृदयाजवळ एक छोटंसं बाळ ठेवलंय.''

आपल्या मुलांचा जन्म झाल्यावरदेखील, आपण आया, त्यांना काळजाचा घड असल्याप्रमाणंच आयुष्यभर वागवत असतो.

बॉनी कॉम्प्टन हॅन्सन

। डिसेंबर १६ ।

माझी मैत्रीण सॅंडी हिला इमर्जन्सी-रूममध्ये नेल्याची बातमी कळताक्षणी मी तिच्यापाशी धावले.

मला पाहून सॅंडीला आनंद तर झालाच, पण आश्चर्यही वाटलं, "त्यांनी तुला आत कसं काय सोडलं?" तिनं मला विचारलं.

सॅंडीला मैत्रिणीच्या आपुलकीची नितांत गरज असणार याची जाणीव असल्यामुळे मी येताना वाटेत मनोमन ठरवलं होतं, की मला त्यांनी अडवलं तर चक्क थाप मारायची की मी सॅंडीची बहीण आहे!

हे सारं सॅंडीला सांगितल्यावर ती खळखळून हसू लागली. यात एवढा विनोद काय घडला हे कोडं उकलण्याचा मी प्रयत्न करत असतानाच आमच्या दोघींच्या एकमेकींच्या हातात गुंफलेल्या हातांवर माझी दृष्टी पडली. तिच्या दोन कृष्णवर्णीय हातांनी, मोठ्या प्रेमानं माझा गोरा गोरा हात धरला होता!

जून सर्झा कोल्फ

कातडीचा रंग वेगळा असला, तरी खरोखरच
मैत्रिणी या बहिणीसारख्याच असतात!

। डिसेंबर १७ ।

माझ्या घटस्फोटित पतीच्या मैत्रिणीनं अर्ध्या, फाडून टाकलेल्या फोटोत दिसणारी मी पांढराशुभ्र ब्लाउज आणि झालरीझालरीचा पिवळा स्कर्ट घातलेली आहे. मी पॅरिसमधल्या एका कारंज्याच्या काठावर बसलेली आहे आणि हसतेय, कारण मी मुक्त आनंदात उन्हाळा घालवतेय. मी सतरा वर्षांची आहे आणि हा फोटो काढणाऱ्या मुलाच्या प्रेमात मी आकंठ बुडलेली आहे. आम्ही पॅरिस या स्वप्ननगरीत आहोत.

त्यावेळेस मी आणि हा मुलगा मैलोन्‌मैल एकत्र चाललो. आयफेल टॉवर चढून गेलो आणि आम्हाला दिसलेल्या प्रत्येक कारंज्यात आम्ही शकुनासाठी नाणी टाकली. माझ्या उरल्यासुरल्या पैशांनी मी L'air du Temps – ल'एअर डू टेम्प्स – या परफ्यूमची बाटली विकत घेतली आणि जपून जपून वापरत मी ती अनेक महिने टिकवली.

त्यानंतर खूप वर्षं उलटली आहेत. त्या मुलानं आणि मी विवाह केला आणि एकोणीस वर्षांनंतर, चार मुलींना जन्म दिल्यावर, कडवट अशा घटस्फोटात त्याची परिणती झाली; पण त्या फोटोतली मुलगी तिच्या पाठीमागच्या कारंज्याएवढ्याच लखलखीत भासणाऱ्या भविष्यकाळाकडे पाहताना दिपून गेली आहे. आम्हाला विभक्त करण्याचं प्राक्तन घेऊन आलेले सारे अश्रू आणि यातना भविष्यात येणारच आहेत तरीही मागे जाऊन भूतकाळ बदलता यावा असं मला कधीही वाटलेलं नाही.

कारण अजूनही, जेव्हा केव्हा, अधूनमधून मला ल'एअर डू टेम्प्सचा सुगंध जाणवतो, तेव्हा मी मनानं पॅरिसला पोहोचून पुन्हा सतरा वर्षांची युवती बनलेली असते.

मेरिलिन मॅकफरलेन

समोर वाढून ठेवलेले सारे अश्रू आणि दुःख माहिती असताना तुम्हाला नियती बदलावीशी वाटत नाही.

। डिसेंबर १९ ।

जे काम करायला आवडतं ते करण्यात आनंद असतो;
पण जे काम करायला हवं ते आवडून घेण्यातच
सुखाची गुरुकिल्ली आहे.

जे. एम. बॅरी

। डिसेंबर २० ।

त्याच्या अत्यल्प परंतु यातनामय आयुष्यात त्याला अनेक वेळा हॉस्पिटलच्या इमर्जन्सी रूममध्ये यावं लागलं- संशयास्पदरित्या झालेल्या अगणित जखमांवर इलाज करून घेण्यासाठी! ज्या कुटुंबानं, स्नेह्यांनी आणि समाजानं या इवल्याशा बालकाला संरक्षण देणं अपेक्षित होतं, त्यांनीच त्याचा दारुण विश्वासघात केलेला होता. वर्णनावरून ही child-abuse case वाटतेय. नकोशा झालेल्या अपत्याला आईबाप ज्या निष्ठुरपणे मारहाण करून त्याचा छळ करतात ते पाहून धक्का बसतो. अशा घटना अमेरिकेत वारंवार ऐकू येतात.

मारपिटीनं जखमी झालेलं हे मूल शेवटच्या वेळेस हॉस्पिटलमध्ये आलं, तेव्हा त्याची जगावेगळ्या निगुतीनं देखभाल केली गेली. जखमांनी विव्हल झालेल्या या चार वर्षांच्या बालकाची काळजी घेणारी परिचारिका त्याच्याजवळ, त्याला कुशीत घेऊन झोपली. तिनं त्याला झोप लागेपर्यंत, त्याच्या कानात मृदूपणे अंगाई गीतं गुणगुणली. त्या रात्रीच त्यानं नेहमीसाठी डोळे मिटले. ती गोड अंगाई गीतं हे त्यानं ऐकलेले अखेरचे स्वर होते!

लॉरा हायेस लगाना

। डिसेंबर २२ ।

जेव्हा तुम्ही सामान बांधून तुमच्या मायभूमीतल्या सृष्टिसौंदर्याचा आस्वाद घ्यायला बाहेर पडता किंवा जगप्रवासासाठी निघता तेव्हा प्रवास सुखाचा व्हावा यासाठी खालील कळीच्या गोष्टी ध्यानात ठेवा :

प्रवासात हलकं सामान वागवा. लोकांचं लक्ष वेधून घेण्यासाठी काही तुम्ही प्रवासाला निघाला नाहीत.

सावकाश प्रवास करा.

प्रवासात नव्याची अपेक्षा ठेवा. प्रत्येक गोष्ट काहीतरी वेगळा अनुभव घडवते.

आशावादी राहा.

विनयशील वृत्ती राखून इतरांच्या प्रथांचा आणि जीवनशैलीचा आदर ठेवा.

प्रवासात सौजन्यानं वागा.

प्रवासात कृतज्ञता व्यक्त करा.

प्रवास करताना पूर्वग्रह बाजूला ठेवा.

प्रवास करताना कुतूहल बाळगा.

प्रवास करताना कल्पनाशक्ती स्वैर सोडा.

प्रवास निर्भय मनानं करा.

प्रवास रमत-गमत करा.

प्रवासात सबुरीनं वागा. इतरांना समजून घ्यायला अवधी लागतो.

प्रवास करताना आपण जगाचे नागरिक आहोत हे लक्षात ठेवा. तुमच्या लक्षात येईल की मनुष्यप्राणी हा येऊनजाऊन सारखाच असतो. सर्वत्र स्नेहभाव फैलावणं हे आपलं उद्दिष्ट आहे हे लक्षात ठेवा.

विल्फ्रेड ए. पिटर्सन, रिबेक्का एस्पर्झा हिने सादर केलं.

आपण सारे आयुष्याच्या प्रवासातील यात्री आहोत.

आपल्या भोवतालच्या जगातील आनंद, कुतूहल आणि त्याबद्दलचे गूढ यांचा सतत नव्याने शोध घेणाऱ्या प्रौढांचा सहवास मुलांना लाभल्यास त्यांच्यातील स्वाभाविक कुतूहल सतत जागृत राहील.

अनामिक

। डिसेंबर २४ ।

ॲलिस पाच वर्षांची होती, तेव्हा तिची आई वारली, ते साल होतं १९२५. आयुष्य मोठं खडतर होतं. ॲलिस मोठी झाल्यावर मी तिच्या पोटी जन्म घेतला. माझ्या आईनं, ॲलिसनं मला सांगितलं, की ती लहान असताना त्यांचं कुटुंब इतक्या दारिद्र्यात राहत होतं की, तिला साधी एक बाहुली विकत घेऊन देणं त्यांना परवडण्याजोगं नव्हतं.

डिसेंबर १९८२ साली मी गावातल्याच एका स्थानिक बँकेत नोकरी करत होते. आमच्या बँकेच्याच एका खातेदारानं मला तिच्या हस्तकौशल्याचा नमुना दाखवला. हातानं बनवलेल्या सुरेख बाहुल्या! ती नाताळासाठीच्या मागण्यांची नोंदणी करत होती. मी माझ्या पाच वर्षांच्या मुलीसाठी एक बाहुली घ्यायचं ठरवलं आणि मग तिला हेही विचारलं, की ती एक पांढऱ्या केसांची, चष्मा लावलेली आजी-वेषातली खास बाहुली माझ्या आईसाठी बनवून देऊ शकेल का?

नाताळाचा दिवस उजाडला आणि सँटाक्लॉजही अवतरला. जाता जाता त्यानं आपल्या पोतडीतून आणखी एक भेटवस्तू बाहेर काढली. त्यासोबतच्या कार्डावर शब्द होते :

प्रिय ॲलिस,

यावर्षीच्या माझ्या प्रवासाआधी मी माझी बॅग साफ करत होतो तेव्हा मला हे पुडकं सापडलं. खरं तर ते २५ डिसेंबर १९२५ रोजीच द्यायचं होतं. आतली भेटवस्तूही काळाबरोबर वृद्ध झाली आहे. तरीही ती तुला आवडेल असं मला वाटतं. ही भेटवस्तू इतक्या विलंबानं देत असल्याबद्दल मी माफी मागतोय.

साशीर्वाद,
सँटाक्लॉज

सँटानं सत्तावन्न वर्षं विलंब लावून दिलेल्या त्या बाहुलीमुळे माझी आई हे सर्वांत सुखावलेलं 'मूल' ठरलं.

अलिस फर्ग्युसन

मी सात वर्षांची होते तेव्हा माझी आई, माझे तीन भाऊ आणि मी खूप अंतर कारनं कापून माझ्या आजीच्या घरून आमच्या घरी परत आलो. आम्ही कारमध्ये झोपलेलो असताना, माझी आई घर उघडून आत शिरली. तिनं दरवाजा उघडल्याबरोबर तिच्या लक्षात आलं, की आमच्या घरी चोरी झाली आहे. चोरांनी आमचा ख्रिसमस-ट्री, साऱ्या भेटवस्तू आणि सँटाचे स्टॉकिंगसुद्धा लांबवलेले होते.

एकेकाला उचलून आत नेऊन, आईनं आम्हाला अंथरुणावर ठेवलं. पहाटेचे दोन वाजले होते पण तिच्या मुलांना नाताळ साजरा करता येईल याची ती तजवीज करणार होती.

ख्रिसमसच्या पहाटे उठून आम्ही घाईघाईनं हॉलमध्ये आलो आणि दारातच थबकलो. कोणत्या तरी जादूमुळे आमची सुरेख स्प्रूसची ख्रिसमस-ट्री एका पेअरच्या आकाराच्या छोट्याशा, ओक्याबोक्या, न सजवलेल्या झाडात परावर्तित होऊन भिंतीला टेकून उभी होती. आई आम्हाला म्हणाली, की कुणातरी गरिबाला आमचं झाड आणि स्टॉकिंग यांची खूप गरज भासली होती; पण आमचं भाग्य असं की त्याऐवजी आम्हाला दुसरी ख्रिसमस-ट्री मिळाली होती.

सकाळच्या न्याहारीनंतर आम्ही या नव्या ख्रिसमस-ट्रीसाठी, जुनी अंड्याची कार्टन्स आणि सीरियलचे डबे वापरून सजावट साधली. आम्ही हसत-खेळत, ख्रिसमस-कॅरल्स गात आमची नवी ख्रिसमस-ट्री सजवली.

इतर नाताळांच्या वेळेस मला काय काय मिळालं हे माझ्या लक्षात नसलं, तरी हा नाताळ मी अजिबात विसरलेली नाही. यावेळेस कुणीतरी आमची ख्रिसमस-ट्री चोरून नेली आणि आम्हाला भेटीदाखल प्रेमाच्या आणि आनंदाच्या जवळिकेचा ठेवा बहाल केला!

क्रिस्टिना चेंग्स नायस्ट्रॉम

। डिसेंबर २७ ।

बँकॉकच्या विमानतळावर घुसमटल्यासारखं होत होतं आणि मी थकून गेले होते. मला फ्लाईट गाठून चिआंग-थाय येथे पोहोचायची घाई झालेली होती.

मी माझ्या सीटमध्ये बसून पट्टा आवळला आणि मला विमान कर्मचाऱ्याच्या हातात हात गुंफून विमानाकडे येत असलेला एक छोटासा मुलगा दिसला. तो माझ्यापाशी बसला तर चालेल का असं त्या कर्मचाऱ्यानं मला विचारलं.

विमानाच्या इंजिनाची घरघर सुरू झाली तेव्हा तो मुलगा घाबरला आहे हे माझ्या लक्षात आलं. त्यानं त्याच्याबरोबर कागदाचं पॅड आणलेलं मी पाहिलं होतं. मला वाटलं की मी त्याला माझं पेन दिलं, तर तो चित्रं काढून स्वत:चं मन रमवू शकेल. त्यानं संकोचानं माझं पेन स्वीकारत थाय भाषेत माझे आभार मानले.

मी बरोबर आणलेले कागद वाचण्यात मग्न झालेली असताना माझ्या हातावर एक हळुवार स्पर्श झालेला मला जाणवला. त्यानं त्या पॅडवर फुलं, प्राणी आणि झाडांचं एक सुरेख चित्र रेखाटलं होतं. आम्ही दोघांनी एकमेकांकडे पाहून स्मित केलं.

नाश्ता दिला गेल्यावर आम्ही त्याची देवघेव करत फराळ आटोपला. मग मी माझं वाचन सुरू केलं आणि तो पुन्हा चित्र काढू लागला. त्यानं पुन्हा मला हळुवार स्पर्श केला. त्यानं माझ्या चेहऱ्याचं हुबेहूब चित्र काढलेलं पाहून मी थक्क झाले.

विमान खाली उतरलं आणि एक कर्मचारी त्या छोट्या मुलाला घेऊन गेला. मी हात हलवून त्याला निरोप देताना माझं चित्र धरून ठेवलं. तो विमानातून उतरून त्याच्या आई-वडिलांकडे धावला.

नॅन्सी मिल्स

। डिसेंबर २८ ।

हातून भव्य आणि उदात्त कामं पूर्ण व्हावीत अशी मला तळमळ वाटत असते; पण माझं पहिलं कर्तव्य आहे, छोटी छोटी कामंच भव्य दिव्य असल्याप्रमाणे पुरी करणं!

हेलन केलर

। डिसेंबर २९ ।

एकदा एक अत्यंत बावरलेली मुलगी माझ्या बालवाडीच्या दारातून आत आली. तिची प्रगती घडवण्यासाठी जिद्दीची झुंज द्यावी लागेल हे मला स्पष्ट दिसत होतं. जरी ती काहीही बोलत नसे, तरी ऐकत असताना तिच्या चेहऱ्यावर शांती पसरत असलेली दिसत असे. तिच्या आईनं संपूर्ण गर्भारपणात गांजा, क्रॅक आणि कोकेन घेतलं होतं आणि त्यानंतर या मुलीचा तुरुंगातच जन्म झाला होता.

जसजसे महिने उलटत गेले, तसतशी, सर्वांना नकोशा झालेल्या या लहानीशी माझी जवळीक होत गेली. दररोज माझ्या ऑफिसातल्या मोठ्या झुलत्या खुर्चीत आम्ही दोघी जणी बसत असू. मी 'जीझस लव्ह्ज मी (येशूची माझ्यावर ममता आहे)' हे गाणं म्हणत असे आणि ते ऐकता ऐकता शांत होत होत ती अगदी स्तब्ध होत असे.

एके दिवशी, अशीच खूप वेळ तिनं वेदनांशी झुंज दिल्यानंतर, मी तिची भीती आणि वेदना शांतवण्यासाठी तिला जवळ घेऊन बसले होते. आम्ही न बोलता खुर्चीत पुढे-मागे झुलत होतो. त्यावेळेस तिनं प्रथमच एक संपूर्ण वाक्य उच्चारलं, ''माझ्यावर माया करणाऱ्या त्या माणसाचं गाणं मला म्हणून दाखव.''

ऑलिशिया हिल

वय वाढलं तरी आँट ॲनच्या ठायीचं साहस उणावलेलं नाही. तिचा नवरा निवर्तला आणि ती त्यांच्या न्यूयॉर्कमधल्या कॅटस्किल माउंटन्समधल्या घरी एकटी उरली. एक दिवस सकाळी जागी झाल्यानंतर तिनं जाहीर केलं, ''आयुष्य माझ्या शिडात वारा भरायला सज्ज आहे तोवर मला माझी बोट दर्यात ढकलली पाहिजे!''

ती छोटंसं मोबाईल-होम घेऊन फ्लॉरिडात पोहोचली. तिच्याबरोबर तिनं घेतलेलं सामान तिच्या सळसळत्या उत्साहाला साजेसंच होतं. मूर्तिकलेसाठी चिनीमाती, संगीत, कविता. पंचाहत्तर वर्षांची असताना तिनं अशक्यप्राय वाटणारं साहस अनुभवलं : प्रेम.

तिचा आणि जॅकचा विवाह होऊन सात वर्षं झाली असताना तिनं कॅटस्किल माउंटन्समध्ये सुटीसाठी जाण्याचा बेत जाहीर केला. त्यांची जंगलात भ्रमंती चाललेली असतानाच जॅकचा हात आँट ॲनच्या हातातून सुटला आणि तो जमिनीवर कोसळला. ॲम्ब्युलन्स हॉस्पिटलमध्ये पोहोचण्यापूर्वीच तो मरण पावला.

मला तिची अतिशय काळजी वाटू लागली. हा आघात ती कसा काय सहन करू शकेल असा मला प्रश्न पडला. मुलाजवळ आणि नातवंडांजवळ राहता यावं म्हणून ती विस्कॉन्सिनला गेली. नुकतंच माझं तिच्याशी संभाषण झालं, ''मी मॅडिसनमध्ये मूर्तिकला शिकवण्यासाठी वर्ग घेते आहे. इतकी मजा वाटतेय त्यात म्हणून सांगू!'' मी तिला मनोमन दाद दिली. आँट ॲनमधली उमेद अजूनही टिकून होती!

ॲन मेरिऑननी आयलीन लॉरेन्सला सांगितल्यानुसार.

आयुष्य तुमच्या शिडात वारा भरायला सज्ज असताना
तुम्ही बोट हाकारलीच पाहिजेत.

। डिसेंबर ३१ ।

सहा महिन्यांपूर्वी मी अपघातात सापडले होते. विश्रांती घेऊन त्यातून सावरण्यासाठी मी हिरवागार आग्नेय किनारा सोडून माझ्या आईपाशी पश्चिम टेक्सासमधल्या वैराण जागी येऊन पोहोचले होते. नवं वर्ष उजाडायला फक्त एकच आठवडा बाकी होता आणि मला त्यासाठी 'डेट'वर नेणारा सोबती मिळणं अशक्य दिसत होतं. उरलेलं सारं वर्ष असंच जाणार याची ही नांदी तर नव्हती?

सर्वसाधारणत: ब्लाइंड-डेट, सर्वस्वी अनोळखी माणसाबरोबर बाहेर जाणं, या विचारानं मी हादरूनच गेले असते; पण नव्या वर्षापूर्वीची रात्र एकटीनं घालवायची नाही असा मी निश्चय केला आणि माझ्याबरोबर काम करणाऱ्या स्त्रीला मी फोन केला.

तिचा वाङ्‌निश्चय झालेला आहे हे माहीत नसलेल्या व्यक्तीनं तिला 'डेट'बद्दल विचारलं होतं आणि वस्तुस्थिती कळल्यावर त्यानं तिची आणखी कोणी मैत्रीण 'डेट'वर येऊ शकेल का असा प्रश्न केला होता. मी घाबरत घाबरत होकार दिला.

मला डेटवर नेणारा एक काउबॉय (टेक्सासमधल्या प्रचंड कुरणांवर घोड्यावर बसून कळप हाकणारा) निघाला. जेवताना आम्हाला गप्पांसाठी विषयांची वाण पडली नाही. त्याच्या हिरवट डोळ्यांची आणि हसऱ्या चेहऱ्याची मला भुरळ पडली.

दुसऱ्या दिवशी सकाळी लवकरच त्याचा फोन आला आणि छपन्न दिवसांनी आम्ही विवाहबद्ध झालो. या घटनेला एकवीस वर्षं उलटली आहेत आणि इतका काळ मध्ये जाऊनही त्याच्या चुंबनांनी अजूनही माझं भान हरपतं!

ज्युडिथ एल. रॉबिन्सन

इतर लोक आयुष्याचा उपभोग घेत असताना नुसते पाहत राहू नका. तुम्हाला हवं आहे ते आयुष्याकडून मिळवा.